Thân Loan Thánh Nhân Toàn Thư
Tập 2

Thích Như Điển
Sưu khảo và Phiên dịch

THÂN LOAN
THÁNH NHÂN
TOÀN THƯ

Tập 2

Viên Giác Tùng Thư
2024

Thân Loan Thánh Nhân Toàn Thư - Tập 2
Sưu khảo và Phiên dịch: Thích Như Điển
Viên Giác Tùng Thư ấn hành lần thứ nhất, quý IV/2024
Trách nhiệm xuất bản: Nguyên Đạo
Sửa bản in: Thanh Phi, Nguyên Đạo
Kỹ thuật và bìa: Quảng Hạnh Tuệ
ISBN: 979-8-3481-4807-2

Viên Giác Tùng Thư
2024

MỤC LỤC

LỜI NGƯỜI DỊCH	7
LIÊN NHƯ THƯỢNG NHÂN NGỰ VĂN	13
TỜ THỨ NHẤT	15
TỜ THỨ HAI	34
TỜ THỨ BA	54
TỜ THỨ TƯ	74
TỜ THỨ NĂM	95
TỊNH ĐỘ KIẾN VĂN TẬP	113
CHẤP TRÌ SAO	121
HẬU THẾ VẬT NGỮ THƯ	129
Tự lực tha lực sự của Long Khoan	139
BỔN NGUYỆN SAO của Giác Như	143
CẢI TÀ SAO của Giác Như	147
Viết thêm về sách nầy	171
HIỂN DANH SAO (I)	173
HIỂN DANH SAO (II)	187
PHÁ TÀ HIỂN CHÁNH SAO (Quyển thượng)	203
PHÁ TÀ HIỂN CHÁNH SAO (Quyển trung)	215
PHÁ TÀ HIỂN CHÁNH (Quyển hạ)	225
THẤT CÁ ĐIỀU CHẾ THÀNH của Ngài Nguyên Không	235
Nhập xuất nhị môn kệ tụng	241
Chương THIÊN THÂN (Thế Thân)	242
Chương ĐÀM LOAN	245
Chương ĐẠO XƯỚC	246
Chương THIỆN ĐẠO	247

TỊNH ĐỘ VĂN LOẠI TỰ SAO	249
NGU NGỐC SAO	267
NGU NGỐC SAO (Quyển thượng)	269
NGU NGỐC SAO (Quyển hạ)	283
Thân Loan Thánh Nhơn huyết mạch văn tập	307
Bản Nguyện tự Thánh Nhân Thân Loan truyện hội	317
NGỰ TRUYỆN SAO (Thượng)	317
NGỰ TRUYỆN SAO (Hạ)	326
PHỤ LỤC: TỊNH ĐỘ TÔNG NHẬT BẢN - Chương I	335
ĐÔI NÉT VỀ DỊCH GIẢ: Hòa Thượng Thích Như Điển	353
Sơ lược tiểu sử	353
Tác phẩm đã xuất bản	354
Các tác phẩm tái bản gần đây	359

LỜI NGƯỜI DỊCH

Hôm nay ngày 4 tháng 8 năm 2024 nhằm ngày Mùng 1 tháng 7 năm Giáp Thìn tôi bắt đầu viết lời cuối của người dịch sách "Thân Loan Thánh Nhân Toàn Thư tập 2". Đây cũng là tác phẩm thứ 73 trong số tất cả các tác phẩm mà tôi đã viết hay dịch bắt đầu từ năm 1974 đến nay, đúng 50 năm có duyên với văn chương, chữ nghĩa của nhà Phật và văn hóa Việt Nam.

Có những tác phẩm tôi phải dịch đến 3 năm mới xong như quyển "Nghiên Cứu Giáo Đoàn Phật Giáo Thời Nguyên Thủy" tập 1 + 2 + 3 dịch từ tiếng Nhật sang tiếng Việt và Thầy Hạnh Tấn đã dịch ra Đức ngữ từ những năm 1990, 1991 và 1992. Rồi 3 tập của sách "Những Mẩu Chuyện Linh Ứng của Đức Địa Tạng Vương Bồ Tát" dịch từ tiếng Nhật sang Việt ngữ vào năm 2009. Năm nay 2024 tôi tiếp tục dịch tác phẩm nầy cũng từ Nhật ngữ sang Việt ngữ; nhưng quyển nầy chia làm 2 tập, phải dịch trong 2 năm từ 2023 cho đến năm 2024, theo một lời đã hứa với những hành giả tu theo pháp môn Tịnh Độ từ Việt Nam thuộc Hội Phật Đà Giáo Dục đề nghị dịch. Đây là lý do mà tôi đã an vui và miệt mài với công việc dịch thuật của mình trong nhiều mùa An Cư Kiết Hạ vừa qua. Nếu kể được thành sách thì cho đến nay tôi đã cho xuất bản tất cả 77 cuốn tất cả; trong đó phần sáng tác và 3 dịch phẩm nói trên tính chung là 72 tác phẩm. Tuổi đời của tôi năm nay (2024) là 75 tuổi và tuổi ta là 76; với hơn 60 năm xuất gia học đạo và hành đạo cùng với hơn 70 tác phẩm như vậy cũng là một niềm an ủi của "nhân sinh thất thập cổ lai hy" rồi.

Tôi vẫn thường nói: "Văn tôi không hay, chữ tôi không tốt", bởi lẽ tôi vốn là người nghĩ sao thì viết vậy. Viết về nhiều đề tài và nhiều lãnh vực khác nhau như văn hóa, giáo dục, tôn giáo, xã hội, ký sự, tiểu thuyết, lịch sử v.v… bộ môn nào tôi cũng cố gắng đóng góp một phần nhỏ như thế, nên nhiều người đã gọi tôi là nhà văn, nhà Tôn giáo, nhà giáo v.v… nhưng trên hết, tôi vẫn là một Tăng sĩ của Phật Giáo được đào tạo bài bản từ Việt Nam qua Nhật Bản rồi Đức Quốc với Phật Giáo truyền thống trải qua hơn ngàn năm của Phật Giáo Việt Nam và Phật Giáo thế giới.

Phần dịch thuật thì tôi đã cố gắng dịch nhiều tác phẩm chữ Hán, chữ Nhật, chữ Anh, chữ Đức sang Việt ngữ hay ngược lại. Tuy nhiên khi bắt tay dịch tác phẩm "Thân Loan Thánh Nhân Toàn Thư" mới thấy việc này thật không đơn giản. Bởi vì đôi khi có những từ chuyên môn mà người dịch khó lòng diễn tả hết tất cả sự sâu sắc mà tác giả muốn đề cập đến. Ví dụ như ở những câu thành ngữ, tục ngữ hay cách viết cổ xưa của chữ Hán, tiếng Nhật vào những thế kỷ xa xôi về trước; bây giờ dịch sang Việt ngữ trong bối cảnh mới khó có thể diễn tả đúng hoàn toàn. Khiếm khuyết ấy nếu có trong dịch phẩm là do trách nhiệm của người dịch vậy. Tiếng Hiragana hay Katakana được dùng trong những văn bản; mặc dẫu có đánh dấu theo thứ tự kinh văn trong Đại Chánh Tân Tu Đại Tạng kinh; nhưng thực tình mà nói, có nhiều chữ người dịch phải dựa vào văn cảnh mà đoán ý tác giả. Lý do là tra trong tự điển Hán Việt, Nhật, Anh không có những từ nầy. Trong trường hợp có chỗ nào chưa sáng tỏ hết, và có thức giả nào chỉ rõ ra thì dịch giả xin thâm tạ và sẽ hiệu đính lại khi có điều kiện.

Đại Chánh Tân Tu Đại Tạng kinh gồm 100 tập, được kết thành bằng Hán văn ở đầu thế kỷ thứ 20 tại Nhật Bản. Từ tập thứ nhất đến giữa tập thứ 54 là những văn kinh căn bản của 5 bộ A Hàm cũng như Kinh, Luật, Luận của các hệ phái Phật Giáo Nam Bắc cùng Kim Cang Thừa. Riêng từ giữa tập thứ 54 đến tập thứ 85 hầu như đều viết về Phật Giáo Nhật Bản và

LỜI NGƯỜI DỊCH

Trung Quốc. Chỉ riêng Phật Giáo Nhật Bản đã chiếm gần hết số nầy, nghĩa là từ tập 55 đến tập 84. Riêng Phật Giáo Trung Hoa chỉ có hơn 2 tập. Đó là giữa tập 54 đến giữa tập thứ 55 mà thôi. Nếu nói chính xác hơn là từ Kinh văn thứ 2132 đến Kinh văn 2158 và tập thứ 85 từ Kinh văn thứ 2732 đến Kinh văn cuối cùng 2920 là những Kinh văn viết thuần về Phật Giáo Trung Hoa. Còn Nhật Bản đã có mặt trong Đại Chánh Tân Tu Đại Tạng Kinh nầy trong tập thứ 55 từ Kinh văn thứ 2156 đến hết Kinh văn 2791 của tập thứ 84. Những tập số 1 cho đến tập thứ 54 là do những vị Pháp sư người Ấn Độ, Trung Quốc và các nước khác dịch trực tiếp từ chữ Phạn sang tiếng Hán kể từ thời Hậu Tấn, Tây Tấn, Đông Tấn, thời Hậu Hán cho đến các đời Đường, Tống, Nguyên. Đặc biệt là Nhà Đường, Phật Giáo rất thịnh hành, nên đa phần những Kinh, Luật, Luận được những vị Pháp sư dịch thẳng từ tiếng Sanskrit sang Hán ngữ.

Hòa Thượng Thích Tịnh Hạnh người Việt Nam chúng ta đã chính thức cho dịch Đại Chánh Tân Tu Đại Tạng kinh từ tiếng Hán sang Việt ngữ từ năm 1994 đến năm 2015; hơn 21 năm như vậy từ tập thứ nhất đến giữa tập thứ 54, hay nói đúng hơn là đến Kinh văn thứ 2131 là chấm dứt, ngoại trừ 4 tập thuộc về Mật Tông. Đó là tập thứ 18 (Kinh văn số 848), đến tập thứ 21 (Kinh văn số 1420) không cho dịch ra tiếng Việt. Như vậy tổng cộng các kinh văn đã được dịch thành Linh Sơn Pháp Bảo Đại Tạng Kinh là 202 tập (chưa kể tập Mục Lục), nhưng chỉ mới in thành sách đến tập 187. Còn 15 tập sau cùng đã giảo chánh lại xong. Nay mai chúng ta sẽ có tạm đầy đủ bộ Linh Sơn Pháp Bảo Đại Tạng kinh nầy.

Riêng tập thứ 2 của Thân Loan Thánh Nhơn Toàn Thư hầu như đều tập trung những bài viết hoặc của chính Ngài hay của những đệ tử xuất gia ghi lại, đều nằm trong tập thứ 83 của Đại Chánh Tạng và bắt đầu cho lần nầy là Kinh văn số 2668 từ trang 771 đến trang 808 viết về Liên Như Thượng Nhân ngự văn.

Tuy nhiên cũng có những bài viết không nằm trong Đại Tạng Kinh hoàn toàn bằng Nhật ngữ như: "Tịnh Độ Tông Kiến Văn Tập" viết về Giả Danh Thánh Giáo của Tôn Giác Thượng Nhân. "Hiển Danh Sao" cũng không nằm trong Tạng Đại Chánh. "Phá Tà Hiển Chánh" cũng vậy. Có kinh văn thì hoàn toàn bằng chữ Hán lẫn tiếng Nhật như: *Ngu Ngốc Sao* (Kinh văn thứ 2648 từ trang 647 đến trang 654). Cũng có một số đề tài như: *Hiển Danh Sao*, phần đầu và phần sau được viết năm 1425 bởi do Tánh Thuận Tấn Trí viết, được cho là tài liệu mật, không được cho truyền ra ngoại quốc và bây giờ chúng tôi lại có được trong tay để dịch sang Việt ngữ do quý vị trong Phật Đà Giáo Dục cung cấp. Đặc biệt là pháp môn Tịnh Độ của Nhật Bản thời bấy giờ và bây giờ.

Từ tập thứ 86 đến tập thứ 100 của Đại Chánh Tạng đa phần thuộc về thư họa, hình ảnh và chùa viện, nên không cần phải dịch sang Việt ngữ cũng không sao. Ai ai cũng có thể vào đó để xem những hình ảnh nầy, mà không nhất thiết phải cần hiểu qua ngôn ngữ.

Đến năm 2022 Hội Đồng Hoằng Pháp của Giáo Hội Phật Giáo Việt Nam Thống Nhất, dưới sự chủ trì của Hòa Thượng Thích Tuệ Sỹ đã cho ấn hành được 24 tập thuộc Thanh Văn Tạng gồm những bộ A Hàm và 5 tập Tổng Lục. Đây là bộ Đại Tạng tiếng Việt có tính hàn lâm. Thanh Văn Tạng đợt 2 gồm 8 tập được xuất bản vào quý IV năm 2024; đợt 3 sẽ được xuất bản trong thời gian sắp tới và kế tiếp là Bồ Tát Tạng và Mật Tạng. Đây là công trình nhiều thế kỷ, chứ không phải của ngày một, ngày hai và của nhiều người; chứ không phải của một cá nhân nào cả.

Khi tôi viết và dịch xong phải đưa qua các bộ phận kỹ thuật. Đạo Hữu Lương Hiền Sanh năm nay đã ngoài 90 tuổi rồi, đã giúp việc văn phòng cho Tổ Đình Viên Giác tại Hannover hơn 30 năm nay vẫn còn cặm cụi công việc văn phòng ở khâu đánh máy, gõ từng trang từng trang một và từng hàng chữ viết tay li-ti khó đọc của tôi vào máy tính cho bản thảo hoàn thành. Kế tiếp gởi qua Úc để nhờ cô Thanh Phi xem lại lỗi chính tả lần cuối. Xong đâu đó các anh em khác như Nguyên Đạo, Nguyên Minh, Nhuận Pháp, Quảng Hạnh Tuệ lo giúp tiếp các phần chuyết văn, dàn trang, làm bìa rồi đưa lên Amazon để mọi người, nếu ai có duyên thì lên đó để đặt sách và Amazon sẽ gởi tới tận nhà cho quý vị.

Ở tuổi 75, 76 mắt bắt đầu kém dần, nhưng ngòi bút của tôi vẫn cứ cố gắng miệt mài làm việc. Từ nay đến ngày nhắm mắt đi vào cõi Tịnh, nếu còn sức khỏe và năng lực thì tôi sẽ chú trọng về Tịnh Độ hơn nữa, qua các tác phẩm bằng Nhật ngữ, sẽ cố gắng dịch ra Việt ngữ để làm tài liệu về sau nầy. Tôi vốn biết rằng có nhiều vị giỏi tiếng Nhật, nhưng vì công kia việc nọ, không có thời gian, nên đã bỏ qua nhiều cơ hội dịch thuật, mà nhiều người đang rất cần đến.

Phần tôi với sự hiểu biết và thời gian có giới hạn, những gì theo khả năng của mình trong việc dịch thuật tôi sẽ cố gắng hết mình để tiếp tục đảm đang việc nầy. Chỉ mong rằng khi quý độc giả đọc một tác phẩm hay dịch phẩm chỉ nên rõ ý nghĩa thâm sâu của cổ đức, quên lời dịch thô thiển của tôi là được rồi.

Lời cuối, con xin chắp hai tay lại để niệm ân Tam Bảo, ân Cha Mẹ, Thầy Tổ, chúng sanh và tri ân với cả những học trò, tử đệ đã cho con/tôi có một sức khỏe khá tốt như xưa nay để hoàn thành trách nhiệm của mình tự giao phó cho mình. Ước mong quý Ngài và quý Vị có được ít nhiều niềm an lạc, khi có cơ duyên đọc qua dịch phẩm nầy.

Phương Trượng Đường Tổ Đình Viên Giác Hannover, Đức Quốc, ngày 4 tháng 8 năm 2024 nhằm ngày Mùng 1 tháng 7 năm Giáp Thìn.

Dịch giả: **Sa Môn Thích Như Điển**

LIÊN NHƯ THƯỢNG NHÂN NGỰ VĂN

Ngày 27.5.2024 nhằm ngày thứ Hai 20.4 năm Giáp Thìn bắt đầu dịch quyển sách thứ 73[1] bằng tiếng Nhật nhan đề là:
   THÂN LOAN THÁNH NHƠN
      toàn thư tập 2.

                              Sa Môn Thích Như Điển

---

[1] Thật ra thì đây là Tập thứ 2 của Thân Loan Thánh Nhơn Toàn Thư; xuất bản năm 2024.

LIÊN NHƯ THƯỢNG NHÂN ngự văn

Đại Chánh Tân Tu Đại Tạng Kinh quyển thứ 83 từ trang 771 đến trang 808. Thứ tự Kinh văn số 2668.

Quyển sách nầy ứng hợp với nguyện vọng chính yếu của các môn đệ, nên Tông Chủ Liên Như Thượng Nhơn đời thứ 8 đã viết thành những yếu điểm giáo nghĩa của Chơn Tông (Tịnh Độ Chơn Tông) một cách đơn giản dưới hình thức hướng dẫn. Có thể nói là được làm ra qua điều cốt yếu của "Ngự Tiêu Tức" của Tông Tổ Thân Loan Thánh Nhơn. Đồng thời, dẫu cho người nào đi chăng nữa thì cũng sẽ được rõ biết đối với sự phân vân của tâm. Không những chỉ tập hợp về văn chương, mà còn được sử dụng theo tục ngữ và ngạn ngữ nữa.

Cũng có thể nói rằng trong 5 tờ gồm 80 mục của "Ngự văn chương" thì gọi là "Thiếp nội ngự văn chương". Đặc biệt đa số trong nầy là những điều cang yếu mà cho đến đời thứ 9 Tông Chủ Thật Như Thượng Nhơn vẫn được rút ra để biên tập hình thành. Nếu nhìn qua thời đại khác như thời đại của Yoshi Zaki (Kiết Kỳ) ở mục thứ 40 hay thời đại Hà Nội xuất khẩu ở mục 7; hoặc thời đại Sơn Khoa ở mục thứ 5; hay thời đại Đại Phản Phòng Xá của mục thứ 6 mà trong sự ghi chép lại thì thiếu 22 mục. Vào thời đại của Kiết Kỳ đặc biệt rất đông và có tính cách phi thường. Nhờ đó mà tinh thần của đại chúng được mạnh mẽ qua sự giáo hóa của Thượng Nhân.

Nếu xem hết nội dung của tất cả, thì đây có thể thấy là lối đi thịnh hành của những Thiện trí thức, mà đương thời là trào lưu dị biệt của Tịnh Độ cũng như của trong Tông Môn. Những lời phê phán trong mười kiếp bí thư, Khẩu Xưng Chánh Nhơn v.v… là những sự an tâm khác cùng ý nghĩa khác. Tín Tâm Chánh Nhơn, xưng danh báo ân được làm rõ gọi là chánh nghĩa của Chơn Tông được làm sáng tỏ ở cõi tâm. Đặc biệt "không có sự phân biệt gì cả nếu miệng xưng danh hiệu, tưởng nhớ đến sự vãng sanh về Cực Lạc" gọi đó là khuynh hướng đối lại, nói về tính cách trọng yếu của tín tâm về tha lực. Lại nữa sách nầy tùy theo chỗ, có sự đặc sắc về giáo học của Thượng Nhơn đã biểu thị qua tín tâm của tha lực hồi hướng "Mong mỏi Di Đà cứu độ".

TỜ THỨ NHẤT

(1)
Có người nói

Có người cho rằng cái tâm đương lưu (đang trôi chảy) mà các đệ tử cho rằng không hề ngu ngốc, càng ngày càng chờ đợi sự nhuần thấm, cũng chẳng phải là sự chờ đợi được gọi là đệ tử của Như Lai, Thánh Nhơn (Thân Loan). Sự phân biệt kia không rõ biết sự chờ đợi đó. Lại nữa ở đây đó còn có nhiều nhóm môn đồ mang đến sự chờ đợi kia. Nói chung việc nầy là do chủ ý muốn làm cho sự chờ đợi nhiều hơn của Phòng Chủ đã mở ra như là một trọng tâm. Điều nầy cũng không có giới hạn. Những người thể hiện sự chờ đợi đó cũng giống như điều nầy là sự chờ đợi đối với Bất Phiên Thiên Vạn. Càng lâu năm càng chờ đợi thêm.

Đáp lại rằng: Dẫu cho Bất Phiên nầy có mang đến sự cang yếu cho việc chờ đợi còn tồn tại, phải phân biệt đưa ra những điều mà đã được mang đến tận nơi tai nghe, học hỏi chờ đợi.

Ngưỡng vọng về cố Thánh Nhơn nơi "Thán Dị Sao phần 6" có đề cập đến sự chờ đợi ngưỡng vọng là "Thân Loan nầy không mang theo một người đệ tử nào cả". Ngoài ra đối với giáo pháp của Như Lai khi giảng thuyết cho thập phương chúng sanh thì chỉ toàn là Ngự Đại Quan của Như Lai. Đồng thời với Thân Loan pháp vi diệu ấy không có thể làm cho rộng lớn hơn, mà chúng ta cũng tin vào giáo pháp của Như Lai. Đối với con người, không những chỉ muốn sai khiến. Ngoài ra cái gì đó không thể nói hết cho đệ tử và đó chính là sự ngưỡng vọng. Rồi trở thành kẻ đồng hành. Căn cứ vào việc nầy, Thánh Nhơn đã gọi là "Ngự đồng minh, ngự đồng hành", là sự ngưỡng vọng đợi chờ.

Người của Đại Phòng Chủ Phần cũng để ý mà chúng ta cũng không lần lượt quan tâm về Nhứt Lưu. Thỉnh thoảng ở trong các đệ tử nếu có người chờ đợi để nghe, đã đi đến chỗ sa thải của niềm tin. Ngoài việc nầy ra còn chờ đợi đến Thiết Gián; hoặc giả trong đó cùng chung chờ đợi với nhau. Phòng Chủ chỉ khi nào đối với tín tâm của một khoảng cách cũng không lắng nghe thì các đệ tử lại chờ đợi một cách ngốc nghếch. Với chúng ta cũng không thể quyết định được niềm tin, thì đệ tử cũng không thể quyết định được. Cả một cuộc đời trôi qua trống rỗng của việc chờ đợi. Cuối cùng chỉ là việc tổn hại và làm tổn hại cho người khác, chạy theo sự chờ đợi ấy. Thật là thô thiển, thô thiển.

Nói về bài ca xưa

Niềm vui từ xa xưa vẫn bảo bọc đến bây giờ. Sự hữu dụng của bản thân cũng chẳng là gì nữa.

Việc bảo rằng: "Niềm an vui ấy có tự ngàn xưa vẫn được bảo bọc" nơi tâm khảm. Ngày xưa ấy nếu nói thì việc niệm Phật không có phân biệt là tạp hạnh hay chánh hạnh. Chỉ một mực có cái tâm mong mỏi được vãng sanh. Có thể nói là "có sự hữu dụng với tấm thân", đừng quan tâm đến sự phân biệt của chánh tạp, mà một lòng hướng đến tấm lòng niệm Phật với tâm quyết định để báo Phật ân sâu kia. Sự khác biệt ấy trở thành sự bắt đầu, mà đối với sự không quan tâm của thân cũng chẳng hề, sự bao vây càng tăng thì càng suy nghĩ và sự vui mừng ấy đối với tấm thân sẽ trở thành sự an ổn của tâm hồn. Thật là thô thiển, thô thiển.

Ngày 15 tháng 7 năm Văn Minh thứ 3 (1471)

(2)
Phát tâm xuất gia

Đương thời, một nghĩa của Ngài Thân Loan Thánh Nhơn thường dùng làm căn bản là cách thức phát tâm xuất gia. Mục tiêu không nhất thiết phải xả tục xuất gia, mà khi đã quyết định thì dùng lòng tin ấy một lòng nương vào tha lực. Ngay cả nam nữ già trẻ cũng không quan tâm, mà thói quen của niềm tin là chỗ đứng. Ở trong kinh (Đại Kinh, phần dưới) đã nói rằng: "liền được vãng sanh, không thối chuyển". Giải thích rằng ở nơi "luận chú, phần ý bên trên" đã đề cập đến phần "một niệm phát khởi, nhập Chánh Định tự". Điều nầy một lần nữa trở thành ý nghĩa nói về việc chẳng đến nghinh tiếp và trở thành cái nghiệp của bình sanh vậy.

"Hòa Tán" ở đây nói về "Cao Tăng Hòa Tán, phần 96 rằng: "Người mà nguyện sanh về báo độ của Di Đà, trở thành hình thức bên ngoài, rồi tín thọ danh hiệu bổn nguyện, thành thục khi thức cũng như khi ngủ". Ở đây gọi (hình thức bên ngoài) là để chỉ cho việc không có cái tâm phân biệt người tại gia, xuất gia, đàn ông hay đàn bà.

Kế đến nói về việc tín thọ danh hiệu bổn nguyện không kể lúc ngủ cũng như lúc thức dậy. Đó là không kể đến những hình thức cũng như các tội ác của thập ác, ngũ nghịch, báng pháp, xiển đề v.v... Với tâm phát nguyện sám hối sâu dày và đây chính là cơ hội để rõ biết về bổn nguyện của Đức Di Đà Như Lai, không có hai tâm cầu nguyện nơi Đức Như Lai, mà ngay cả khi ngủ cũng như khi thức lúc nào cũng thấy dùng tâm nhớ nghĩ không quên. Đây chính là tâm quyết định mong cầu nơi bổn nguyện, sẽ mang đến cho người thực hành với tín tâm. Ngoài ra như bên trên có ví dụ nói về việc xưng danh khi đi, đứng, ngồi, nằm, lúc nào cũng phải có tâm báo đáp về ân đức của Đức A Di Đà Như Lai, chỉ hướng về sự niệm Phật. Điều nầy chính là chơn thật tín tâm ảnh hưởng đến hành giả cho việc quyết định vãng sanh. Thật là thô thiển, thô thiển.

Một ngày trôi qua với mồ hôi và nước mắt. Viết để lại cho đời sau; nên viết.

Ngày 18 tháng 7 năn Văn Minh thứ 3 (1471)

(3)
Săn cá (Săn bắn, đánh cá)

Đầu tiên đương lưu (đương thời lưu hành) về ý nghĩa của sự an tâm, với chúng ta tất cả phải là sự sai quấy nơi bản thân, mà chính đó cũng là sự vọng niệm vọng chấp một lần nữa của tâm khởi lên. Điều đó cũng chẳng dừng lại, mà còn bùng phát một cách công khai về săn bắn, câu cá. Đó là những điều tạo nghiệp. Từ sáng cho đến tối chúng ta đã tìm kiếm thệ nguyện tin tưởng vào bổn nguyện của Di Đà Như Lai, mà chẳng nhứt tâm đối với bi nguyện của Đức Phật Di Đà để mong được cứu khổ, mà nếu ở tự tâm chẳng có một niệm tin tưởng thì chắc rằng việc nấy sẽ trở thành sự ký thác cho Đức Như Lai.

Phần bên trên, nếu việc niệm Phật chí thành thì bây giờ sự vãng sanh của năng lực niềm tin ấy được cứu độ chỉ vì sự báo tại ân đức kia, mà sanh mạng của chúng ta thì có giới hạn; nên đã vì sự tạ ân mà nghĩ đến việc niệm Phật. Đây chính là điều những hành giả có tín tâm lúc đương thời với trào lưu của việc an tâm quyết định. Thật là thô thiển, thô thiển.

Văn Minh năm thứ 3 (1471) ngày 18 tháng 12.

(4)
Tự vấn tự đáp

Đầu tiên ở vào trào lưu của Ngài Thân Loan Thánh Nhơn đối với ý nghĩa của bình sanh nghiệp thành (nghiệp sinh ra trong đời sống bình thường) sự lai nghinh (đến để rước đi) không chờ đợi việc chấp trước, mà nếu có đợi chờ sự tương phản lại thì đây gọi là bình sanh nghiệp thành. Với ý nghĩa không đến tiếp dẫn cũng không tồn tại. Hãy theo dõi lắng nghe cho rõ ràng hơn.

Đáp rằng: Theo dõi nhớ nghĩ đến điều cương yếu về một thời thật là chẳng rõ ràng. Hãy nhớ rõ rằng: đương gia (chính tôi) khi đàm luận thì một niệm phát khởi về bình sanh nghiệp thành. Bình sanh có nghĩa là chúng ta đối với bản nguyện của Đức Di Đà Như Lai mong mỏi được cứu độ, hoan hỷ nghe đến; trong đó ảnh hưởng của tâm về túc thiện khai phát (việc lành đời trước mở ra), mà với năng lực của chính mình thì giới hạn, nên nương vào Phật trí tha lực là do từ bổn nguyện mà tâm chúng ta hướng đến như vậy. Đồng thời trở thành ý nghĩa của bình sanh nghiệp thành. Cuối cùng gọi là bình sanh nghiệp thành. Bây giờ thay đổi cách gọi ở chỗ quyết định là vãng sanh trị định. Dẫu cho ở nhứt niệm phát khởi, trụ nơi chánh định tụ hay ở bình sanh nghiệp thành thì cũng đều gọi là: tức đắc vãng sanh trụ bất thối chuyển. (liền được vãng sanh ở ngôi bất thối chuyển)

Hỏi rằng:

Ý nghĩa của nhứt niệm vãng sanh phát khởi là sự thể hiện bổn tâm rõ ràng. Tuy nhiên không phân biệt sự chờ đợi về ý nghĩa của việc chẳng đến tiếp rước. Theo năm tháng có bị đóng lại theo sự chờ đợi chăng?

Đáp rằng:

Việc không đến tiếp rước, khi chờ đợi bị chối từ ở nơi nhứt niệm phát khởi vãng sanh Chánh Định Tụ. Ngoài ra với việc lai nghinh mà chờ đợi thời gian thì việc ấy không có. Hơn thế nữa, gọi là sự chờ đợi việc lai nghinh là căn cơ của các hành giả. Những hành giả có chơn thật tín tâm, với một niệm phát khởi nơi tâm, đồng thời khi ánh sáng lợi ích chiếu đến của sự nhiếp thủ bất xả thì việc đến đón không có hạn định. Cuối cùng hướng về Thánh Nhơn để có thể nói như trong (Ngự Tiêu tức - nhứt ý) rằng: "Đối với việc lai nghinh của chư hạnh vãng sanh là ở nơi Chánh Định Tụ của người thực hành với chơn thật tín tâm; có nghĩa là nhiếp thủ bất xả ở nơi Chánh Định Tụ. Ở tại Chánh Định Tụ ấy cho đến khi diệt độ, không hề có việc lâm chung; nên không có sự lai nghinh". Những lời dạy nầy đã trở thành trọng điểm của tâm.

Hỏi rằng:

Có phải Chánh Định và diệt độ cùng một sự lợi ích như nhau chăng? Hay là tăng thêm gấp đôi ở tâm?

Đáp rằng:

Hình thức của nhứt niệm phát khởi trở thành Chánh Định Tụ. Đây là sự tăng thêm từ Uế độ. Tiếp đến khi diệt độ được sanh về Tịnh Độ. Cuối cùng trở thành gấp đôi sự lợi ích.

Hỏi rằng:

Khi có tâm chờ đợi giống như sự chờ đợi tồn tại và trị định của sự vãng sanh chăng? Dẫu sao đi nữa thì có rất ít tín tâm đầy đủ, chờ đợi mỏi mòn nhiều lần, thì tâm ấy có được chăng? Điều nầy tiếp tục chờ đợi chăng?

Đáp rằng:

Hầu hết việc nầy hãy tìm hiểu nơi cương yếu. Nói chung thì bây giờ việc nầy là sự mong mỏi của tâm, lại nữa đó chính là sự chờ đợi của tín tâm quyết định vậy.

Hỏi rằng:

Hình thức của tín tâm quyết định, đó chính là sự chời đợi của bình sanh nghiệp thành cùng bất lai nghinh và Chánh Định Tụ là đạo lý? Xin vui lòng giải thích việc lắng nghe rõ ràng. Như thế có thể nói rằng tín tâm trị định của sau đó là việc chờ đợi của tự thân về việc vãng sanh về Cực Lạc với tâm niệm Phật chăng? Đồng thời là tâm Phật ân báo tạ chăng? Bây giờ thì tâm kia không được mong chờ nữa?

Đáp rằng:

Việc chẳng thẩm xét với việc chờ đợi nhớ nghĩ cương yếu. Trên tất cả, nếu là niệm Phật của việc tín tâm phát đắc dĩ hậu (tâm tin tưởng được phát sanh sau đó) thì chẳng mang theo nghiệp của tự thân vãng sanh, duy chỉ con người vì sự Phật ân báo tạ để thể hiện tấm lòng. Cuối cùng như Thiện Đạo Hòa Thượng đã giải thích trong "Thượng tận nhứt hình, hạ chí nhứt niệm" (trên tận một hình, dưới đến một niệm) (Lễ Tán - Ý). "Hạ chí nhứt niệm" nghĩa là hình tướng trở thành tín tâm quyết định vậy. "Thượng tận nhứt hình" nghĩa là có thể nghe việc niệm Phật của việc Phật ân báo tận. Điều nầy đối với bổn tâm luôn luôn tốt đẹp. Thật là thô thiển, thô thiển.

Văn Minh năm thứ 4 (1472) ngày 27 tháng 11.

(5)
Ở trong tuyết

Bây giờ, từ chính năm nầy, ngoài ra còn ở Gia Châu, Năng Đăng, Việt Trung, cả từ 3 nơi đó đạo tục, nam nữ tập trung lại, rồi vào trong núi gặp Kiết Kỵ để tham vấn, mặt đối mặt ở các hang động, lòng kia không chờ đợi. Hơn thế nữa, đầu tiên là mục đích đương lưu. Đạo nầy chỉ quan tâm về sự vãng sanh cõi Cực Lạc, đây trở thành niềm tin của tha lực.

Thế nhưng một trào lưu nầy, ở trong đó thỉnh thoảng có người không mang hình thức tín tâm nầy, mà việc làm đó cũng hướng về sự vãng sanh về cõi báo độ. Một việc cần thiết có thể nói là việc nầy đã hiện hữu. Hạnh phúc thay là từ những nơi xa năm dặm, mười dặm đều vượt qua, với tâm thanh thản để đến tham vấn nơi đầy tuyết phủ. Chính là nhờ vào tấm lòng chân thật làm trung tâm. Cả hằng ngàn, hằng vạn tâm hồn cứ lần lượt như vậy. Tường tận rõ ràng như trước chẳng biết là bao nhiêu làm trung tâm, nhưng đây chính là trung tâm của những tâm hồn lần lượt rõ ràng như vậy. Hãy cố gắng dùng tai để lắng nghe vậy.

Ngoài ra gọi là tín tâm của tha lực chính là trung tâm được chờ đợi. Trên hết đó chỉ là vì báo tạ Phật ân mà niệm Phật trong lúc đi, đứng, ngồi, nằm. Nếu có được tâm nầy thì sẽ trở thành nhất định cho việc vãng sanh. Việc quá đỗi vui mừng là Thầy trò phường chủ ở đó mang sự an ổn với tấm lòng dễ dãi với mọi người. Điều nầy chính là ý nghĩa của đương lưu để trở thành tín tâm tăng trưởng của con người. Thật là thô thiển, thô thiển.

Văn Minh năm thứ 5 (1473) ngày 8 tháng 2.

(6)
Thùy Miên (ngủ nghỉ)

Cuối cùng khoảng vào mùa hạ năm nầy chẳng có việc gì làm ngoài việc ngủ nghỉ, cơn buồn ngủ cứ đuổi theo, không thể chờ đợi theo điều nầy, chẳng rõ có phải là do nhớ nghĩ đợi chờ đến thời kỳ chết để vãng sanh chăng? Chẳng hề có một khí vị nào còn lưu lại để đợi chờ. Vừa rèn luyện cho đến ngày hôm nay để đợi chờ thời kỳ vãng sanh đến không dứt đoạn. Đó là sự chờ đợi để trở thành.

Dẫu cho việc kia, ở nơi nầy cho mãi đến về sau, với những người chờ đợi vẫn không thối tâm mà luôn có tín tâm quyết định. Họ luôn niệm nguyện ngày đêm chẳng bao giờ ngừng nghỉ. Đây cũng chính là một phần bổ sung cho việc chờ đợi vậy. Ngay bây giờ chờ đợi chẳng phải là chuyện nhỏ, mà theo đó mặt đối mặt làm trung tâm, chẳng bao giờ gián đoạn việc đợi chờ, không kể đến sinh mạng, chúng ta bây giờ chỉ có việc chờ đợi. Điểm chính ở mọi người lấy làm trung tâm để tồn tại đợi chờ không đủ. Ngày mai lại cũng đợi chờ nữa. Nếu lấy gì đó nơi sinh mạng để đợi chờ thì sự đợi chờ ấy với hành vi đợi chờ ấy thành khó chịu. Đối với sinh mệnh chẳng rõ biết khi chờ đợi sẽ sinh ra bệnh tật. Những sự chờ đợi như vậy trở thành sự hối hận về sau nầy đối với người có tâm chờ đợi. Thật là thô thiển, thô thiển.

Những người bị chướng ngại nầy, trong đó có nhiều người đã trông mong. Năm tháng của sau đó trở thành chỗ đợi chờ để xem.

Văn Minh năm thứ 5 (1473) tháng Mão ngày 25 viết điều nầy.

(7)
Đồng hành của Di Sanh

Khoảng năm Văn Minh thứ 4 (1472) nhớ là có bạn của Di Sanh đến, thấy có một hai người đàn bà điềm tĩnh và kể cả một người đàn ông nữa. Ở trong núi nầy mà bị trượt chân thì hỏng mất. Cuối cùng họ tìm đến một căn nhà để ở trên núi của Kiết Ky, trao đổi chuyện trò không dứt để đợi chờ nơi đó. Trong đó cũng có nhiều người đến từ bảy nơi khác nhau như: Gia Hạ, Việt Trung, Năng Đăng, Việt Hậu, Tín Nồng, Xuất Vũ và Án Châu. Ở trong những môn hạ nầy hầu hết là những người đạo tục nam nữ lên núi để tham vấn. Họ tập trung lại, để kể cho nhau nghe. Đây chính là việc sau cùng của việc chẳng đặng đừng. Thế nhưng chẳng nhớ lại là việc gì cả.

Vừa đuổi theo, những môn đồ đối diện nhau và tất cả đều chờ đợi ở những pháp môn niệm Phật. Chia ra nhận lấy gọi là phần tín tâm mang nơi lòng về sự đợi chờ. Tất cả mọi người đều chờ đợi, trông mong ở sự đợi chờ.

Khi tìm hiểu rõ ràng thì biết rằng: nếu mang thân người nữ đợi chờ với tội nghiệp nặng sâu có bị ảnh hưởng bởi niềm tin chờ đợi về việc vãng sanh chăng? Những người ở trong núi nầy tìm đến để đợi chờ, không suy nghĩ tính toán chung quanh mình, chẳng suy nghĩ bất cứ chuyện gì, ngay cả thân của chúng ta lỡ bị sa vào thập ác, ngũ nghịch, ngũ chướng, tam đồ, kể cả tội nhẹ mà tin sâu vào Đức A Di Đà Như Lai thì cơ hội tìm đến với tâm khảm, không phải với hai tâm để mong chờ nơi Di Đà cứu khổ, mong mỏi nơi tâm chỉ một lòng thì khi đó Đức A Di Đà Như Lai sẽ phóng ánh sáng đến tám vạn bốn ngàn, lúc ấy sẽ bao trùm cả thân, không bỏ sót. Điều nầy chính là sự nhiếp thủ đối với những hành giả niệm Phật của Đức Di Đà Như Lai.

Sự nhiếp thủ bất xả nghĩa là không có tâm phân biệt. Với tâm nầy chính là người có lòng tin. Như trên đã biết, việc cứu độ ấy là câu niệm Phật: Nam Mô A Di Đà Phật. Đức Di Đà phóng quang tiếp độ. Đó chính là ân đức của Di Đà; nên phải niệm Phật để báo ân với câu: Nam Mô A Di Đà Phật là vậy. Đúng vào một năm có những người nữ cùng với những người khác đã đến. Họ "Tất cả đều cũng đợi chờ bổn nguyện của Di Đà Như Lai mà căn cơ của chúng ta thì không đủ sức, mãi cho đến bây giờ niềm tin ấy vẫn cứ mãi đợi chờ. Chỉ không thể chờ đợi được thì kể từ bây giờ mới một lòng tìm đến hướng về Di Đà để đợi chờ. Chẳng phải hai tâm mà một lòng tin tưởng sự vãng sanh của chúng ta bởi Đức Như Lai. Sau đó là sự niệm Phật chờ đợi qua sự xưng danh của sự báo tạ Phật ân. Giống như là nhân duyên đời trước của sự bất tư nghì; nên đã đợi chờ pháp môn thù thắng để quyết định mà cảm tạ. Thật là những điều như thế chẳng nhớ nổi. Bây giờ thì đã trở nên nhanh hơn". Nước mắt chảy dài, gởi đến mọi người. Anakashiko (thật là thô thiển) Anakashiko (thô thiển).

Văn Minh năm thứ 5 (1473) ngày 12 tháng 8.

(8)
Chùa Tân Tam Tĩnh (do Yoshizaki dựng lên)

Từ con tim vào thượng tuần đầu mùa hạ năm Văn Minh thứ 3 (1471). Từ quận Giang Châu Chí Hạ, chùa Đại Tân Tĩnh ở về phía Nam. Chẳng phải là chuyện gì, đó là một túi đồ đủ loại xuất hiện khi đi qua lại ở các nơi tại Gia Hạ ở Việt Tiền. Nơi đó chính là Tể Cung Tuyên Hương bên Kiết Kỵ (Yoshizaki). Lần theo thì có chuyện vui đưa đến. Con hổ đã quen sống ở trong núi, nay lại xuất hiện từ ngày 27 tháng 7, hình dáng mạnh khỏe do Nhứt Vũ tạo (vẽ) ra. Từ ngày hôm qua cho tới hôm nay đã xảy ra như vậy. Sớm hơn cũng đã 3 mùa xuân thu đã trôi qua.

Cả đạo tục, nam nữ quây quần và điều nẩy thật chẳng có gì ngoài một thân hình. Kể từ năm đó người người ra vào tìm đến với tấm lòng. Nơi nẩy chính là chỗ ở của Căn Nguyên đã bắt đầu sự việc liên hệ với sự sống còn của con người qua bản thân đối với Phật pháp, chẳng có ích lợi gì, bị chìm đắm. Hầu hết đều mang theo sự thô thiển biểu hiện sự tức giận mà người người với tín tâm niệm Phật đều quyết định vãng sanh về Cực Lạc. Điều gì đến đã khiến họ đến tập trung tại nơi nẩy để rõ biết chuyện thành bại.

Điều nẩy chẳng phải là quyển sách đối với con người về danh văn lợi dưỡng, mà chỉ vì sự giác ngộ cho người đời sau. Tuy nhiên vì sự thấy nghe ấy để cho mọi người rõ biết, nên đã viết thành chuyện nẩy. Thiệt là thô thiển, thô thiển.

Văn Minh năm thứ 5 (1473) ngày… tháng 9.

(9)
Ưu Bà Di

Cuối cùng ở nơi Tông Phái, tự ngàn xưa con người đều muốn biết rõ về nguồn gốc của mình. Đây chính là đạo lý của con người vậy. Con người ở vào thời kỳ đó thường hay đối đãi với nhau về tha môn (môn phái khác), tha tông (tông phái khác) và với ý nghĩa đó, chúng ta cũng sẽ đề cập đến để trở thành một pháp quy.

Đây là việc đương thời gọi là bị cột chặt lại. Chúng ta đã truyền đạt ý nghĩa của tấm lòng đến để rõ biết nội tâm; còn màu sắc thì biểu hiện tướng bên ngoài. Đây được gọi là dễ truyền đạt đến tâm của người khác. Tuy thế lúc đương thời Tông của chúng ta đối với những Tông Môn khác rất là khó khăn. Sự châm chước không có với thái độ làm ngơ mặc kệ. Thuở ấy nếu có người nào suy nghĩ nông cạn cũng có thể mỉm cười đối với người đương thời cho rằng Tông ấy không sạch. Ngoài ra cũng có nhiều người không hùa theo, mà người ấy cười người tự lưu (chính họ chuyển đi) đó. Kế đến là Vật Kỵ. Trào lưu ấy với chúng ta trở thành vật kỵ đến với Phật pháp. Đối với Tông phái khác thì công khai xem như là công việc chớ nên luận bàn. Đó là chuyện của người khác, không phải việc của mình.

Thế nhưng cũng có thể nói rằng đối với những người tu hành theo Phật pháp, không hạn chế ở những người niệm Phật, không phải là việc nào cũng kiêng kỵ, mà căn cứ vào kinh văn để làm sáng tỏ. Đầu tiên là kinh Niết Bàn. Trong đó được dạy rằng: "Như Lai pháp trung, vô hữu tuyển trạch, kiết nhựt lương thần" (Trong giáo pháp của Như Lai, chẳng có sự chọn lựa ngày tốt, giờ lành). Lại nữa nơi kinh Bát Nhã cũng có dạy rằng: "Ưu Bà Di văn thị Tam Muội dục học giả... nãi chí... tự quy mệnh Phật, quy mệnh Pháp, quy mệnh Tỳ Kheo Tăng, bất đắc sự dư đạo, bất đắc bái ư thiên, bất đắc từ quỷ thần, bất đắc thị kiết lương nhựt" như trên. (Nghĩa: Ưu Bà Di nghe Tam Muội nầy muốn học... cho đến... xin trở về quy y Phật, quy y Pháp, quy y Tỳ Kheo Tăng. Ở nơi đạo ta chẳng được làm những việc như: Chẳng được lễ bái Trời, chẳng được thờ tự quỷ thần, chẳng được xem ngày tốt" như trên).

Những câu văn nẩy là trung tâm và nghĩa như trên đã giải thích. Tuy là kinh văn giải nghĩa tận tường như vậy, nhưng cũng có phần khác xảy ra. Đó chính là những việc mà hành giả niệm Phật đã gặp phải những sự việc như đã thấy, đánh động nhiều tâm hồn. Thật là thô thiển, thô thiển.

Văn Minh năm thứ 5 (1473) ngày... tháng 9.

(10)
Kiết Kỵ (Yoshizaki)

Cuối cùng thì nơi núi của Yoshizaki có nhiều chỗ trọ, trong đó chứa các người xuất gia tu hành. Đó đều là do túc duyên đời trước mà họ đã gặp nhau. Điều nẩy làm cho những người đời sau phải nghĩ đến là một việc lớn, đã trở thành sự quyết tâm của niềm tin của bản thân. Tuy nhiên ở trong nội bộ của họ cũng có những người bị đánh mất tín tâm ấy giữa họ với nhau.

Đầu tiên theo trào lưu ấy được an tâm, với họ là Tịnh Độ một nhà, cũng có người không thay đổi sự tin tưởng. Đó được gọi là đại tín tâm về tha lực. Với tín tâm nầy ảnh hưởng mười người mười sự khác nhau. Bây giờ có cả một trăm người thì một trăm người ấy nhất định trở thành tâm tánh của sự vãng sanh cho chung cùng. Đó chẳng phải là sự an tâm để thể hiện tâm ý chăng? Điều nầy thật ra cũng chẳng thể rõ biết tường tận nữa.

Đáp rằng:

Đây chính là điều mà chưa rõ hết cương yếu về niềm tin đang lưu chảy lúc đương thời. Đầu tiên đó là việc nếu ta làm thân người nữ, tội lỗi đầy ngũ chướng, thân nầy có thể vào tam đồ. Tuy rằng đối với mười phương Như Lai của ba đời chư Phật không có người nữ. Đúng ra là Đức Di Đà Như Lai qua sự thệ nguyện ấy là một cơ hội (một động cơ), bởi trong 48 lời nguyện ấy có lời nguyện thứ 18 là tất cả những người ác, đàn bà cũng đều được cứu. Lại nữa đối với những người nữ có tâm đa nghi về tội lỗi của mình thì có thể ở nơi lời nguyện thứ 35 có thêm lời nguyện ấy. Giống như đây là việc báo ân qua sự cứu độ với sự lao nhọc của Như Lai, nên ân càng sâu nặng.

Hỏi rằng:

Như vậy thì sự cứu độ của Đức Di Đà Như Lai đối với chúng ta, thỉnh thoảng qua những lời nguyện ấy, nên với tấm lòng cảm ơn qua sự chờ đợi kia. Như vậy thì đối với cơ hội đó hãy chờ đợi và trông mong nơi Đức Di Đà? Xin cho biết rõ ràng hơn.

Đáp rằng:

Niềm tin, nếu chính là sự mong mỏi nơi Đức Di Đà thì đầu

tiên với con người trở thành việc huyễn mộng, người đời sau đối với việc nầy hầu như đều nghĩ rằng đó là cái quả an vui vĩnh viễn khi sanh về. Con người sống trong 50 năm hay 100 năm an ổn và nghĩ rằng ở đời sau là một sự việc lớn; nên cuối cùng tâm ấy trở nên tạp hạnh. Hoặc giả suy nghĩ về tâm của mình bây giờ là một lòng chỉ hướng đến Đức Di Đà ngoài Phật của ta ra thì chẳng nghĩ đến các vị Bồ Tát và các vi Thần v.v... Họ chỉ mong muốn trở về với Đức Di Đà. Nếu vậy thỉnh thoảng cũng nên nhớ về việc vãng sanh trở thành trị định (đối trị và quyết định). Đó là sự tạ ân đối với việc niệm Phật và nhằm báo ân, chúng ta đã được cứu độ bởi Đức Phật Di Đà. Những điều nầy là hình thức mà niềm tin ấy đã thể hiện ở nơi những ngôi nhà, mà trong đó có các vị Tăng tục họ đang sống với nhau. Thật là thô thiển, thô thiển (Anakashiko, Anakashiko).

Văn Minh năm thứ 5 (1473) ngày 11 tháng 9.

(11)
Điện quang triêu lộ. Tử xuất sơn lộ
(Ánh sáng sương mai, con đường chết xuất hiện)

Nếu xem qua những việc trên thì con người chính là đang sống vui vẻ giữa mộng huyễn của điện quang triêu lộ ấy. Điều nầy cũng có thể nói như là sự vinh hoa, vinh diệu (vẻ vang) mà cũng có người đã nghĩ đến. Điều ấy chỉ nằm trong 50 hay 100 năm; nhưng nếu mà sự vô thường kéo đến, trở thành bịnh khổ không phải là chuyện không có. Cuối cùng dẫn đến sự chết chóc, lúc ấy dẫu có vợ con, tài sản đi nữa thì với tấm thân của chỉ một mình ta, chẳng mang theo được một vật gì cả. Đó là con đường đi đến sự chết. Qua sông lớn của tam đồ cũng chỉ có một mình ta trải qua.

Từ những việc nầy lặp lại với thế hệ sau. Lại mong nương vào Đức A Di Đà Như Lai. Đó là việc có tâm quyết định muốn sanh về cõi An Dưỡng.

Việc nầy mãi cho đến bây giờ, với những vị niệm Phật như những Phường Chủ kia, họ lần lượt mang đến sự sai khác với Phật pháp. Ngoài ra từ những môn đồ được gọi là đệ tử. Đây gọi là những kẻ có niềm tin. Điều nầy đã nổi lên, rồi giữa đệ tử và Phường Chủ nếu xảy ra chuyện không hay thì năng lực của chúng ta cũng nhỏ bé nên họ nương tựa vào sức mạnh của Phường Chủ. Đây cũng là một chướng ngại, Rõ ràng là việc giữa Phường Chủ và môn đồ, mà đương thời trào lưu của niềm tin chẳng có một sự phân cách nào của bổn tâm. Thật là một điều thô thiển. Cả Thầy lẫn đệ tử đều chẳng vãng sanh về Cực Lạc, cũng không nghi ngờ là họ không phải là không đọa vào địa ngục, không chạy đâu khỏi. Buồn thảm biết bao.

Sự phê phán cho đến tận ngày nay, nên có nhiều người rất rõ lần lượt về tín tâm lớn đối với tha lực. Tín tâm sẽ quyết định. Với niềm tin đó có nghĩa là đối với đệ tử cùng với những người khác: lần này sự vãng sanh là một việc lớn đã phải biết rõ ràng. Thật là thô thiển, thô thiển (Anakashiko, Anakashiko).

Văn Minh năm thứ 5 (1473) trung tuần của tháng 9.

(12)
Niên lai Siêu Thắng
(Năm đến Chùa Siêu Thắng)

Cuối cùng đến môn đồ của chùa Siêu Thắng khi năm đến. Với Phật pháp thì lần lượt có sự sai khác. Nếu nói, đầu tiên nên đề cập đến tọa chúng (mọi người). Có người ngồi trên gọi là Thượng Tọa. Một cốc cũng được uống trước. Người ngồi giữa cũng lần lượt tiếp theo như vậy. Không mang ý nghĩa gì cả. Đó chẳng phải là lấy cương yếu của Phật pháp làm trung tâm để đánh thức bản tâm. Đây chẳng phải là vì việc vãng sanh về Cực Lạc. Chỉ giống như tiếng tăm của nhân thế mà thôi.

Tiếp theo đối với việc mỗi tháng mỗi hội họp lúc đương thời là lý do để làm gì. Với người tại gia mang tấm thân ít suy nghĩ, nên muốn tìm đến ánh sáng để hâm mộ; một thời gian trôi qua không gì cả, có ngày tấm thân ấy lại chìm đắm nơi tam đồ. Dẫu cho mỗi tháng một lần, đối với người niệm Phật tu hành, có nhiều người tập trung nơi đạo tràng và niềm tin của chúng ta là với niềm tin của người khác, tốt đẹp hay sao đó, không có phỉ báng tín tâm kia lợi dụng khi tập họp lại. Gần đây đối với niềm tin như vậy lại hay để cập đến những sự thị phi về việc băng hoại. Ngôn ngữ đạo tục lần lượt loạn cả lên. Cho nên mới giải thích rõ ràng từ nay về sau khi ngồi vào hội họp không để cập đến việc băng hoại của tín tâm nữa. Đây chính là đặc biệt trở thành việc vãng sanh về Cực Lạc một cách chơn thật. Thật là thô thiển, thô thiển (Anakashiko, Anakashiko).

Văn Minh năm thứ 5 (1473) hạ tuần của tháng 9.

(13)
Tam kinh an tâm

Cuối cùng thì gần đây có những hành giả niệm Phật dùng đến danh ngôn "bất tư nghì". Đây có thể nói là hình thức ảnh hưởng bởi niềm tin kia. Tuy thế hãy đặt niềm tin của chúng ta lúc đương thời là nên rõ biết mặt mũi và thể thức, lấy đó làm trọng tâm cho cõi lòng. Nếu dùng danh từ thì nên nói rằng: "Kể từ 10 kiếp thành Phật đến nay, chúng ta đã quyết định vãng sanh nơi Đức Di Đà và niềm tin ấy không được quên". Điều nầy hãy nhớ kỹ. Cũng nên nói trong tự tâm về sự thành chánh giác của Đức Di Đà Như Lai, mà phải nói rằng sự vãng sanh của chúng ta hầu như nhờ vào tín tâm của tha lực. Việc chạy trốn ấy đáng trách với những người phía sau. Đầu tiên việc chơn thật tín tâm lúc đương thời phải giữ gìn sự hiểu biết cho thật kỹ.

Tín tâm ấy nói nơi Đại Kinh là để cập về ba kinh. Cũng còn gọi là Quán Kinh của ba tâm. Với kinh A Di Đà là một tâm được thể hiện. Tuy dùng đến 3 kinh để gọi. Tuy nhiên tâm ấy chính là một tâm của tha lực được thể hiện ra. Ngoài ra tín tâm đó được gọi không phải là hình thức. Đầu tiên tất cả dùng để chỉ cho tạp hạnh; một lòng hướng về A Di Đà Như Lai để cầu nguyện. Tất cả những thần, Phật của ta không bỏ; nhứt tâm ấy phải nên quy mệnh nơi Đức A Di Đà. Đức Di Đà Như Lai dùng ánh sáng để giữ gìn bao bọc nơi thân, không xả bỏ. Điều nầy với chúng ta chính là một niệm quyết định của tín tâm. Đây chính là sinh mệnh của tâm. Tín tâm về tha lực của Đức A Di Đà Như Lai đối với chúng ta là đúng với việc dụng tâm niệm Phật để báo tạ ân đức kia. Đây chính là sự quyết định về tín tâm của những hành giả niệm Phật vậy. Thật là thô thiển, thô thiển.

Văn Minh năm thứ 5 (1473), khoảng hạ tuần của tháng 9 đã viết việc nầy v.v...

(14)
Lập Sơn. Bạch Sơn

Cuối cùng đối với những người niệm Phật đương thời không hủy báng các pháp. Đầu tiên là Việt Trung, Gia Hạ muốn ở trên núi xây dựng những ngôi chùa. Còn ở Việt Tiền muốn làm chùa Bình Tuyền và chùa Phong Nguyên. Căn cứ theo Kinh (Đại Kinh) thì tuy là "ngoại trừ kẻ ngũ nghịch, phỉ báng chánh pháp" có để cập đến. Căn cứ theo điều nầy, những người niệm Phật không hủy báng những người theo Tông Phái khác, mà đối với học giả của Thánh Đạo các Tông Phái, những người niệm Phật cũng không hủy báng. Điều nầy có thể thấy rõ.

Nếu nói về kinh và căn cứ theo câu văn để giải thích. Đầu tiên có Tổ Sư Long Thọ Bồ Tát của tám Tông trong trí luận (Đại Trí Độ Luận) đã nói rõ sâu xa về việc nầy. Ở trong câu văn ấy nói rằng: "Tự pháp ái nhiễm ố, hủy giai tha nhân pháp. Tuy trì giới hạnh nhơn, bất miễn địa ngục khổ" (Do từ pháp mà nhiễm; cho nên hủy hoại pháp của ngnười khác. Chỉ người giữ giới, mới trừ khổ địa ngục). Khi mà thảo luận rõ ràng về việc nầy cho sâu xa thì những lời Phật dạy không được hủy báng. Điều nẩy ở mỗi người trông cũng như vậy, không phải chỉ riêng ở Tông của ta. Việc nầy đối với đương thời không có sự phân biệt nào cả. Tông nào khác cũng lần lượt dừng lại ở hình thức, hầu như những người ở chỗ của Phường Chủ, sự thành bại chắc chắn do từ đó mà ra. Anakashiko (Thật thô thiển), Anakashiko (Thô thiển).

Văn Minh năm thứ 5 (1473) vào hạ tuần tháng 9.

(15)
Tông danh. Đương lưu thế gian
(Tên của Tông phái, đương thời lưu lại nơi thế gian)

Hỏi rằng:

Hiện tại trong nhân gian đang lưu bố (lan truyền) chờ đợi sự hủy hoại hướng về một Tông, chờ đợi việc nhỏ nhất ấy, chẳng rõ là có còn nhớ để đợi chờ?

Đáp rằng:

Đối với sự cần thiết nơi chúng ta việc đang lưu hành hướng đến một Tông, đặc biệt về Tổ Sư Thân Loan đã không có quy định. Chỉ duy nhất một lòng hướng đến Đức Phật A Di Đà. Nhiều người thưa thỉnh, căn cứ theo Kinh Văn (Đại Kinh - phần dưới) có nói rằng: "Nhứt hướng chuyên niệm Vô Lượng Thọ Phật" (một hướng chuyên niệm Đức Phật Vô Lượng Thọ = A Di Đà). Khi không có lòng chuyên niệm đến Đức Phật Vô Lượng Thọ thì cũng đừng mong đề cập đến chuyện nhỏ nhặt là việc hướng đến một Tông nào. Đối với việc khai sơn, Ngài Thân Loan đã quy định về Tịnh Độ và Tịnh Độ Chơn Tông làm Tông nầy. Nếu gọi một hướng Tông, thì chính là Bổn Tông vậy. Đây là sự không giống nhau của tạp hạnh đối với Tịnh Độ Tông của chính ta. Thánh Nhơn Thân Loan của ta đã tuyển lựa ra những tạp hạnh ấy. Hơn thế nữa chỉ tập trung vào sự vãng sanh về Chơn Thật Báo Độ. Điều nầy có thể hiểu là dùng từ ngữ chơn thật riêng biệt đã cho vào.

Hỏi rằng:

Cũng có người nói rằng Tông nầy chính là Tịnh Độ Chơn Tông đã chào đón sự lưu truyền và được nghe tới rõ ràng rồi. Đây chính là Tông Bổn. Đối với người tại gia dầu cho mắc tội ngũ nghịch đi nữa, nhờ vào nguyện lực của Di Đà, có thể nương vào đó để sanh vào Cực Lạc. Điều nầy hãy nên rõ biết cho kỹ vậy chăng?

Đáp rằng:

Đương thời chẳng có gì để thắc mắc; nghĩa là tin theo quyết định của tín tâm thì đó chính là việc mong mỏi được vãng sanh về Chơn Thật báo độ. Cho nên đối với tín tâm nầy không có gì để nói nữa, cũng chẳng có gì để phiền não, hãy một lòng nhất tâm với Đức Phật A Di Đà. Phật của ta cùng với các vị Bồ Tát hãy dùng tâm thân ngưỡng vọng về đó. Chỉ một lòng, không hai, đối với Đức Phật A Di Đà. Đây chính là tín tâm quyết định vậy. Tín tâm chỉ với hai chữ mà thân tâm cũng có thể hiện ra được. Đây là toàn tâm vậy. Hành giả chúng ta hãy không dùng tâm tự lực, mà hãy nương vào nơi tha lực để chờ đợi. Đây chính là tâm nầy. Lại nữa cũng đừng suy nghĩ dùng đến danh từ khác, chỉ một lòng xưng danh hiệu vậy.

Theo Kinh (Đại Kinh - phần dưới) có nói rằng: "Văn kỳ danh hiệu, tín tân hoan hỷ" (Nghe danh hiệu nầy, tín tâm vui mừng). Khi nghe danh hiệu ấy, đó chính là sáu chữ Nam Mô A Di Đà Phật thể hiện sự nghe là vô danh vô thật, thể hiện giữa thiện tri thức khi ta xưng niệm danh hiệu Nam Mô của Nam Mô A Di Đà Phật. Chắc chắn đây gọi là một đạo lý khi tìm đến với Đức Phật A Di Đà.

Kinh nầy gọi là: tín tâm hoan hỷ. Từ điều nầy bản thể của Nam Mô A Di Đà Phật đang thể hiện cứu độ tâm thức của chúng ta. Khi tâm chạm đến và miệng nếu luôn niệm danh hiệu khi đi, đứng, ngồi, nằm, thì sự niệm Phật ở tâm để báo ân, đó chính là sự tìm đến để cứu độ của Di Đà Như Lai. Đây chính là những hành giả niệm Phật nương vào tha lực để cầu vãng sanh về Cực Lạc với tín tâm quyết định. Anakashiko (Thật thô thiển), Anakashiko (thô thiển).

Văn Minh năm thứ 5 (1473) vào ngày Mùng 2 của hạ tuần tháng 9. Khắc tị, khi đến Gia Châu để trị liệu trong suối nước nóng, viết nên bài nầy.

(Thích Chứng Như) (Hoa Giáp)

TỜ THỨ HAI

(1)
Gởi đến Ông Tuấn

Như thế lần nầy là lần thứ 17 đã được đăng lên trên nhật báo giảng về ân đức. Ngoài những người ở trong phòng ốc ra, có thể nói đại lược trả lời về quyết định tín tâm của họ. Chúc mừng cho niềm hy vọng chính ấy không bị lãng quên, không quan tâm. Nếu cứ như thế mà chờ đợi thì cũng dùng lòng tin để đợi chờ. Đối với sự giao lưu của tín tâm nhỏ nhoi ấy, là sự đợi chờ dòng chảy pháp thủy của Đức Di Đà.

Đối với việc nầy, làm thân người nữ cũng chờ đợi bằng thân ấy của chư Phật trong 10 phương ba đời. Nếu không có Đức A Di Đà Như Lai, thì sự đợi chờ ấy cũng không có. Trên hết, dẫu là tâm chơn thật đi nữa mà mang thân người nữ thì tâm ấy vẫn còn nghi ngờ sâu nặng; lại nữa những việc như thế bây giờ với tâm chờ đợi không mất sự nhớ nghĩ. Việc nầy là thân đang ở nhà, theo cuộc sống thế gian, mang theo cả con cháu nữa. Tuy ở cuộc sống nầy thấy vậy; nhưng với việc nầy là nhìn ra đúng không hiệu quả với cảnh giới thế gian của sự già trẻ không nhất định ở trong xã hội. Nếu bị chìm đắm trong tam đồ bát nạn như sương rơi không chạm vào tâm; nên cố gắng tìm kiếm và điều nầy thường trở thành con người như vậy, không gọi đây là sự thấp kém.

Đối với việc nầy một lòng hồi hướng đến quy y với bi nguyện của Phật A Di Đà, hãy tin sâu nguyện thiết. Cuối cùng rồi những tạp hạnh đó với tâm tu trì và sửa đổi tâm tánh chạy theo các Thần, Phật thì Đức Di Đà Như Lai chắc chắn sẽ cứu độ chẳng kể là người nữ, nếu đó là bổn nguyện. Hầu như phải tin vào Phật trí bất tư nghì và phải nghĩ đến thân của chúng ta cần phải nương tựa sâu xa hơn nữa với tâm trở về nhập vào với Đức Như Lai.

Như thế lòng tin vào sự niệm Phật với cái tâm có thể nói đó là phương tiện để đến với Đức Di Đà Như Lai. Ngang qua những tâm hồn có thể nói đó chính là những người có niềm tin về tha lực. Chỗ đứng nầy hay đúng hơn là sống nơi Chánh Định Tụ mãi cho đến khi diệt độ, thành Đẳng Chánh Giác và chờ đợi Đức Di Lặc ra đời. Lại nữa điều nầy chính là sự quyết định cho con người vãng sanh với một niệm phát khởi. Ngoài ra việc xưng danh niệm Phật với tâm thức được quyết định thì sự vãng sanh dễ dàng hơn của chúng ta về với Đức Di Đà Như Lai. Đó chính là niềm an vui của tâm hồn khi niệm Phật để báo ân vậy. Anakashiko (Thật thô thiển), Anakashiko (thô thiển).

Về việc nầy, đầu tiên từ thuở ấy đã được khen thưởng. Nói đúng hơn là cho đến bây giờ cũng không thay đổi về niềm tin với tâm thức, mà còn tỉnh ngộ sâu sắc nơi thân nữa. Không còn xem xét những Tông kia, người nọ chung quanh mình nữa. Lại cũng chẳng làm phản lại niềm tin. Tất cả những vị Thần chúng ta cũng không tin, chẳng để cập đến việc gì cả. Nếu mỗi người có niềm tin sâu sắc chung quanh mình thì Thánh Nhơn Thân Loan cũng ngưỡng vọng về "những hành giả có niềm tin ảnh hưởng nơi tâm mạnh như vậy". Chỉ là việc làm cho đến tấm lòng hướng về Phật pháp. Anakashiko (Thật thô thiển), Anakashiko (Thô thiển).

Văn Minh năm thứ 5 (1473 vào ngày 8 tháng 12 viết điều nầy ở trên núi; nơi những người đang chung sống với nhau đang đợi chờ. Ngoài việc nầy ra còn đợi chờ thêm những điều chưa rõ; nên đã chờ đợi để hỏi thêm.

(Sở tống hàn thử, ngũ thập cửu thế, Ngự san)

(chỗ gởi lạnh nóng, năm 59 tuổi, tờ báo)

Viết để làm tin, chữ nghĩa còn sót lại.

(2)
Dẫn đến tất cả việc

Kế đến đối với việc một thời của khai sơn Thánh Nhơn Thân Loan. Trước tiên đề cập đến và nói về niềm tin, gọi là cách dùng khi đề cập đến niềm tin. Chúng ta là những người phàm phu, ít việc lành, hay tạo ác thì việc tìm cầu đến Tịnh Độ có thể xác lập được chăng? Hay niềm tin nầy chẳng thể được vãng sanh về Cực Lạc mà còn bị đọa lạc vào địa ngục vô gián? Đối với việc nầy thì niềm tin kia có thể được chăng? Đó chỉ là niềm tin chỉ một vị Di Đà Như Lai, các việc lành của vị Phật nầy, không thể kể hết được vạn hạnh với tâm, lại còn với các vị Thần, các vị Bồ Tát nữa, cầu nguyện cho đời nầy khi mất đi, mọi người với tâm không phải do tự lực, mà một lòng tin vui hướng về Di Đà của người hướng vọng, thì tất nhiên ánh sáng sẽ được bao bọc chiếu đến và giữ gìn người ấy, không bỏ sót bao giờ. Niềm tin ấy bất kể là khi ngủ hay thức cũng đều niệm Phật và khả năng sự thị hiện của Đức Di Đà, chính là do tâm của ta muốn báo đáp ân của Ngài, nên mới niệm Phật để được cứu độ.

Đối với người có tâm nầy, thuở ấy thường hay gọi là chính nghĩa của tín tâm. Ngoài điều nầy ra người ta chẳng gọi gì khác ngoài niềm tin cả, trở thành sự buông xả. Cũng có nghĩa là để được tiếp dẫn. Anakashiko (Thật thô thiển), Anakashiko (thô thiển).

Bây giờ nhìn lại câu văn nầy, đây đúng là chánh nghĩa của niềm tin mà đương thời Ngài Thân Loan Thánh Nhơn đã thăng tiến như thế.

Phần nầy đã chạm đến tâm cang của nhiều người, ngay cả giữa những Tông khác, người khác thì đối với niềm tin nầy chẳng hề bị bỏ rơi.

Lại nữa, không phải chỉ tin Phật của tất cả chúng ta hay Bồ Tát cùng với chư Thần. Điều không cần thiết đối với việc nầy là không hề quá khó nhọc nữa.

Đây chính là công đức của một vị Phật Di Đà và trong đó kể cả tất cả những vị Thần nữa. Nói chung thì tất cả đều là pháp, không phân biệt.

Điều nầy lúc đương thời con người không bị cột chặt vào, mà theo cách nói của Thánh Nhơn là: "Ngay cả người ăn trộm bò đi nữa mà ngày sau trở thành người tốt, thì đối với Phật pháp không thể không tha thứ được" (Cải tà sao, phần 3). Điều nầy nên ngưỡng vọng.

Ở nơi tâm đối với người tu hành lúc nào cũng nhớ đến việc niệm Phật.

Văn Minh năm thứ 5 (1473) viết vào đêm ngày 12 tháng 12.

(3)
Thần Minh tam cá điều

Điều nầy là một trào lưu phát triển rộng rãi khi còn Ngài khai sơn Thánh Nhơn Thân Loan. Mọi người đều siêng năng tu tập nhưng bất đồng. Để làm rõ ràng cho đời sau, đặc biệt là những người đang ở trên núi cùng với Phường Chủ cũng như những người đọc quyển Thánh Giáo. Ngay cả việc những người tập hợp đến đây, mỗi mỗi đều là môn hạ và dẫu cho có dùng đến danh xưng ấy thì các mục được để cập đến của Tam Cá Điều vẫn còn tồn tại; nên rõ biết. Chính từ đây về sau sự thành bại đều kéo theo đó.

- Các pháp, các Tông phái đối với điều nầy không được hủy báng.

- Các Thần, các Phật không được khinh rẻ.

- Niềm tin được gìn giữ là vãng sanh về Báo Độ.

Bên trên là ba việc, tác động sâu sắc. Đây chính là điều căn bản của nhiều người. Việc ra vào núi được đình chỉ. Cuối cùng đó là vào văn Văn Minh thứ 3 (1471), giữa mùa hạ mà hoa đã rụng, cũng giống như vậy cho đến hạ tuần của tháng 7 cùng năm. Những phong ba bão táp ở trên núi như thế, nên các thảo am đóng cửa. Cả 4 năm trời như vậy không có ai ở đó, là nguyên nhân chính, không loại bỏ một việc nhỏ nhoi nào cả. Đối với Tam Cá Điều ấy, ngay cả các miền phía Bắc, đương thời đối với niềm tin của người chưa quyết định thì cũng giống như chỉ an tâm một lúc, cho đến ngày ấy, giờ ấy phải chịu đựng. Đối với việc nầy không phải là nhẹ. Nếu dùng đến niềm tin nầy thì phải chờ qua năm tháng về ý chính của nơi nầy vậy.

- Về việc Thần Minh. Đối với Phật pháp thì niềm tin của chúng sanh không có thì sẽ rơi vào địa ngục. Đây chính là sự khổ tâm, nên giả thần để hiện ra từng chút từng chút là do duyên. Từ việc nầy họ theo đuổi Phật pháp như là một phương tiện, nên Thần được hiện ra; nhưng đối với chúng sanh bây giờ, nếu đã dùng thân nầy niệm Phật để cầu sanh về Cực Lạc của Đức Phật Di Đà với tín tâm quyết định, thì tất cả các vị Thần Minh đối với chúng ta vẫn hoan hỷ tán thán là nguyện vọng, để họ gìn giữ hành giả niệm Phật. Thần chính là những vị hộ trì, còn chỉ có Phật A Di Đà mới là chỗ cầu nguyện nương tựa để trở về. Ngoài ra thì cũng có loại tin theo kiểu khác nữa.

- Ở trong nội bộ lúc đương thời có đề cập đến việc không được hủy báng các pháp và các Tông phái. Cả một đời thuyết pháp của Đức Thích Ca, nếu như thuyết mà tu hành thì được lợi ích vô cùng. Khi trôi đến đời sau thì chúng ta dừng lại ở thân của người tại gia, mà không theo lời dạy của Thánh Đạo chư Tông. Điều nầy với chúng ta chỉ mang nặng một niềm tin thôi.

- Đối với chư Phật, chư Bồ Tát thì sự phân thân của Đức Di Đà Như Lai, đối với mười phương chư Phật trở thành một vị Phật Bổn Sư, nếu trở về nương tựa với một Phật A Di Đà thì chư Phật, chư Bồ Tát cùng nương về, thì Đức A Di Đà cùng một thể ở trong chư Phật ấy, các vị Bồ Tát tất cả đều được nương theo.

- Tiếp đến là để cập đến tha lực chơn thật tín tâm của Di Đà Như Lai đối với Ngài khai sơn Thân Loan Thánh Nhơn. Cuối cùng thì những tạp hạnh lại trở về với một lòng hướng đến Đức Di Đà qua sự chuyên tu chuyên niệm. Lấy Bổn Nguyện làm thể của vui tin. Việc đầu tiên phải đạt đến là nhờ vào sự cứu độ với chơn thật tín tâm của Đức Di Đà Như Lai chính là nương vào tha lực đối với Phật trí của sự bất tư nghì nầy, sẽ quyết định chỉ trong một niệm khi thời khắc đến, thì sẽ được vãng sanh trị định. Khi đó sinh mệnh trở thành đạo lý của đa niệm. Đối với việc nầy bình sanh là việc nhứt niệm vãng sanh trị định của cách đa niệm xưng danh để báo tận ân Phật. Tuy thế theo Tổ Sư Thánh Nhơn Thân Loan ở nơi tương truyền nhứt lưu cang yếu cho là chỉ trong một niềm tin. Việc nầy những tông môn khác cũng có, nhưng điều nầy đối với Chơn Tông là một dấu ấn. Ngoài ra tất nhiên phần tướng bên ngoài đối với những người khác niệm Phật đương thời không có thể hiện ra. Đây chính là một sự kiện đối với hành giả lấy đó làm chánh bổn của tín tâm về Chơn Ngôn.

Văn Minh năm thứ 6 (1474) viết điều nầy vào ngày 11 tháng Giêng.

(4)
Bổn Nguyện của Siêu thế

Điều nầy chính là Bổn Nguyện siêu thế của Đức Di Đà Như

Lai, vì đời sau ô trược tạo ác chẳng lành của những kẻ phàm phu, nên Ngài đã lập thệ nguyện vô thượng nầy. Riêng chỉ điều nầy với tâm tin tưởng nơi Đức Di Đà thì khả năng có thể vãng sanh về Tịnh Độ. Ngoài ra không có sự khác biệt nào cả. Rõ ràng đây là việc chính.

Đáp rằng:

Chúng sanh thời mạt pháp bây giờ, chỉ cần hướng về Đức Di Đà Như Lai để niệm, mà cũng chẳng tin nơi chư vị Bồ Tát và Phật của ta. Nếu chúng sanh quay về một lòng một hướng với một Phật Di Đà thì dẫu cho tội có sâu dày bao nhiêu đi chăng nữa, với sự thệ nguyện và tâm đại từ đại bi của Ngài sẽ phóng ánh sáng lớn và trong ánh sáng đó sẽ bao trọn, mà theo Kinh (Quán Kinh) đã dạy rằng: "Quang minh biến chiếu thập phương thế giới, niệm Phật chúng sanh, nhiếp thủ bất xả". (Ánh sáng chiếu khắp 10 phương thế giới, chúng sanh niệm Phật (sẽ) gìn giữ không bỏ). Ngay cả ngũ đạo, lục đạo, ác thú đi nữa thì tất cả đều được nguyện lực của Đức Di Đà Như Lai bất tư nghì ấy chiếu đến để cứu độ.

Lại nữa ở Kinh (Đại Kinh - phần dưới) có nói rằng: "Hoành tai ngũ ác thú, ác thú tự nhiên bế" (Ngang qua năm cõi ác, ác thú tự nhiên đóng). Điều nầy có nghĩa là với một niệm của tâm nghi ngờ, sự tin tưởng vào lời thệ nguyện của Như Lai, có bao nhiêu kẻ rơi vào địa ngục; nhưng nhờ ánh sáng nhiếp thủ của Đức Di Đà Như Lai bao bọc chung quanh thân; thân chúng ta sẽ không bị rơi vào địa ngục mà thân kia còn được về Cực Lạc. Khi rõ ràng đạo lý nầy rồi thì ngày đêm sáng tối, giống như cơn mưa xuống núi, hãy nhớ ân thương tưởng của Như Lai. Do vậy miệng nên thường hay xưng danh, lúc nào cũng niệm Phật vì để báo tạ ân đức của Đức Phật. Điều nầy chính là hình thức của sự tín tâm chơn thật vậy. Anakashiko (Thật thô thiển) Anakashiho (thô thiển).

Văn Minh năm thứ 6 (1474) vào đêm Rằm tháng Hai. Ngày Đại Thánh Thế Tôn nhập diệt. Để nhớ lại ngày xưa ấy, nên đốt đèn lên, với con mắt của người già, chấp bút để thấm lên giấy.

Đủ 60 tuổi - Ngự San

(5)
Châu số (tràng hạt)

Ở đây ba bốn năm nay thường hay đề cập đến câu chuyện của những người niệm Phật trên núi. Hầu như ít để ý đến phần an tâm quyết định của tha lực. Hơn thế nữa cả một tràng hạt cũng chẳng có, chỉ dùng tay để đếm đối với Phật. Với Thánh Nhơn Thân Loan hầu như không quan tâm nhiều về cách "dùng tràng hạt để bái Phật", đồng thời cũng không mang theo tràng hạt. Chỉ một lòng có niềm tin về tha lực để cầu sanh về Tịnh Độ mà thôi. Điều nầy chẳng có gì thay đổi. Đầu tiên là những người thuộc Đại Phường Chủ hay đắp y, mang tràng hạt, không có tử tế lắm. Điều nầy chính là người có được sự lợi ích từ tín tâm chơn thật, chắc chắn rằng khi mở miệng ra sẽ tạo dáng với màu sắc. Tuy nhiên lúc đương thời ngoài sự chân thật tín tâm ra không có gì ảnh hưởng thay đổi với người khác.

Nếu đó là cảm xúc thì phải tương ứng với chúng ta về bốn nguyện của Đức Di Đà Như Lai, phải nhớ nơi thân, lúc nào cũng dùng tín tâm đó đối với người khác để biểu hiện tâm mình nơi nhan sắc. Nói cái gì, nghe cái gì lúc nào cũng luôn để ý về việc nầy. Thỉnh thoảng thì chẳng lắng nghe, thường thì chỉ thấy qua thân thể của người khác. Đối với việc nầy có đúng với tự thân về việc vãng sanh Cực Lạc chăng? Môn đồ, bạn bè dùng nhiều cách để khuyên bảo, nhưng thật ra việc nầy rất khó khăn. Mỗi người đều chủ quan lấy đó làm trung tâm, cho nên việc vãng sanh về báo độ ở lần nầy thật ra chẳng có khả năng, dương dương tự đắc. Đúng là đã đóng chặt con tim để nghe sự hướng dẫn. Đã có những con người như thế xuất hiện, như một vết dầu loang, không dùng được đối với tấm lòng cho Phật pháp. Hãy chỉ hướng về tất cả cho tín tâm quyết định. Anakashiko (Thật thô thiển), Anakashiko (Thô thiển).

Văn Minh năm thứ 6 (1474) viết những dòng chữ nầy trên giấy từ đầu bút vào sáng sớm ngày 16 tháng 2.

(6)
Định. Tha lực tín tâm

Cuối cùng khi nghe đến việc tín tâm tha lực của lúc đương thời, nếu có ai đã quyết định và thực hành tín tâm ấy với tâm sâu sắc thì tha Tông, tha nhơn đối với họ cũng chẳng bị sa thải. Lại còn lần lượt dẫn họ đi đến con đường lớn rộng rãi hơn và không những người đó được tán thán, mà còn được bảo hộ, làm người đứng đầu nữa. Với niềm tin ấy không lệ thuộc về nghi thức, tỉnh lược đơn giản, chẳng mấy chốc trở thành việc chung.

Với chư Thần, chư Phật, chư vị Bồ Tát cũng không ngoại lệ, tất cả đều hướng đến nội dung 6 chữ Nam Mô A Di Đà Phật. Ngoài dấu cho có mang danh hiệu là Vương Pháp đi nữa thì ở nội tâm phải có tín tâm về tha lực thật là sâu xa, thì đây là bản gốc của nhơn nghĩa vậy. Đây cũng chính là điều quyết định lúc đương thời suy nghĩ đinh ninh như vậy đối với mọi tâm hồn.

Anakashiko (Thật thô thiển), Anakashiko (Thô thiển).

Văn Minh năm thứ 6 (1474) viết điều nầy vào ngày 17 tháng 2.

(7)
Ngũ giới - dị vãng (năm giới - dễ vãng)

Hãy bình tĩnh suy nghĩ lại thì việc thọ nhận đời sống trong nhân gian nầy mà gìn giữ được 5 giới là một công lực. Giữ gìn được việc nầy là điều quý, đúng ra là sự thể hiện đời sống của cảnh giới con người mà trở thành phù sanh chỉ trong chốc lát. Đời sau sẽ có kết quả an lạc. Cũng có thể nói là đời sống thăng hoa, hạnh phúc. Nếu có người gặp chuyện đau thương nhất định ra đi, thì cũng không thể ngăn lại được. Sống trong 50 năm hay 100 năm đi nữa thì điều ấy cũng lệ thuộc vào già trẻ khác nhau, không thể tự quyết định được. Đối với việc nầy, chúng sanh ngày hôm nay nếu có nghĩ đến việc vãng sanh Tịnh Độ về tín tâm tha lực, thì cuối cùng niềm tin ấy được thừa nhận, ngoài ra ngay cả không có được trí tuệ. Cũng không phân biệt giàu nghèo; không phân biệt người lành, kẻ ác, không phân biệt đàn ông, đàn bà và cuối cùng là đủ loại, tất cả đều được quay về nơi chánh hạnh. Đó là ý chính.

Đây gọi là chánh hạnh của sự quay về. Đó cũng chính là cái lý một lòng một hướng về Đức Di Đà Như Lai thông qua niềm tin mà chúng sanh nhờ ánh sáng ấy nhiếp thủ, không bỏ; đến lúc lâm chung chắc chắn sẽ sanh về Tịnh Độ. Đây chính là một niệm của sự an tâm để vãng sang về Tịnh Độ. Đối với sự an tâm chỉ nói có hai chữ thôi, nhưng phải tận cả đáy lòng với "tấm lòng dễ dãi". Cũng chẳng cần phải làm gì cả, mà chỉ có một niềm tin nhứt tâm nhứt hướng vãng sanh về Cực Lạc. Như vậy tấm lòng phải an định. Lại nữa điều ấy chính là vãng sanh về Tịnh Độ. Căn cứ điều nầy theo Đại Kinh phần dưới thì được dạy rằng: "Dị vãng nhi vô nhơn" (dễ sanh mà không có người). Trọng tâm của câu văn nầy là: "Nếu có tâm an định cầu nguyện nơi Đức Di Đà và một lòng hướng về thì sẽ được tiếp dẫn về Tịnh Độ. Nếu người không có tín tâm, thì cõi Tịnh Độ không dễ dãi để cho người ấy về". Đây chính là căn bản của câu kinh vậy.

Rõ ràng hơn về tâm nầy thì ngày đêm sáng tối phải niệm danh hiệu, chỉ một lòng muốn báo ân qua lời thệ nguyện rộng lớn từ bi ấy. Ngược lại với tấm lòng gìn giữ Phật pháp và không rõ biết về tín tâm kia thì chắc chắn đối với sự vãng sanh của báo độ qua sự báo ân trở thành một việc lớn. Anakashiko (Thật thô thiển), Anakashiko (Thô thiển).

Văn Minh năm thứ 6 (1474) viết điều nầy vào ngày Mùng 3

tháng 3.

(8)
Bổn Sư - Bổn Phật

Việc nầy liên quan đến thập ác, ngũ nghịch những tội nhơn như thế cũng như những nữ nhơn của tam đồ, ngũ chướng, bất luận là gì. Nói chúng là những kẻ phàm phu đã được mười phương ba đời chư Phật vì lòng bi mẫn mà cứu giúp cho. Đây chính là Đức Di Đà Như Lai, nếu nói đúng ra Ngài chính là vị Bổn Sư Bổn Phật của ba đời mười phương chư Phật và chính Ngài là vị cổ Phật đã thành Phật từ lâu xa rồi. Trong hiện tại đối với đời mạt thế những kẻ phàm phu tội lỗi, gây ra ngũ chướng, người nữ với tội tam đồ thì Đức Di Đà đã vì đại nguyện vượt khỏi thế gian nầy, nên đã tiếp tục tiếp dẫn họ. Ngài đã thệ nguyện là bình đẳng cứu độ tất cả chúng sanh, không có sự thệ nguyện nào cao cả hơn để trở thành Phật A Di Đà. Đức Như Lai nầy vì sự cầu nguyện, không từ bỏ những người phàm phu ở đời sau, tạo ra con đường vãng sanh về Cực Lạc. Đó là những hạnh nguyện của Ngài.

Từ điều nầy, Ngài Thân Loan Thánh Nhơn đã tiếp tục hạnh nguyện về tha lực tín tâm đó. Như tất cả đều biết là chẳng hạn trong 10 người, tất cả đều được cứu độ để vãng sanh về cõi Cực Lạc.

Đối với tín tâm nầy, Đức Di Đà sẽ cứu độ về Báo Độ, dẫu cho đó là tâm hồn nào và làm bất cứ điều gì và với niềm tin kiên cố đó, thì qua thời gian năm tháng là thời gian đợi chờ vậy.

Đáp rằng:

Điều nầy được hiểu là do từ tha lực tín tâm mà đương thời Ngài Thân Loan Thánh Nhơn đã tiếp tục dạy bảo, không ngừng nghỉ. Dẫu cho ở thân ta có tội nào đi chăng nữa thì với một lòng, một sự hướng đến Đức Di Đà Như Lai và ngay cả những người nếu chuyên tu niệm theo kiểu tạp hạnh cũng sẽ được ánh sáng hào quang của Ngài chiếu khắp bao trùm, giữ gìn và không bao giờ buông bỏ. Điều nầy chính là sự quyết định vãng sanh của chúng ta. Như bên trên đã nói, căn cứ theo một niệm tín tâm, một lòng một hướng quy mệnh về Đức Di Đà thì trên hết là sự vãng sanh trị định theo dạng niệm danh hiệu khi đi, đứng, ngồi, nằm thì sẽ được Đức Di Đà Như Lai quyết định cho sự vãng sanh của chúng ta với đại nguyện của Ngài và do tấm lòng niệm Phật để tận báo ân sâu của Ngài. Điều nầy lúc đương thời gọi là sự quyết định đối với niềm tin vậy. Anakashiko (Thật thô thiển), Anakashiko (Thô thiển).

Văn Minh năm thứ 6 (1474) trung tuần tháng 3.

(9)
Trung thần trinh nữ - Ngoại điển

Cuối cùng thì việc Đức A Di Đà Như Lai cứu độ, nếu nói đó là vạn thiện vạn hạnh của Phật chúng ta và ngay cả những người tu theo tạp hạnh đi nữa, theo lời thệ nguyện của Đức Di Đà vẫn tiếp dẫn, nếu những chúng sanh ấy nhứt tâm cầu nguyện, không giới hạn ở người nhiều tội lỗi hay tội nhẹ đối với đại nguyện ấy.

Gọi là nhứt tâm nhứt hướng là đối với Đức Phật A Di Đà, không phải là so sánh với vị Phật thứ 2, mà đối với mọi người, trước hết phải có một đạo lý nương tựa đối với vị chủ tể kia. Nếu nói theo ngoại điển là: "Trung thần không thờ 2 vua và trinh nữ thì không có 2 chồng". (Sử Ký - Ý). Khi Đức A Di Đà Như Lai trở thành vị Thầy tiêu biểu, mà ta nương tựa đó thì đệ tử của chư Phật đối với việc nầy nên hoan hỷ. Đây chính là sự biểu hiện tâm chân kính vậy.

Có thể nói đối với hạnh thể (việc làm thể hiện) của Nam Mô A Di Đà Phật là tất cả các vị Thần, chư Phật, chư vị Bồ Tát và ngoài ra còn vạn hạnh vạn thiện không thể nói hết được, có thể còn chẳng đủ chăng ? Với tâm hồn nương vào các việc làm thiện lương thì câu Nam Mô A Di Đà Phật chính là danh hiệu. Nếu nói vạn thiên vạn hạnh là tổng thể thì chẳng mấy chốc trở thành sự kỳ vọng. Căn cứ vào việc nầy với câu Nam Mô A Di Đà Phật, nương tựa điều gì, tin vào gì để có khả năng sanh về Cực Lạc ? Chẳng cần phải nói gì cả; chỉ nên biết rằng vì việc ác sâu dày nơi thân của chúng ta và thân nầy không muốn sa vào địa ngục, dẫu cho không thể tính đếm hết sự thệ nguyện của Đức Di Đà Như Lai qua sự tin sâu sắc và nếu có tâm tin tưởng một lòng quy mệnh thì hầu hết sẽ được thể hiện việc lành của đời trước. Từ Phật trí nầy ảnh hưởng đến niềm tin tha lực. Phật tâm và phàm tâm sẽ trở thành một. Đây được gọi là tín tâm rộng được của hành giả vậy.

Khi tìm hiểu đến như vậy thì không thể thiếu sự niệm Phật. Phải có tâm báo tạ sâu xa để báo ân qua lòng đại bi thệ nguyện rộng lớn đó. Anakashiko (Thật thô thiển), Anakashiko (Thô thiển).

Văn Minh năm thứ 6 (1474), viết điều nầy vào ngày 17 tháng 3.

(10)
Đây là Thánh nhơn đương thời. Phật tâm phàm tâm

Điều nầy, đương thời Thân Loan Thánh Nhơn được gọi chỉ là một ý nghĩa với bản tâm. Đầu tiên đó là được đề cập đến cương yếu tín tâm của tha lực. Nếu không tìm hiểu tận tường về tín tâm tha lực kia thì không mang theo được ý nghĩa to lớn của việc văng sanh về Cực Lạc bây giờ. Từ kinh điển giải thích đã thấy rõ ràng rồi; nhưng cũng nên hiểu rõ về hình thức sự tồn tại của tín tâm tha lực kia. Dẫu cho đã rõ biết về việc văng sanh của chơn thật Báo Độ đi nữa thì nếu mang một tấm lòng thiếu tin tưởng, lại có theo đó bao nhiêu cơ hội đi chăng nữa thì khả năng văng sanh về Cực Lạc cũng khó có. Nếu không rõ được việc ấy tận nơi tâm thức thì sẽ kéo dài đến hằng năm, mà sự lắng nghe ấy gọi là một tín tâm chẳng kiên cố.

Đáp rằng:

Cuối cùng đề cập đến việc đương thời không có tín tâm về tha lực. Ở trong quý vị có người tội lỗi sâu xa nơi thân mà không quan tâm. Duy chỉ có việc cầu nguyện một lòng một dạ với Đức Di Đà Như Lai, nếu tin tưởng, cho dù là thập ác, ngũ nghịch, những người nữ bị ngũ chướng, tam đồ mà tin sâu vào sự cứu độ của năng lực lời thệ nguyện bất tư nghì ấy thì chỉ trong một niệm không có nghi ngờ, dẫu cho không được cứu độ thì tâm của Như Lai rất hoan hỷ, nếu đối với hành giả ấy chẳng có tâm quy ngưỡng Đức Như Lai cũng trở nên chẳng có gì. Điều nầy có thể nói rằng Phật tâm và phàm tâm trở thành một tâm vậy.

Căn cứ vào điều nầy trong hào quang chiếu tỏ của Đức Di Đà Như Lai luôn bao bọc, không bỏ sót ai, có lần ở đó trong ánh sáng kia lại bao bọc bởi thân và khi sinh mạng tận cùng thì mau được sanh về nơi Báo Độ chơn thật. Điều ấy chính là sự thâm tạ đến ân sâu lòng thương của Đức Di Đà. Nếu có sự báo ân đầy đủ thì ngày, đêm, sáng, tối nên xưng niệm danh hiệu Phật, sẽ có khả năng báo tạ được ân kia của Đức Di Đà Như Lai. Tấm lòng nầy một lần nữa, trở thành tâm khảm của lúc đương thời. Đây chính là ý nghĩa của một niệm phát khởi, cả đời thành tựu.

Bây giờ đề cập đến sự nhứt tâm đối với Đức Di Đà, chẳng phải nhận được công lao gì, lại nữa nếu tín tâm ấy không mang theo cùng thì sự vãng sanh về Cực Lạc để thành Phật cũng khó có. Như vậy sự bình đẳng về bổn nguyện của Đức Di Đà là sự bình đẳng về tín tâm của tha lực; ngoài ra không có sự nghi ngờ về sự vãng sanh kia. Đây chính là việc đầu tiên lại mang đến chung quanh thân nầy chấn động cả tâm cang thì đó chính là tất cả Thần cũng như Phật đều dùng phương tiện để cứu độ cho tín tâm tha lực kia và cuối cùng Thần, Phật nếu hiện ra thì tất cả chư Phật, chư vị Bồ Tát trở thành thân Phật Di Đà kể từ đó.

Tất cả đều nên quy mệnh về một lòng với câu Nam Mô A Di Đà Phật, không có việc gì có thể sánh kịp.

Ngoài ra tấm lòng một lần nữa được thể hiện thường xuyên đối với đất nước chúng ta đang giữ gìn. Đó chính là nơi đầu tiên và có thể nói rằng chúng ta đối với Phật pháp đã tăng trưởng niềm tin nơi thân tâm của mình. Sơ lược hình dáng như vậy, chẳng hề là không có. Chẳng mấy chốc thể hiện đầy cả nơi việc chung và chỉ ra rõ ràng với người có tâm ấy. Đây nói rằng sự che chở bao bọc bởi hành giả niệm Phật được thể hiện cho đời sau về tín tâm phát đắc vậy. Chính đó là căn bản. Đây chính là Phật pháp, là vương pháp nằm lòng đối với người có niềm tin. Anakashiko (Thật thô thiển), Anakashiko (Thô thiển).

Văn Minh năm thứ 6 (1474) viết điều nầy vào ngày 13 tháng 5.

(11)
Ý nghĩa của ngũ trọng

Điều nầy lúc đương thời Ngài Thân Loan Thánh Nhơn thường hay quan tâm khuyên nhắc và gần đây các nơi ở nước chúng ta có nhiều điểm không giống nhau. Việc nầy có thể rõ biết như sau:

Trên hết đầu tiên vào lúc đương thời đối với việc kẻ phàm phu được vãng sanh do từ tín tâm nơi tha lực. Niềm tin ấy không bị hủy hoại, vẫn thẳng tiến. Đó là: "Từ khi trở thành Chánh Giác ở 10 kiếp trước, việc quyết định vãng sanh của chúng ta đối với Đức Di Đà Như Lai, không quên hình thức của tín tâm".

Đối với việc nầy Đức Di Đà không phân biệt lòng tin của tha lực của những người hướng về và gọi đó là sự quyết định vãng sanh từ 10 kiếp chánh giác về trước, mà chúng ta chưa hề biết về tín tâm tha lực của sự vãng sanh ấy. Đó là việc vãng sanh về cõi Cực Lạc.

Lại nữa có người lại nói rằng: "Ví dụ gọi là quy mệnh nơi Đức Di Đà không phải trở thành những thiện tri thức, mà trên hết đối với chúng ta lúc nào cũng y cứ vào nơi thiện tri thức" v.v...

Điều nẩy cũng là tín tâm đẹp đẽ ảnh hưởng của người lúc đương thời. Cuối cùng thiện tri thức gọi là năng (hay) một lòng một hướng quy mệnh về Đức Di Đà, mọi người chỉ hướng tới. Điều nẩy chính là nghĩa của ngũ trọng vậy.

Thứ nhất là túc thiện (việc lành đời trước), thứ nhì là thiện tri thức, thứ ba là quang minh, thứ tư là tín tâm và thứ năm là danh hiệu. Đây là nghĩa của ngũ trọng vậy. Nếu không đẩy đủ thì sẽ không được vãng sanh.

Nói về thiện tri thức thì có thể nói là từ việc quy mệnh với Đức A Di Đà Phật. Nghiệp thiện đời trước khai phát, lúc ấy gọi là thiện tri thức để được vãng sanh. Thế nhưng trở về với Đức Di Đà nghĩa là điều căn bản nơi thiện tri thức: đó là sự ngộ nhận của tâm. Anakashiko (Thật thô thiển), Anakasihiko (Thô thiển).

Văn Minh năm thứ 6 (1474) ngày 20 tháng 5.

(12)
Con người 50 năm. Tứ Thiên Vương

Nếu suy nghĩ về 50 năm của con người, đối với Tứ Thiên Vương chỉ một ngày một đêm, mà 50 năm của Tứ Thiên Vương thì bằng một ngày một đêm ở Đẳng hoạt địa ngục. Căn cứ vào điều nẩy mọi người chẳng ai muốn thọ khổ hình ở địa ngục cả, lại chẳng phân biệt được việc nhận niềm an vui vô thượng nơi cõi Tịnh Độ nên tìm đến, không kể trải qua ngày tháng, mà con người chúng ta thì cũng chẳng biết phân biệt của sự nhứt tâm về sự quyết định kia, lại cũng chẳng hề đọc qua một quyển sách nào cả của Thánh giáo, cũng chẳng khuyên bảo về ý nghĩa cho môn đồ về một câu của pháp môn. Chỉ biết sáng tối nhàn rỗi chồng lên nhau ngủ nghỉ, chìm sâu vào việc ngủ nghỉ, chẳng thể hiện được ra việc gì cả; giống như nhắm mắt an vui với sự việc ấy.

Trên hết việc nầy, ngày nầy, giờ nầy chẳng để cho những việc giải đãi ấy xảy ra, nên đáp lại suy nghĩ đến việc quyết định của tín tâm việc vãng sanh về chân thật Báo Độ. Đây chính là cái đức của thân. Đây chính là đạo lý của tự hành hóa tha (tự mình làm, chuyển hóa người khác). Anakashiko (Thật thô thiển), Anakashiko (Thô hiển).

Vào thời Văn Minh năm thứ 6 (1474) nhằm ngày Mùng 2 của giữa tháng 6. Trời nóng nực, đã chấp bút viết nên điều nầy.

(13)
Ngự tụ - cầm đầu, lãnh tụ

Điều nầy được giữ gìn về sự quyết định lúc đương thời. Những Tông phái khác cũng đối với thế gian như vậy. Với hình thức Tông phái của chúng ta cũng phải thể hiện cho mọi người thấy nghe bằng tai mắt. Đó là ý chính vậy. Tuy nhiên gần đây đối với những người niệm Phật đương thời, thỉnh thoảng người ta thấy được hình thức của một phong trào. Đây được hiểu như là tạo tiếng tăm cho Tông phái của chúng ta. Đối với việc nầy thì những Tông phái khác cũng lôi kéo theo, mà điều nầy thường gọi là sự bỏ đạo lần lượt. Đối với Thánh Nhơn Thân Loan sự quyết định nầy chính là một ý nghĩa sâu sắc. Trước hết theo "cải tà sao - phần ý thứ 3" được đề cao rằng: "khi trâu bị trộm, lúc ấy mới làm chuồng". Lời lẽ nầy là một ấn tượng sâu xa nơi tâm thức.

Tiếp đến là làm an tâm cho những người đương thời không suy nghĩ khổ sở nữa, ngay cả những người có trí óc mà không chịu học hỏi suy nghĩ; nam nữ chẳng phải giàu nghèo; chỉ một điều suy nghĩ là tội lỗi đã trói vào thân sâu thẳm, cần phải gỡ bỏ. Bao nhiêu cơ hội cứu giúp chỉ hướng đến Đức A Di Đà Như Lai chính là bậc lãnh tụ, không phải ai khác. Nếu người đời sau muốn được cứu khổ, thì với Đức A Di Đà Như Lai phải nên hoan hỷ tin tưởng sâu xa. Chính từ thân của Ngài phóng ra tám vạn bốn ngàn ánh quang minh. Trong ánh sáng đó sẽ gìn giữ tất cả chúng sanh nơi đó.

Đối với trọng tâm của Kinh (Quán Kinh) được dạy rằng: "Quang minh biến chiếu thập phương thế giới. Niệm Phật chúng sanh nhiếp thủ bất xả" (Ánh sáng chiếu khắp 10 phương thế giới. Giữ gìn chẳng rời bỏ những chúng sanh niệm Phật). Với thân ta sẽ chẳng thành Phật với phiền não đầy dẫy, nhưng nhờ có bổn nguyện siêu thế thù thắng với ánh hào quang của Đức Di Đà Như Lai. Nếu không có nhơn duyên với ánh quang minh nầy mà kể từ vô thỉ cho đến nay chúng ta bị vô minh nghiệp chướng che lấp như người bị bịnh, cần được cứu độ.

Đối với những người có duyên với ánh quang minh nầy, được gọi là người có tín tâm với tha lực và do căn cơ của nhiều đời trước đã liên đới. Cho nên đối với việc nầy từ Đức A Di Đà Như Lai đã thể hiện qua tín tâm ấy để cứu độ. Nói cách dễ hiểu hơn nếu hành giả không có tâm tin tưởng, thì với tâm đại nguyện to lớn của Đức A Di Đà Như Lai cũng chiếu thẳng đến ngay lúc ấy. Đối với điều nầy kể cả những người không có tín tâm và tha lực mà cũng có người được; cho nên tất cả chúng ta nên cảm tạ thâm ân của Đức A Di Đà Như Lai. Vì sự báo tạ ân Phật đó, chúng ta phải thường niệm đến danh hiệu Phật. Anakashiko (Thật thô thiển), Anakashiko (Thô thiển).

Văn Minh năm thứ 6 (1474) viết điều nầy vào ngày Mùng 3 tháng 7.

(14)
Bí sự pháp môn

Việc nầy được lan tỏa ra ở xứ Việt Tiền về bí sự pháp môn. Đối với Phật pháp thì chẳng sao cả, nhưng trở thành pháp của ngoại đạo hời hợt. Đây là niềm tin vào nghiệp lực bị trầm luân nơi địa ngục vô gián lâu dài và được tìm hiểu đến. Việc bí sự nầy phải nghĩ rằng với điểm chính là chấp vào tâm, làm tôn về đẹp cho người, mà chẳng gặp sự đuổi theo của mọi người, nên vội vàng với bàn tay của một số ít người đã trở nên bí sự. Tìm đến nơi của bí sự nầy để chỉ cho họ sám hối.

Cuối cùng qua sự khuyên bảo những người hướng tâm về việc vãng sanh về Cực Lạc. Đầu tiên chính họ phải biết rõ về niềm tin nơi tha lực. Nếu bảo tin vào tha lực là sự cần yếu thì tuy đối với thân thể phàm phu của chúng ta dễ dàng với dụng ý sanh về Tịnh Độ thì hình ảnh niềm tin về tha lực sẽ được chiếu đến, không có chướng ngại. Chỉ có việc tha thiết nhớ nghĩ một lòng một hướng đến Đức Phật A Di Đà với một niệm mong được cứu giúp thì ngay lập tức ánh hào quang sẽ phóng ra của Đức A Di Đà Như Lai nhiếp thủ thân ấy ở cõi Ta Bà và trong ánh sáng đó làm cho ta tỏ ngộ. Đây được gọi là sự chọn lựa quyết định vãng sanh của chúng ta vậy.

Đó chính là bản thể của câu Nam Mô A Di Đà Phật. Chúng ta nhờ vào tha lực của niềm tin mà được hình thức ấy. Gọi tín tâm nầy là sinh mệnh được thể hiện qua tâm thức với câu niệm Nam Mô A Di Đà Phật. Như vậy bây giờ đối với tha lực tín tâm ấy đã trở thành duy nhất, chỉ có việc vãng sanh về cõi Cực Lạc. Ngoài ra thì chẳng còn nghi vấn nào nữa. Đó chính là bổn nguyện thù thắng về tha lực của Đức A Di Đà Như Lai. Do vậy chúng ta phải báo tạ ân đức của Đức A Di Đà Như Lai bằng lối niệm ân. Duy chỉ khi ngủ cũng như khi thức lúc nào cũng niệm câu: Nam Mô A Di Đà Phật, Nam Mô A Di Đà Phật, có khả năng để báo Phật ân của Đức Di Đà Như Lai. Như vậy khi xướng lên câu Nam Mô A Di Đà Phật thì tâm ấy rộng mở suy tư tưởng niệm sự cứu độ của Đức A Di Đà Như Lai với tâm cảm tạ. Có thể nghĩ rằng điều nầy sẽ mang lại sự hoan hỷ của tâm thức. Anakashiko (Thật thô thiển), Anakashiko (Thô thiển).

Văn Minh năm thứ 6 (1474) ngày Mùng 5 tháng 7.

(15)
Cửu Phẩm - Trường Lạc tự

Cuối cùng Nhật Bản đối với Tịnh Độ Tông ai ai cũng biết Tây Sơn, Trấn Tây, Cửu Phẩm, Chùa Trường Lạc. Ngoài ra thỉnh thoảng thì cũng biết rằng điều nầy chính là ý nghĩa về đường lối tiếp theo của Pháp Nhiên Thánh Nhơn. Hoặc giả đối với Thánh Đạo Môn có nhiều người đã nghe qua pháp môn Tịnh Độ của Thánh Nhơn (Nguyên Không = Pháp Nhiên); khi nghe nhận ra điều hay rồi giữ gìn để tạo thành tâm thức của Bổn Tông của chúng ta. Từ đó mở ra cánh cửa của Tịnh Độ Tông. Sự không giống nhau ở từ điểm nầy.

Tuy nói như vậy, quý vị không nên hủy báng điều nầy. Điều cương yếu của chúng ta là an tâm của một Tông phải nên hiểu. Chính mình cũng phải quyết định khuyên bảo người khác theo khả năng. Sự an tâm ấy lúc đương thời, nếu hình ảnh ấy không có, thì đối với thân phận chúng ta phạm vào thập ác, ngũ nghịch, ngũ chướng, tam đồ không được để cập đến một cách sâu rộng. Trước hết nếu chỉ nghĩ đến điều cần yếu là cơ hội tỉnh thức về căn bản sự cứu độ theo bổn nguyện lực bất tư nghì của Đức Di Đà Như Lai, gọi đó là niềm tin không có một tâm nghi nào cả, thì chắc chắn sẽ được Đức Di Đà nhiếp thủ. Với tâm nguyện ấy lại một lần nữa cũng có thể gọi là niềm tin của tha lực chân thật đã được ảnh hưởng ở hình tướng.

Với niềm tin ấy là một lòng, không một cái gì theo sau cả. Đó chính là niềm tin về tha lực. Chỉ thực hành qua danh hiệu. Tuy vậy đối với tín tâm nầy không hề có sự riêng biệt nào cả, ngoài 6 chữ Nam Mô A Di Đà Phật. Lại nữa tha lực tín tâm ấy là bản thể và câu Nam Mô A Di Đà Phật gọi là tâm thức thế nào để gọi hai chữ Nam Mô. Đó chính là sự mong mỏi chờ đợi vãng sanh về Cực Lạc qua sự cầu nguyện Đức Di Đà một cách khẩn thiết. Như thế gọi là A Di Đà Phật, mà mỗi một chúng sanh chúng ta phải thể hiện. Kể từ nhiều kiếp trong quá khứ chúng ta đã gây nhiều tội lỗi nơi thân và nhờ nhân duyên với hào quang của Đức Di Đà Như Lai mà đặc biệt vô minh nghiệp chướng sâu dầy đầy tội lỗi ấy sẽ được tiêu diệt. Cuối cùng nhiều người sẽ ở vào ngôi Chánh Định Tụ.

Ngoài ra đối với phàm thân nầy nếu có tâm muốn chứng thành thân Phật thì phải qua Đức A Di Đà Như Lai. Như vậy ba chữ A Di Đà ấy chính là: bừng tỉnh, cứu độ và giúp đỡ. Trên hết là sự quyết định về tín tâm nên phải xưng danh niệm Phật qua Đức A Di Đà Như Lai để báo ân. Đối với việc nầy đây là sự báo Phật ân đức với Đức Di Đà Như Lai vậy. Anakashiko (Thật thô thiển), Anakashiko (Thô thiển).

Văn Minh năm thứ 6 (1474) viết điều nầy vào ngày Mùng 9 tháng 7.

Thích Chứng Như – Hoa Giáp

TỜ THỨ BA

(1)
Nhiếp thủ và quang minh

Cuối cùng đối với trào lưu đương thời danh từ ấy chỉ có tính cách nội bộ; một điều khác nguyên do là để làm an tâm cho những môn đồ, ảnh hưởng đến tâm thức gặp gỡ nhau. Từ ngày nay trở đi đối với niềm tin to lớn của tha lực không nghĩ đến, thỉnh thoảng hằng năm người ta mới tìm đến gặp nhau để nói về sự quyết định vãng sanh về Báo Độ. Đây được gọi là một phần của sự an tâm, chẳng gì hơn là một lòng tin tưởng sâu xa nương tựa vào Đức Di Đà Như Lai.

Tuy nhiên đối với Đức Phật A Di Đà thì việc trở thành Phật, một lần nữa là cơ duyên của chúng sanh gọi là sự mỏng manh ấy mà chư Phật trong ba đời đã cứu giúp, ngay cả những người nữ phàm phu, với chúng ta mỗi người rất nhỏ bé đối với nguyện vọng lớn ấy. Sự tư duy nầy trải qua trong 5 kiếp và suốt trong nhiều kiếp đó luôn tu hành. Việc nầy đối với tội lỗi của chúng sanh, ví như thập ác, ngũ nghịch, báng pháp, xiển đề, nói so sánh với lời thệ nguyện thì điều ấy vượt lên trên với bi nguyện của chư Phật. Với lời nguyện thành tựu ấy, Đức Di Đà Như Lai đã cứu giúp, lại chính là Đức Phật A Di Đà.

Căn cứ theo việc nầy thì Đức Phật qua sự cầu nguyện đó, dẫu cho là tâm hồn như thế nào đi chăng nữa thì cũng cứu giúp, ngay cả thân của chúng ta đang gặp nhiều tội lỗi. Chỉ duy một điều là đối với Phật A Di Đà không có hai tâm mà chỉ một hướng để cầu nguyện. Một niệm trong tâm cũng không nghi ngờ, chắc chắn sẽ được cứu giúp. Tuy nhiên đối với Đức Di Đà Như Lai có hai điều chính. Đó là sự nhiếp thủ và ánh sáng để tế độ các chúng sanh. Đầu tiên với hào quang nầy do cơ duyên lành ở nhiều đời trước, nên được chiếu đến nơi tích chứa tội lỗi nghiệp chướng sẽ được tiêu trừ.

Còn nhiếp thủ nghĩa là làm sao đối với tâm, với ánh sáng nầy chính là nhân duyên, làm cho tội chướng được tiêu trừ. Đồng thời chúng sanh ở trong ánh sáng nầy được sáng tỏ và được nhiếp thủ (giữ gìn). Ngoài ra đối với sự nhiếp thủ và quang minh của Đức Phật Di Đà là hai điều cương yếu. Như thế tín tâm một lòng quyết định trở về. Đây gọi là quang minh của sự nhiếp thủ chỉ trong tức khắc, gọi đó là sự quyết định của tín tâm vậy.

Nếu đề cập đến hành thế của Đức Phật A Di Đà thì đó là sự biểu hiện việc văng sanh về Tịnh Độ của chúng ta. Trong 6 chữ nầy đã biểu hiện rõ ràng về đấng ấy. Bây giờ đã rõ ràng nên liền phải nhớ nghĩ việc niệm ân. Đối với việc quyết định của tín tâm bên trên thì một lần nữa phải vui mừng đón nhận ân kia như mưa trên núi của Đức A Di Đà Như Lai. Để cảm tạ ân kia khi ngủ cũng như khi thức phải thường hay niệm Phật. Đối với việc nầy chính là việc làm báo tận Phật ân vậy. Anakashiko (Thật thô thiển), Anakashiko (Thô thiển).

Văn Minh năm thứ 6 (1474) viết điều nầy vào ngày 14 tháng 7.

(2)
Như thuyết tu hành – thành Phật

Điều đó là sự khác nhau về tâm thức của các Tông. Ngay cả một đời thuyết pháp của Đức Phật nếu không có, thì thật ra đối với pháp thù thắng nầy, chúng ta phải cố gắng tu hành như lời dạy để được thành Phật đắc đạo, không có gì nghi ngờ cả.

Sự phê phán vào lúc cuối đời của chúng sanh, căn cơ quá yếu kém để như thuyết mà tu hành, để thành người đúng lúc. Ở đây nói về tha lực bổn nguyện của Đức Di Đà Như Lai, đối với cuộc đời ngày nay chúng sanh hay thắc mắc khi được cứu độ, mà trong thời gian 5 kiếp đã tư duy và tu hành trải qua hằng nhiều kiếp để cứu vớt "những chúng sanh tạo ác chẳng làm lành mà cũng thành và chúng ta cũng trở thành Chánh Giác". Đối với lời nguyện ấy thành tựu có nghĩa là thành Phật như Đức A Di Đà. Đối với chúng sanh ở thời kỳ nầy, đối với bổn nguyện của Đức Phật nầy phải bám chặt vào nơi Đức Di Đà để tin sâu được cứu độ cho việc thành Phật kia.

Cuối cùng thì tin vào nơi bổn nguyện tha lực của Đức A Di Đà Như Lai. Lại nữa nếu chẳng đầy đủ cơ duyên, gọi là lòng tin không có nơi Đức Di Đà thì chẳng là gì cả, ngoài việc hay tin vào tha lực kia. Ví dụ như 10 người thì cả 10 đều được vãng sanh về Cực Lạc. Nếu nói việc nầy chính là tín tâm, thì tha lực để trở thành là Nam Mô A Di Đà Phật. Trong 6 chữ Nam Mô A Di Đà Phật nầy đã rõ ràng, nhưng đó cũng chính là hình tướng của tín tâm tha lực vậy.

Như vậy thì 6 chữ Nam Mô A Di Đà Phật chính là bản thể của tâm nầy phải rõ biết. Đầu tiên chữ Nam Mô, hai chữ ấy ở nơi tâm, không gồm Di Đà chí tâm một hướng thì ở đời sau sự cứu độ không có tâm tin tưởng, nên phải có chữ Nam Mô.

Kế tiếp 4 chữ A Di Đà Phật đó chính là một lòng đối với cái đức của Di Đà mà cầu nguyện. Nếu có chúng sanh nghi ngờ thì liền tức khắc chính từ thân của Di Đà phóng ra ánh sáng chiếu cùng khắp và chúng ta ở trong ánh sáng ấy được nhiếp thủ. Đây chính là thời kỳ sanh mạng đã đầy đủ để được vãng sanh về Cực Lạc Tịnh Độ. Nơi đó Đức A Di Đà đang chờ đợi. Như vậy thì ở thế gian gọi là bị sa thải mà niệm Phật chính từ cửa miệng của mình niệm câu Nam Mô A Di Đà Phật thì người ấy sẽ được cứu độ. Đây chính là việc không chắc chắn.

Đồng thời Tịnh Độ nhứt gia đối với việc sa thải kia cũng có người không chú ý đến sự thị phi đó. Đây chính là để làm an tâm một thời cho những người muốn cầu tiến như Tổ khai sơn Thân Loan của Tông phái chúng ta. Những người không có nhân duyên ở đời trước khi nghe đến điều nầy, bây giờ được vãng sanh về Tịnh Độ. Điều nầy chính là giúp cho tâm thức ấy niệm đến danh hiệu và chúng ta cũng nhờ Đức Di Đà Như Lai với lòng dễ dãi đối với chúng ta để cứu vớt, ân ấy như mưa lên trên núi. Để báo Phật ân đức cao dày kia, phải luôn niệm danh hiệu Phật. Anakashiko (Thật thô thiển), Anakashiko (Thô thiển).

Văn Minh năm thứ 6 (1474) viết điều nầy vào ngày Mùng 5 tháng 8.

(3)
Xuyên Cửu (Khảo) Tánh Quang

Ở nơi Khảo Cửu Tánh Quang môn đồ nhiều người có tâm tin tưởng nơi Phật pháp mà ở tâm họ thì chẳng mang theo gì, chỉ duy nhất, lúc ấy đang lưu hành một nghĩa của tâm rõ ràng về sự sa thải. Mỗi người dùng tai để nghe người bên cạnh, chẳng mang theo sự suy nghĩ căn bản nào, bây giờ hướng về trị định của việc vãng sanh về Cực Lạc. Điều nầy chính là bổn nguyện của sự niệm Phật vãng sanh của Đức Di Đà Như Lai. Đó chính là lời nguyện thứ 18. Ngay cả người tại gia vô trí; hoặc thập ác hay ngũ nghịch v.v… đều được quyết định chẳng có gì ngăn ngại gọi là tín tâm nơi tha lực. Tất cả đều được vãng sanh về Cực Lạc.

Như thế gọi là tín tâm, gọi đó là sự khó khăn, không có gì là phiền não; chỉ có một việc là niệm A Di Đà Như Lai, không có hai tâm để hướng đến, cái ta của tâm tan ra. Ví dụ 10 người thì cả 10 đều trở thành Phật. Tâm thức nầy là một sự nhanh lẹ, chỉ nghe thốt ra tiếng niệm Phật của mọi người. Đó chẳng phải là sự vãng sanh về Cực Lạc. Còn người nào chí tâm với sự niệm Phật nầy thì người đó sẽ sớm thành Phật, không có gì ngăn cản, nếu có tâm tha thiết tin tưởng Di Đà và nếu được quyết định thì việc vãng sanh về Tịnh Độ dễ dàng. Ngoài ra cũng còn có bí sự nữa, đó là suy nghĩ cung kính lễ bái để thành Phật. Đối với việc nầy chính là bổn nguyện tha lực của Đức A Di Đà Như Lai, mà ở đời sau vào lúc tội của con người sâu dày, mà có căn cơ gốc gác, nếu chỉ dừng ở tai nghe, chúng ta vì thế cũng sẽ tương ưng với tha lực bổn nguyện kia. Như thế phải tạ ơn lời thệ nguyện của Đức Di Đà Như Lai. Cảm tạ kim ngôn của Đức Phật Thích Ca Như Lai. Ngưỡng vọng, tin tưởng.

Như vậy thì nói về việc nầy người người đều cho rằng đó là sự quyết định của tín tâm đương thời đối với những hành giả niệm Phật. Ngoài ra có một thời kỳ giữa người có tâm niệm Phật đối với việc cứu vớt dễ dàng kia như mưa trên núi thì đó cũng chính là sự niệm Phật để báo ân vậy. Anakashiko (Thật thô thiển), Anakashiko (Thô thiển).

Văn Minh năm thứ 6 (1474), viết điều nầy vào ngày Mùng 6 tháng 8.

(4)
Đại Thánh Thế Tôn

Điều sâu thẳm hơn của con người là chạy theo thể thức

hướng dẫn, khi sống cũng như khi chết, điều nổi bật là trở nên buồn thảm. Để làm rõ việc nầy, nên phải tìm hiểu cặn kẽ. Thời gian năm tháng trôi qua, điều nầy người ta không thể chạy trốn được. Hơn thế nữa, như ở bên trên, đầu tiên là Đức Đại Thánh Thế Tôn (Thích Tôn). Ở dưới tận cùng ác nghịch thì có Đề Bà. Tất cả đều theo sự vô thường cả. Nếu lỡ thọ thân làm người, thì đã có Phật pháp.

Thỉnh thoảng với Phật pháp khi gặp được cánh cửa của việc tự lực tu hành, khi đến thế hệ sau, thời bấy giờ nếu nói đến chuyện con đường xa lìa sanh tử một cách thích hợp, lại chẳng quan tâm đến bổn nguyện của Đức Di Đà Như Lai. Cho đến bây giờ chỉ còn có thể được là một pháp của hoằng nguyện. Hơn nữa, chỉ tin tưởng Cực Lạc Tịnh Độ thì chỉ cần nương tựa Đức Di Đà Như Lai. Đây chính là tín tâm quyết định với phương pháp niệm Phật.

Tuy vậy ở trong cuộc đời với con người, tâm hồn chẳng được rộng mở để đón nhận. Đó chỉ là việc xướng lên bằng âm thanh câu Nam Mô A Di Đà Phật, nghĩ về việc vãng sanh Cực Lạc, không ứng tiếp, chẳng rõ biết. Đây chỉ nói về việc tâm hồn dùng làm thể của 6 chữ Nam Mô A Di Đà Phật, và nếu chỉ một hướng mong mỏi nương tựa nơi Đức Di Đà Như Lai thì vị Phật của chúng sanh rất hoan hỷ. Hình tướng nhẹ nhàng thể hiện qua 6 chữ Nam Mô A Di Đà Phật. Nếu không tin tưởng vào Đức A Di Đà Như Lai thì ở đời sau những việc to lớn khác chẳng thể biết việc gì là không hiện ra. Do chạy theo tạp hạnh tạp thiện. Nếu một tâm một hướng đến Đức Di Đà Như Lai để cầu nguyện, không phải hai niềm tin, thì chúng sanh cầu nguyện đó sẽ được hào quang phóng ra bao bọc và trong ánh sáng đó sẽ được nhiếp thủ vào. Điều nầy chính là sự thể hiện ánh sáng lợi ích của sự nhiếp thủ từ Đức Di Đà Như Lai. Đây cũng có thể nói là sự lợi ích của lời thệ nguyện qua sự bất xả vậy.

Đặc biệt là trong ánh sáng quang minh của Đức A Di Đà

Như Lai được nhiếp thủ đó, một lần sinh mạng hết thì chính thức được vãng sanh về Báo Độ chân thật. Không có gì để nghi ngờ.

Cảm tạ Đức A Di Đà Như Lai để báo đền ân đức như mưa trên núi kia. Lần nữa lại niệm Nam Mô A Di Đà Phật. Đó chính là tâm hồn chỉ báo ân đối với ân đức đó. Anakashiko (Thật thô thiển), Anakashiko (Thô thiển).

Văn Minh năm thứ 6 (1474) ngày 18 tháng 8.

(5)
Chư Phật bi nguyện

Cuối cùng thì lòng thương của chư Phật qua bốn nguyện của Đức Di Đà. Để tìm hiểu rõ ràng về việc nầy trước tiên là đối với 10 phương chư Phật, dẫu cho chúng sanh tội lỗi có sâu dày đi chăng nữa như cứu vớt ngũ chướng hay tam đồ của người nữ. Trên hết đây chính là bổn nguyện của Đức A Di Đà đối với tâm nguyện của chư Phật.

Qua lời đại nguyện của Đức Di Đà Như Lai đối với cơ duyên ít ỏi của chúng sanh bị thập ác, ngũ nghịch cũng như người gặp tội ngũ chướng hay đến tam đồ của người nữ. Tất cả những việc như vậy đặc biệt là không thể nhận được sự cứu vớt qua đại nguyện. Nếu chúng sanh như chúng ta chỉ một tâm một hướng cầu nguyện, chắc chắn 10 người đều được cứu vớt hết cả 10, được tiếp dẫn về Cực Lạc qua đại thệ nguyện lực của tha lực. Căn cứ từ việc nầy, đó chính là khả năng bốn nguyện của Đức Phật A Di Đà. Với chúng ta tất cả đều là những người phàm phu, dẫu cho có cầu nguyện như thế nào hay có mang theo cơ duyên nào đi chăng nữa so với khả năng của Đức Di Đà có thể thấy được điều đó. Đó là điều rõ ràng rồi. Điều đó chính là dựa vào niềm tin, tin Đức Di Đà, cầu nguyện về Cực Lạc qua sự niệm Phật.

Đáp rằng:

Đầu tiên việc niệm Phật được lan tỏa trong nhân gian. Được điều là không phân biệt gì cả với ai nếu chỉ niệm Nam Mô A Di Đà Phật, mọi người tìm đến sự cứu độ. Điều đó đã xảy ra từng điểm nhỏ tại các nơi như: Kinh đô, nhà quê, rồi giáo nghĩa của Tịnh Độ Tông được lưu bố chia ra khắp nơi. Như vậy không thể nào không có chuyện thị phi. Đối với Ngài Khai Sơn Thân Loan đã mở khai tư tưởng của một mạch phái truyền thừa. Khi nghe vào tai việc giải thoát thì mọi người đều khát ngưỡng mong đợi với suy tư hoan hỷ nơi lòng tin. Đối với giới hạn của người tại gia ở trong cả một đời tạo ác; với thân nầy đã tạo ra không biết bao nhiêu tội nặng không kể xiết, khi rõ biết bổn nguyện của Đức Di Đà Như Lai, qua cơ duyên lấy đó làm căn bản và tin tưởng vào nguyện lực bất tư nghì kia sâu xa, một lòng một hướng mong mỏi cầu nguyện nơi Đức Di Đà với một tâm tin tưởng vào tha lực. Đây chính là tâm, gọi là chủ thể đối với lòng tin về tha lực kia. Chủ thể qua danh hiệu 6 chữ Nam mô A Di Đà Phật và sự cứu độ chúng ta qua Đức Phật Di Đà đã hiện rõ qua hình tướng nơi tâm của chúng ta. Đây chính là người được gia hộ với lòng tin về tha lực. Hai chữ Nam Mô nầy chính là sự mong mỏi một lòng một hướng của chúng sanh đối với Đức Phật A Di Đà, nghĩ về sự cứu độ; gọi đây là tâm của ta nhớ nghĩ trở về.

Tiếp đến với 4 chữ A Di Đà Phật. Chữ Nam Mô mà chúng sanh cầu nguyện; còn A Di Đà Phật được thấm qua nơi tâm của mình. Với tâm nầy lại được nhiếp thủ bất xả. Gọi là nhiếp thủ bất xả tức là hành giả niệm Phật thì trong hào quang của A Di Đà Như Lai chiếu sáng đến, không từ bỏ tâm nầy. Đây chính là bản thể của Nam Mô A Di Đà Phật. Bởi vì với chúng ta qua sự cầu nguyện Đức Phật A Di Đà là sự chứng cớ ban cho qua 6 chữ Nam Mô A Di Đà Phật đã hiện ra.

Việc rõ ràng với sự ảnh hưởng nơi tâm để trị định việc vãng sanh về Cực Lạc của chúng ta. Hãy tư duy cảm tạ chân thành.

Ngoài ra hãy nhanh chóng cầu nguyện sự cứu độ của Đức Di Đà Như Lai với sự hoan hỷ niệm Phật qua sự cứu độ. Đây gọi là sự niệm Phật để báo tạ ân Phật qua việc niệm Phật. Đó chính là niềm tin qua sự xưng danh vậy. Anakashiko (Thật thô thiển), Anakashiko (Thô thiển).

Văn Minh năm thứ 6 (1474) viết điều nầy vào ngày Mùng 6 tháng 9.

(6)
Nguyện hạnh cụ túc (hạnh nguyện đầy đủ)

Căn cứ vào câu Phật hiệu Nam Mô A Di Đà Phật và đầu tiên là hai chữ Nam Mô. Ở đây có hai nghĩa là quy mệnh và phát nguyện hồi hướng. Lại nữa chữ Nam Mô cũng gọi là nguyện. Còn A Di Đà Phật có nghĩa là hạnh. Với tạp hạnh tạp thiện xuyên qua việc chuyên tu chuyên niệm đối với Đức Di Đà Như Lai qua sự cầu nguyện để được cứu độ, gọi là quy mệnh của một niệm khi được thể hiện thì không cần so lường, ánh sáng sẽ phóng ra chiếu đến hành giả và giữ gìn. Với tâm ấy là tâm của 4 chữ A Di Đà Phật. Đây cũng chính là tâm của sự phát nguyện hồi hướng.

Từ việc nầy 6 chữ Nam Mô A Di Đà Phật chính là tên gọi hiện ra với tín tâm tha lực đối với việc văng sanh của chúng ta. Trên hết nói câu văn của nguyện thành tựu (Đại Kinh - phần dưới) có đề cập đến rằng: "Văn kỳ danh hiệu tín tâm hoan hỷ" (nghe danh hiệu nầy, tín tâm hoan hỷ). Đây chính là danh hiệu khi nghe, tâm mình hoan hỷ. Gọi là "khi nghe danh hiệu, không phải là sự nghe đối với thiện tri thức, mà 6 chữ Nam Mô A Di Đà Phật khi đã vào tai rồi thì hoan hỷ để sanh về Báo Độ, chính là tâm thức có tính cách đạo lý của tín tâm tha lực. Ngoài ra gọi là "tín tâm hoan hỷ". Đó chính là tín tâm quyết định để văng sanh về Tịnh Độ với tâm hoan hỷ không còn nghi ngờ gì nữa. Đây chính là phương án năm kiếp đào thải vĩnh kiếp của sự lao khổ từ Đức Di Đà Như Lai, để dễ dàng cứu vớt chúng ta với tâm cảm tạ, không thể diễn tả hết được.

Ở nơi "Hòa tán" phần "Chánh tượng mạt hòa tán phần 51" có đề cập đến. Đó chính là sự "hồi hướng đến Nam Mô A Di Đà Phật với ân đức rộng lượng khó nghĩ bàn. Nhập vào sự lợi ích của vãng tướng hồi hướng và hoàn tướng hồi hướng". Lại nữa ở nơi "Chánh tín kệ" cũng có đề cập đến "duy năng thường xưng Như Lai hiệu, ứng báo đại bi hoằng thệ ân" (Chỉ thường hay xưng hiệu Như Lai, hiện báo đại bi, ân thệ nguyện rộng lớn). Không dừng lại ở các việc đi đứng ngồi nằm khi các duyên đến thì vì muốn báo ân Phật chỉ cần niệm danh hiệu Phật mà thôi. Anakashiko (Thật thô thiển), Anakashiko (Thô thiển).

Văn Minh năm thứ 6 (1474) viết điều nầy vào ngày 20 tháng 10.

(7)
Tam nghiệp

Cuối cùng thì với ý nghĩa duy nhất đối với tâm mà Thân Loan Thánh Nhơn đã truy tìm đến, mà với người đời sau ác thế, đối với bối cảnh thiếu trí tuệ của người tại gia, chẳng cần phải cân nhắc, ngay cả với những người mắc phải tật bệnh cũng có một căn bản dẫn đường để sanh về Tịnh Độ qua tha lực tín tâm. Như vậy đối với Đức A Di Đà Như Lai, dầu cho thập ác, ngũ nghịch của người ngu hay ngũ chướng, tam đồ của người nữ đặc biệt thiếu niềm tin, sẽ trở thành người được biết đến nhiều.

Ở đây đề cập đến sự phàm phu, nếu có lòng tin nơi Đức Phật A Di Đà, không kể vì chướng ngại cũng có thể có khả năng để vãng sanh về thế giới Cực Lạc. Chỉ cần tin tưởng nơi Đức Di Đà Như Lai ở trong ta và một hướng trở về với Di Đà, tin một lòng vào Bổn Nguyện, không có hai tâm đối với Đức A Di Đà Như Lai, chắc chắn sẽ vãng sanh về Cực Lạc. Đối với đạo lý nầy một lần nữa ảnh hưởng hình ảnh của tha lực tín tâm. Tín tâm thường hay nói đó là hay phân biệt với Bổn Nguyện của A Di Đà Phật là một lòng quy mệnh về Đức Phật A Di Đà. Sự an tâm với tha lực ấy được quyết định. Như vậy 6 chữ Nam Mô A Di Đà Phật được ảnh hưởng mạnh mẽ nơi tâm và đó là chủ thể của tín tâm quyết định vậy.

Còn 2 chữ Nam Mô là cơ duyên tin tưởng vào Đức Phật A Di Đà của chúng sanh. Kế tiếp 4 chữ A Di Đà Phật đó chính là nói về phương pháp cứu độ chúng sanh của Đức Phật A Di Đà. Ngoài ra cơ pháp nhứt thể của Nam Mô A Di Đà Phật chính là tâm nầy. Căn cứ từ đây ba nghiệp của chúng sanh và ba nghiệp của Đức Di Đà cùng một thể. Ngài Hòa Thượng Thiện Đạo giải thích rằng: "Bỉ thử tam nghiệp bất tương xả ly" (Ba nghiệp của kia đây, chẳng cùng lìa nhau) theo thiện định nghĩa. Đây chính là tâm đó.

Căn cứ theo người quyết định tín tâm một lòng quy mệnh thì tất nhiên được vãng sanh về Báo Độ, đặc điểm là không còn nghi ngờ. Đối với những kẻ lấy tâm chấp vào tự lực thì không có cơ hội. Chỉ những người tin sâu vào nguyện lực bất tư nghì và với người nhứt tâm cầu nguyện nơi Đức Di Đà, thì ngay cả 10 người đều đủ 10 người sẽ vãng sanh về Chơn Thật Báo Độ ấy. Như trên đã nói dần dần với việc tin sâu Đức A Di Đà Như Lai để báo ân, thì chỉ có việc niệm Phật để báo tạ mà thôi. Anakashiko (Thật thô thiển), Anakashiko (Thô thiển).

Văn Minh năm thứ 7 (1475) ngày 23 tháng 2.

(8)
Bất hồi hướng

Cuối cùng dạo nầy ở đây và nhiều nơi khác đã nghĩ đến đương lưu an tâm. Chữ nghĩa có sự sai khác, mọi người đối với việc nầy của chúng ta nghĩ rằng có nhiều tâm đắc, đặc biệt là đối với pháp nghi có nhiều người tìm kiếm mà ngay cả với tín tâm chân thật cũng không phải là ít. Đây thật ra chỉ là sự chấp tâm của mọi người. Đối với tâm sám hối về việc cải hối thì nằm chỗ tín tâm của đương lưu chơn thật. Bây giờ không quyết định văng sanh về Báo Độ. Đúng là đã vào trong núi ngọc mà trong tay thì chẳng mang về được gì.

Ngoài ra với tín tâm sai khác ấy qua lời văn được rõ biết như sau: "Điều ấy đối với Đức Di Đà Như Lai qua 10 kiếp thành Phật đã định ra việc văng sanh về Tịnh Độ của chúng ta. Bây giờ chẳng quên sự nghi ngờ về tín tâm đó". Không phân chia về tín tâm quyết định trở về với Di Đà, không văng sanh về Báo Độ. Như vậy thì trở thành tâm của người bên cạnh.

Đối với việc nầy đây chính là sự thể hiện hình thức của đương lưu an tâm. Lại nữa đây cũng chính là đang mang tâm thức làm bản thể của câu Nam Mô A Di Đà Phật.

Đó là ảnh hưởng tha lực của tín tâm.

Như vậy qua 6 chữ "Nam Mô A Di Đà Phật" mà Ngài Thiện Đạo đã giải thích thì Nam mô gọi là quy mạng, lại cũng còn có nghĩa là phát nguyện hồi hướng (Phần huyền nghĩa). Căn cứ vào ý nghĩa trên thì trong cái nhơn của Đức A Di Đà Như Lai khi quyết định về việc thực hành văng sanh của phàm phu chúng ta, và từ sự thành tựu bên trên qua tự lực để hồi hướng của những người phàm phu, và vì Đức A Di Đà Như Lai đối với thân cực nhọc của phàm phu đã dùng tâm hồi hướng nầy để hồi hướng cho chúng ta được thành tựu và một lòng với Nam Mô và quy mệnh. Sự hồi hướng nầy là sự thăng tiến với phàm phu của chúng ta. Ngoài ra từ phàm phu trở thành hồi hướng thì điều nầy sự hồi hướng của Như Lai mà từ các vị hành giả là chẳng hồi hướng. Điều nầy được hiểu qua 2 chữ Nam Mô mà tâm ấy quay về. Lại cũng là tâm phát nguyện hồi hướng nữa.

Đối với việc nầy chữ Nam Mô và quy mệnh mà chúng sanh chắc chắn phải được nhiếp thủ, không xả bỏ đối với câu Nam Mô A Di Đà Phật. Điều nầy một lần nữa tha lực tín tâm của nhứt tâm quy mệnh đã được rộng mở cho những hành giả niệm Phật của bình sanh nghiệp thành vậy.

Việc rõ ràng đối với tâm thức của nhiều người là tin tưởng rõ biết cái thâm sâu ân đức của Đức Di Đà Như Lai, trong khi đi đứng ngồi nằm cũng đều xưng danh niệm Phật. Ở đây một lần nữa nơi Chánh Tín Kệ cũng đã hiển thị qua câu văn là: "Ức niệm Di Đà Phật bổn nguyện, tự nhiên thời nhập tất định, tuy năng thường xưng Như Lai danh, ứng báo đại bi hoằng thệ nguyện" (Nhớ nghĩ bổn nguyện của Đức Phật Di Đà, tự nhiên liền được vào định, chỉ hay thường xưng danh Như Lai hiệu, ứng báo đại bi, ân thệ lớn).

Văn Minh năm thứ 7 (1475) ngày 25 tháng 2.

(9)
Loan Thánh Nhơn - Ngự mệnh nhựt (ngày kỵ giỗ)

Cuối cùng thì hôm nay là ngày giỗ của Loan Thánh Nhơn (Thân Loan), chắc chắn sẽ có nhiều người mang lễ vật đến với tâm thành lên lễ báo ân tạ đức. Dĩ nhiên là không ít. Tuy nhiên đối với những người bên trên cũng có người không phải vậy. Nếu đối với tín tâm chân thật và tha lực bổn nguyện chưa được thành tựu to lớn với bối cảnh chưa an tâm, thì ngày hôm nay sẽ có những người quyền quý xuất hiện. Ngồi ở trong giảng đường nghe giảng, họ luôn suy nghĩ đến việc cang yếu của Chơn Tông. Trong đó ít người hiểu rõ về ý của Thánh Nhơn. Việc nầy gọi là chẳng thỉnh mời mà những người bề trên cũng đã đến nơi của chúng ta để cùng mọi người làm lễ báo tạ.

Cứ mỗi tháng đến ngày 28 chắc chắn những người về hưu nầy sẽ dẫn theo nhiều người nữa. Trong ngày đó sẽ có những người chưa quyết định về niềm tin hiện diện cùng với những người có tín tâm tha lực của Bổn Nguyện chân thật. Ở lần nầy chúng ta sẽ quyết định đối với bản thân về việc vãng sanh về Báo Độ, mà hầu như người có ý khẩn cầu về việc báo ân tạ đức với Thánh Nhơn thì ít thấy. Lại thêm việc đạo lý của sự trị định trên lộ trình vãng sanh Cực Lạc của tự thân cũng ít xuất hiện. Đối với việc nầy như trong Lễ Tán có giải thích ở phần viết phụ là: "Tự tín giáo nhơn tín, nan trung chuyển cánh nan, đại bi truyền phổ hóa, chơn thành báo Phật ân" (tự tin dạy người tin, trong khó chuyển đổi khó, đại bi truyền khắp chốn, chơn thành báo ân Phật).

Điều nầy khi Thánh Nhơn nhập diệt trải qua hằng trăm năm, thì trước mắt ít đếm được người lễ bái hình tượng. Lại nữa ân đức kia cũng bị ngọn gió vô thường thổi đến gặp lời chân thật về sự tương thừa huyết mạch ít thấm sâu vào tai. Một thời niềm tin về chơn thật tha lực so với bây giờ có khác. Đối với việc nầy và trong thời hiện nay hầu như tín tâm về Bổn Nguyện chân thật không có rộng được bao nhiêu người. Hầu như chỉ còn căn cứ vào việc lành ở đời trước để suy nghĩ về thân mình. Nếu căn cơ của chúng ta chẳng có được việc lành ở đời trước khai mở thì bây giờ việc vãng sanh cũng sẽ trở thành bất định. Dẫu cho có chạy đi đâu thì cũng khó thành tựu việc nầy.

Tuy nhiên nếu có người nào thẳng một đường với Bổn Nguyện thì sẽ gặp được vô thượng Bổn Nguyện vậy. Đây chính là sự hoan hỷ trong hoan hỷ. Sự thế đắc đó, chính là niềm tin. Từ điều nầy trải qua năm tháng với người tâm chưa tỉnh ngộ thì sự kiên nhẫn đối với một lòng về sự chơn thật của tín tâm tha lực, mà con người chưa có thì ý nghĩa sự báo ân với Thánh Nhơn về sự Chơn Thật không có. Bây giờ đối với điều nầy việc dùng tâm để báo tạ ân đức của Thánh Nhơn thật là hiếm có. Anakashiko (Thật thô thiển), Anakashiko (Thô thiển).

Văn Minh năm thứ 7(1475) viết việc nầy vào ngày 18 tháng 5.

(10)
Thần Minh Lục Cá Điều

Cuối cùng đối với các môn đồ đương thời, trong đó có việc

Thiện Mục của Lục Cá Điều được biết đến. Bên trong thì nói tin tưởng Phật pháp, nhưng bên ngoài thì hình thức thể hiện khác đi. Nhưng đương thời đối với những người niệm Phật thì thỉnh thoảng đối với một trào lưu của Tông khác cũng đã thể hiện sự rào cản. Như phần giải thích rõ ràng phía sau lần lượt theo các hạng mục, để cho những người tu hành theo Phật pháp rõ. Nếu việc nầy không rõ biết cả phía sau thì suốt trong thời gian dài môn đồ sẽ bị tổn thương.

- Đối với Thần Xã không thể cắt đứt

- Chư Phật, các vị Bồ Tát cũng như các nơi thờ tự không thể cắt đứt

- Các Tông, các pháp không được hủy báng

- Thủ hộ, địa đầu không được bỏ qua

- Phật pháp của Quốc gia không để thành phi nghĩa và phải là chánh nghĩa

- Đối với tín tâm tha lực đương thời phải quyết định sâu xa nơi nội tâm

Việc thứ nhất đối với các vị Thần Minh, bổn địa đã biến hóa thành các vị Phật và Bồ Tát. Thế giới nầy đối với chúng sanh gần như là Phật là Bồ Tát không khác. Do vậy phương tiện đối với các vị Thần Minh. Ngược lại các vị Thần hiện ra kết nối với những chúng sanh thì với năng lực ấy cũng hướng đến Phật pháp. Điều nầy lại cũng là "đầu tiên kết duyên với Hòa Quang Đồng Trần, cũng như lợi vật đối với Bát Tướng Thành Đạo" như Chỉ Quán có đề cập đến. Bây giờ ở trong thế giới của chúng sanh có người tin theo niệm Phật gọi là Phật pháp; nhưng đối với các vị Thần Minh, họ chính là bổn ý đối với chúng ta phải nên ghi nhớ. Ngoài ra nếu trở về lại với bi nguyện của Đức Phật Di Đà thì không thể tin vào những vị Thần Minh. Ở trong đó có lòng tin giống nhau được thánh hóa.

Thứ hai là đối với chư Phật và chư vị Bồ Tát. Nếu là bổn địa của các vị Thần Minh và lúc bấy giờ có chúng sanh tin tưởng niệm Đức A Di Đà Như Lai, thì đối với tất cả chư Phật cùng chư vị Bồ Tát mà chúng ta tin, thì tin vào Đức Bổn Sư A Di Đà Như Lai. Căn cứ từ việc nầy phải nhớ về bổn hoài của ta trên hết, đặc biệt là khi tin vào chư Phật thì chỉ tin vào một Đức Phật A Di Đà, còn tất cả chư Phật, Bồ Tát luôn kính trọng cái đức của những vị nầy, nhưng phải một lòng một hướng quy mệnh về Đức A Di Đà Như Lai thì tất cả trí tuệ của chư Phật cũng như công đức của cùng một thể với Đức Di Đà nên nương tựa về.

Thứ ba là không nên hủy báng các Tông, các pháp khác. Căn cứ theo ba bộ Kinh của Tịnh Độ thì không thấy nơi nào học giả của các Tông cũng như người niệm Phật có sự hủy báng nhau. Tông ta, Tông kia cùng chung một đạo lý như nhau.

Thứ tư là Thủ Hộ. Địa Đầu thường nên giới hạn, sự hiến cúng bị bỏ bê, ngoài ra còn lấy nhơn nghĩa làm gốc nữa.

Thứ năm là giữa sự chánh nghĩa của các phái ở các nơi lần lượt hiện ra bởi tà kiến thấy được, thì chỗ ấy từ nay về sau phải rõ ràng nghe biết chánh nghĩa của sự chân thật đương thời và đối với kẻ miệng lưỡi độc ác hãy sửa đổi họ thành người có tâm lành.

Thứ sáu gọi là đối với người niệm Phật chơn thật lúc đương thời, phải cần nên rõ biết về chánh nghĩa đã được định hình bởi Ngài Khai Sơn Thân Loan. Đó là ý chính của Tông đối với những người thân còn tạo ác, làm việc bất thiện muốn vãng sanh về Cực Lạc. Đây được suy nghĩ là chánh nghĩa của việc an tâm một thời. Không cần nói gì hơn là nhứt tâm nhứt hướng đến Đức A Di Đà Như Lai để cầu nguyện, để chúng ta có cái thân phiền não ác nghiệp nông cạn nầy có thể tìm về sự cứu độ với năng lực có duyên mạnh mẽ của nguyện lực Di Đà và có thể nghĩ rằng đó là sự bất khả tư nghì vậy. Tâm nầy một niệm cũng không còn nghi ngờ, đối với sự suy nghĩ của tâm luôn kiên cố thì chắc chắn Đức Di Đà với ánh sáng vô ngại sẽ phóng ra, bao trùm thân ta để nhiếp thủ. Đó là đối với những người có tín tâm quyết định thì 10 người cả 10 đều được vãng sanh về Báo Độ. Đây chính là tín tâm của tha lực qua người đã quyết định.

Như bên trên bất luận là người có tâm ý gì, hầu hết phải cảm ơn ân đức rộng lớn của Đức A Di Đà Như Lai, để báo tạ Phật ân kia, chúng ta bất kể khi ngủ cũng như khi thức chỉ nên nghĩ đến câu Nam Mô A Di Đà Phật. Nếu được như vậy thì đối với đời sau chẳng có gì gọi là không đầy đủ để tiếp tục truyền thừa pháp môn, cho con người quay lại bên cạnh mô hình pháp lưu nầy thì hầu như lần lượt không ai là không được lợi lạc. Hãy luôn luôn nhớ đến việc nầy. Anakashiko (Thật thô thiển), Anakashiko (Thô thiển).

Văn Minh năm thứ 7 (1475) ngày 15 tháng 7.

(11)
Mỗi năm chẳng thiếu

Cuối cùng thì ngày 28 tháng nầy là ngày giỗ của Ngài Khai Sơn Thân Loan Thánh Nhơn. Đây chính là một Phật sự để tri ân báo đức mà mỗi năm chẳng thể thiếu. Ngay cả nơi kinh đô hay các nơi làng mạc ở đâu cũng nghe tiếng mõ gỗ đánh lên vang dội. Điều nầy đối với Ngu Lão thời gian giữa bốn năm năm chẳng kể lúc ở miền núi biển của Bắc Lục, sự không chờ đợi đối với việc còn lại mạng sống, ở tại nơi đó năm đầu tiên đã làm lễ kỵ giỗ và giảng về sự báo ân của Chánh Kỵ Thánh Nhơn. Đây thật là một túc duyên bất khả tư nghì vui mừng khôn xiết. Nơi nầy nơi kia mọi người vân tập về, việc đầu tiên là rõ biết về sự quyết định để ghi nhớ ngày của Thánh Nhơn khai sơn.

Nếu nói về việc nầy thì được ngưỡng vọng định hình với tâm thức là: "Ví dụ như người trộm trâu, với Phật pháp, người hậu thế không phải là chỗ lật lọng đổi thay mà ngoài ra còn có

Nhơn, Nghĩa, Lễ, Trí, Tín của vương pháp trước tiên nữa. Đối với nội tâm phải tin sâu vào tha lực bổn nguyện lấy làm gốc". Gần đây con người thể hiện dáng điệu rõ biết về Phật pháp, với ngoại hình thấy người ta có vẻ như tin tưởng Phật pháp, nhưng nội tâm thì không có phân biệt trên lộ trình quyết định cho sự an tâm đương thời, mà bên cạnh đó là sự tuyên truyền về Thánh giáo đối với thân nầy đọc chữ nầy chữ kia, đối với pháp môn thì chẳng rõ biết, trong môn đồ đây đó trải qua như hư ngôn, rồi từ ngữ ở chùa sự thành bại được người ta dùng như cuồng ngôn, những câu chuyện đời lấy đó làm ý nghĩa lúc đương thời như những điều bị nhiễm ô, không thể hiện được lần lượt những sự chơn thật.

Đối với việc nầy, tháng nầy vào ngày 28 làm lễ giỗ kỵ báo ân giảng dạy trong vòng 7 ngày. Việc chính là sửa đổi, sám hối cả hai chính nghĩa đều không nghĩ đến thì đối với việc giảng dạy báo ân trong 7 ngày ấy chỉ là dấu hiệu của tay chân mang lại chỉ vì sự chơn thật muốn báo ân tạ đức. Ngoài ra đối với nơi ấy phải rõ ràng, làm sao cho mọi người rộng mở lòng tin nơi nguyện lực của Đức Di Đà. Dẫu cho Phật ân có báo tận, cùng Sư đức báo tạ thì đạo lý nầy cũng nên mang đến thật nhiều cho thủ túc, thì những người ấy đối với Thánh Nhơn, đối với sự chơn thật lại tối tăm lo lắng; ngoài ra bị phân biệt. Do vậy ngày giỗ ở tháng nầy để chúng ta cùng đồng lòng báo ân tạ đức phải được hiểu sâu rộng như vậy. Anakashiko (Thật thô thiển), Anakashiko (Thô thiển).

Văn Minh năm thứ 7 (1475) viết điều nầy vào ngày 21 tháng 11.

(12)
Túc thiện hữu vô

Cuối cùng thì để cập về những việc gần đây đối với các nơi trong nước. Tùy theo từng phần mà Phật pháp là tên gọi của pháp môn dùng để tán thán khuyến hóa làm bối cảnh trong đó. Ngoài ra đối với chánh nghĩa của đương thời về tâm ý nên nhớ lại những lúc ban đầu làm cơ sở. Ngoài ra gọi là những việc chẳng thể, đầu tiên đối với việc suy nghĩ của những trung tâm, chúng ta rõ biết bản sắc cùng căn nguyên của Phật pháp, không phân biệt qua sự tương truyền, hoặc là do sự đa đoan của duyên hay chướng tử từ bên ngoài, chưa tự nhiên nghe được pháp môn một cách rõ ràng đối với pháp môn chân thật ấy phải có tấm lòng dưỡng nuôi. Ngoài chúng ta ra Phật pháp phải lần lượt rõ biết cũng như suy nghĩ. Đối với việc nầy lại một lần nữa lúc đương thời đối với chánh nghĩa về hình thức đạo đức được tán thán đã được thấy. Đối với việc nầy là sự biên chấp vậy. Đồng thời chúng ta từ người ấy rõ biết sắc thái và hành động sẽ trở nên người kiêu mạn số một.

Khi nghe về trung tâm rõ ràng thì trong môn đồ ở các nơi khi trở lại đọc Thánh Giáo thì bên cạnh đó ý nghĩa của chúng ta mang theo danh hiệu từ chùa chính, đối với người khen ngợi hư ngôn trở thành vay mượn. Đối với những người nầy dẫu cho giỏi Phật pháp đi nữa thì với Thánh Giáo chỉ có đọc mà thôi. Thô thiển, thiển cận, bỏ chạy trốn, đó là một việc. Căn cứ vào việc nầy, đầu tiên nói về nghĩa của đương thời, đối với người hay khuyến hóa nơi ngược lại, thì sự khuyến hóa ấy lần lượt phải nên rõ biết sự tồn tại kia.

Điều nầy đối với những người có suy nghĩ về tín tâm tha lực lúc đương thời, đầu tiên là túc thiện và cơ duyên của vô túc thiện bỏ rơi. Ngay cả từ xa xưa có nhiều môn đồ cũng hay dùng cách gọi ấy, đối với tín tâm của căn cơ về vô túc thiện chấp chặt thì đối với sự quyết định để tin vào hình thức căn cơ túc thiện lại mở ra. Vậy thì căn cơ của vô túc thiện ở trước, khi mà chánh tạp hai hành bị đào thải thì sẽ hủy báng. Túc thiện nầy không phải để phân biệt về đạo lý của vô tích thiện mà là cánh tay nối dài với con người của thế gian chắc chắn phải nên khuyến hóa để giữ lại.

Đối với Đại Kinh phần hạ có ghi rằng: "Nhược nhơn vô thiện bổn, bất đắc văn thử kinh" (Nếu người không có gốc lành, chẳng được nghe đến kinh nầy), cũng còn nói rằng: "Nhược văn thử kinh, tín nhạo thọ trì, nan trung chi nan, vô quá kỳ nan" (Nếu nghe đến kinh nầy, vui vẻ tin nhận, khó trong các khó, không khó gì hơn nầy). Lại nữa Ngài Thiện Đạo cũng đã giải thích rằng: "Quá khứ dĩ hội, tu tập thử pháp, kim đắc trọng văn, tắc sanh hoan hỷ" (quá khứ đã gặp, tu tập pháp nầy, nay được nghe lại, liền sanh hoan hỷ). Căn cứ từ việc giải thích của Kinh ta thấy được việc lành của đời trước thấy được trong giới hạn và giữ gìn lúc có cơ duyên gọi là túc thiện để trở thành pháp của đương thời.

Việc nầy phải nên rõ biết kỹ càng, khi khuyến hóa người khác, đầu tiên là lấy phép vua làm gốc, làm đầu là nhơn, nghĩa thì thuận với nghĩa của thế gian và để làm an tâm nội tâm lúc đương thời một cách sâu thẳm. Còn đối với ngoại tướng của các Tông khác lúc đương thời, các nhà khác nhìn thì rõ biết. Đây chính là sự rõ biết sâu xa về chánh nghĩa của sự chân thật lúc đương thời. Anakashiko (Thật thô thiển), Anakashiko (Thô thiển).

Văn Minh năm thứ 8 (1476) ngày 27 tháng Giêng.

(13)
Trong các môn đồ lúc bấy giờ

Điều kia đối với các môn đồ lúc đương thời nhằm để an tâm quyết định cho bản thân của con người. Lại nữa những người chưa quyết định về việc an tâm thì những người đó lần lượt lấy căn bản của vương pháp, không phải áp dụng theo chư Thần, chư Phật và Bồ Tát. Lại nữa không hủy báng các Tông cũng như các pháp. Đối với sự Thủ Hộ và Địa Đầu của quốc gia nếu không hướng về sách lược ấy thì trải qua năm tháng chỗ cống hiến bị sa thải. Ngoài ra đối với nhơn nghĩa làm căn bản, lại vì đời sau nội tâm đối với Đức A Di Đà Như Lai phải nên một hướng, một tâm, tạp hạnh của chính mình và tạp thiện của tâm hồn hãy dừng lại. Hãy một niệm tin tưởng, không còn một niềm tin nào nghi ngờ cả. Chắc chắn sẽ được vãng sanh về Cực Lạc Tịnh Độ của sự chơn thật vậy.

Ai mang tâm thức ấy, lại là hành giả niệm Phật có tín tâm về tha lực của Đức Di Đà Như Lai qua hình tướng, thì với người có tín tâm niệm Phật ấy không còn nghĩ gì cả, dẫu cho trong suốt cả cuộc đời quanh thân mình tạo ra ác nghiệp đi nữa mà người đó một lòng quay về với lòng tin từ nguyện lực của Phật, sẽ dễ dàng được cứu độ qua sự bất tư nghì của Đức Di Đà Như Lai bởi nhân duyên to lớn qua bổn nguyện của siêu thế vậy. Suy nghĩ sâu xa thì vì để báo ân, báo tạ kia nên khi ngủ cũng như khi thức đều nên niệm Phật. Đó chính là sự báo đáp Phật ân với Đức Di Đà Như Lai.

Bên trên là vì người đời sau có thể dùng đến. Những việc gần đây ở trong mọi người không đầy đủ đối với việc tương truyền pháp môn nầy không được giữ gìn. Lại nữa vô thượng pháp lưu được thiết lập, mọi người lần lượt được ân triêm. Hãy suy nghĩ sâu xa về việc nầy. Anakashiko (Thật thô thiển), Anakashiko (Thô thiển).

Văn Minh năm thứ 8 (1476) ngày 18 tháng 7.

Thích Liên Như – Hoa Giáp

TỜ THỨ TƯ

(1)

Niệm Phật hành giả

Điều nầy đối với hành giả niệm Phật Chơn Tông. Đối với pháp nghi sau đây lần lượt sẽ đề cập đến về tâm thức ấy. Thế nhưng giữa đó chỉ nói đến vấn đề tổng quát; còn việc giải thích rõ ràng thì từ đây về sau sẽ dùng ngôn ngữ căn bản về hành giả của sự đồng tâm. Ở đây có hai điểm chính vậy.

Điểm thứ nhất là việc trị định để được an tâm về việc vãng sanh của mỗi người. Điểm thứ hai là khuyến hóa siêng năng phân biệt giữa hai việc túc thiện và vô túc thiện. Đây chính là đạo lý lấy đó làm trung tâm để quyết định. Tuy nhiên với chúng ta đối với một đoạn đường của sự vãng sanh, nếu nội tâm chẳng sâu sắc để phát khởi một niệm của lòng tin thì sự xưng danh báo ân tha lực có được khả năng nhận thức. Như bên trên đã trình bày đầu tiên, nên căn cứ vào phép vua, lấy nhơn nghĩa làm căn bản. Lại nữa chư Phật, chư Bồ Tát không phải là sách lược. Các pháp, các Tông không khinh miệt, chỉ thuận theo nghĩa của thế gian dẫn dắt. Bên ngoài thì hình thức của pháp nghĩa đương thời đối với Tông khác, Pháp Môn khác thể hiện cho người ta biết, đương thời Thánh Nhơn Thân Loan đặt ra quy tắc cho hành giả Niệm Phật Chơn Tông.

Việc nầy đối với lúc xưa và bây giờ được nuôi dưỡng qua cái nghe chấp trước biên kiến, nạn hủy báng từ cửa miệng lan truyền đây đó lấy làm gốc trải qua thời gian, chắc hơn là không dùng đến. Cuối cùng đối với lúc ấy gọi là ba niềm tin vào tha lực, căn cứ theo lời nguyện thứ 18 được gọi là: "Chí tâm tín nhạo, dục sanh ngã quốc" (Chí tâm tin vui, muốn sanh nước ta). Điều nầy một lần nữa có thể gọi là tam tín, chỉ cần hành giả quy mệnh một lòng nương tựa với Đức Di Đà.

Như bên trên đã nói là không được, khi hành giả một lòng niệm Di Đà nương vào nơi túc nghiệp khai phát, tâm một lòng nhớ nghĩ bị đánh động, cắt đứt thì ánh hào quang của Phật có khả năng nhiếp thủ hành giả với một lòng trở về. Lúc ấy phải có chí tâm, tin vui và muốn sanh; chính là 3 lòng tin ấy. Lại nữa điều nầy căn cứ theo câu văn về nguyện thành tựu theo Đại kinh, phần hạ, cũng có nói rằng: "Tức đắc vãng sanh, trụ bất thối chuyển" (liền được vãng sanh, ở bất thối chuyển). Ngoài ra ở địa vị nầy lại một lần nữa cũng là nhơn hạnh của tín tâm Chân Thật, đối với hành giả của túc nhơn thâm hậu (nhơn đời trước sâu dày) và người đối với bình sanh nghiệp thành, nếu cũng quy mệnh về Đức Di Đà thì gọi là tín tâm hoạch đắc (rộng được tín tâm). Đây chẳng gọi là túc thiện.

Về căn cơ của việc niệm Phật vãng sanh thì không thể hiện với túc nhơn mà chúng ta có thể thấy là lần nầy khó có khả năng vãng sanh về Báo Độ. Việc nầy Thánh Nhơn gọi là: "Ngộ hoạch tín tâm, viễn khánh túc duyên" (gặp được lòng tin, xa vui duyên trước) (theo Văn Loại Tụ Sao) được quy ngưỡng như vậy. Đối với việc nầy khoảng thời gian ấy người ta gọi là sự khuyến hóa về túc thiện cũng như vô túc thiện, cả hai cần phải phân biệt cho rõ ràng.

Như trên đối với những người không có căn cơ về việc có không của túc thiện thì nên khuyến hóa. Tuy nhiên đến những năm tháng gần đây với Phật pháp suy đổi thì chẳng phân biệt được ý nghĩa của sự phải trái; nên không thể tán thán về sự xao lãng đó. Ý chính của Chơn Tông là: căn cứ theo điều nầy có thể nói để nghe, là nên nghe hiểu rõ ràng, để rõ biết lần lượt sự ủy thác tinh tế đó mà đương thời đã nói một ý nghĩa về sự tán thán kia. Anakashiko (Thật thô thiển), Anakashiko (Thô thiển).

Văn Minh năm thứ 9 (1477) ngày 8 tháng Giêng năm Đinh Dậu.

(2)
Nhơn gian thọ mạng

Điều đó thọ mạng của con người tính theo tuổi tác trở thành định mệnh của tuổi 56. Nhưng lúc đương thời đối với người sống 56 tuổi có thể còn kéo dài lâu hơn, thật là mang theo sự nghiêm khắc. Từ điều nầy có thể dự đoán tuổi thọ ở tuổi 63. Xem lại kỹ hơn thì năm tháng có thể kéo dài sống đến 70 tuổi. Dẫu cho có tính toán thế nào thì vẫn do nghiệp trước là chỗ cảm ứng vậy, khi đã bị bệnh thì cái duyên của việc chết chóc cũng không chối từ được. Việc nầy lần lượt phải trải qua vậy.

Điều nầy nếu nhìn với cái nhìn căn bản của lúc đương thời, nếu không phân chia theo số phận thì sự đau khổ của con người cũng chẳng quan tâm đến. Nếu có nghĩ đến việc chết chóc cũng không từ bỏ cái chết trong cuộc đời nầy. Mãi cho đến bây giờ cũng chẳng ai thay đổi được cuộc đời nầy. Chỉ có một điều là nguyện sanh về Cực Lạc Tịnh Độ, qua sự cầu nguyện sẽ trở thành Phật thể vô lậu. Nếu như vậy thì một lòng quay về với tha lực an tâm, đối với bên trên, thân nầy sẽ được đón nhận từ Phật trí đến lúc mạng sống không còn nữa, hãy xưng niệm danh hiệu, tận báo ân Phật, nếu sự cần thiết không đầy đủ, thì đời sống trước đây sẽ quyết định cho thời kỳ chết, sự trở lại sẽ chẳng nói được sự suy nghĩ gì cả.

Như bên trên sự lừa dối cái già khi nghĩ đến hiện ra nơi thân, làm cho người người đều sống với tâm trạng đó. Mang theo việc nầy với nơi đây ở thế giới nầy thì già trẻ bất định, thân nầy giống như ánh sáng của điện hay giọt sương mai. Ngay cả bây giờ khi ngọn gió vô thường đến thì thân thể nầy cũng khó chờ đợi được, ngay phút chốc sẽ trở thành đời sau, chỉ có đời sống nầy sống cho đến bạc đầu với tuổi thọ được kéo dài thì cũng nên tạ ơn về việc ấy, ít ra cũng gọi là chẳng phải việc đơn thuần. Vội vàng kể từ ngày hôm nay hãy cầu nguyện theo bổn nguyện tha lực của Đức Di Đà Như Lai, một hướng quay về với Đức Phật Vô Lượng Thọ để nguyện vãng sanh về cõi chân thật Báo Độ. Chỉ cần có việc xưng danh niệm Phật. Anakashiko (Thật thô thiển), Anakashiko (Thô thiển).

Lúc bấy giờ nhằm năm Văn Minh thứ 9 (1477) ngày 17 tháng 9 đã suy nghĩ để viết ra điều nầy, trước giờ Thìn, lúc tờ mờ sáng đã viết việc nầy.

Tín Chứng Viện 63 tuổi

Viết lại để ủy thác việc trên. Ngôn ngữ của việc quan tâm quá mức.

(3)
Đương thời thế thượng

Điều đó là việc chính thức của đương thời thế thượng, khi nào không còn sống nữa, nhớ lại những việc đã qua để so sánh. Chỉ những nơi có đường sá thông nhau hay qua lại với nhau, có thời giờ tìm đến Phật pháp, thế pháp thì đề cập đến trăm ngàn chuyện mê hoặc. Từ những việc nầy con người không đi tham bái những Linh Phật, Linh Xã, mà dẫu có được cứu vớt đi nữa thì con người khi nghe đến sự bất định của già trẻ, nên đã vội vã cũng tu hành tìm về phước đức thiện căn để nương tựa vào Bồ Đề Niết Bàn.

Ngày nay có thể nói là thời mạt pháp, ô trược loạn động, nên Đức A Di Đà Như Lai đã dùng Tha lực bổn nguyện để cho ngày nay trong chốc lác hiểu được sự bất khả tư nghị kia. Đây chính là lòng bi nguyện rộng lớn vậy. Với bối cảnh dừng ở của người tại gia, nếu đối với việc vãng sanh về cõi Tịnh Độ với pháp tánh thường lạc, với lòng tin một niệm, thì điều nầy cũng giống như là ngọc trên núi đã vào trong tay mình. Đó chính là sự an bài tuyệt diệu.

Nếu tìm hiểu kỹ càng về Bổn Nguyện của chư Phật, thì ở Chương thứ 5 về người nữ, dẫu cho có là người ác của ngũ nghịch đi nữa cũng được vượt qua khỏi. Đây chính là sự cứu độ của Đức A Di Đà Như Lai đối với người có lời nguyện vô thượng thù thắng kia; kẻ phàm phu nghịch ác hay năm chướng thuộc về người nữ cũng được cứu độ qua đại nguyện nầy. Hãy niệm ân về việc nầy. Căn cứ vào điều đó ngày xưa Đức Thích Tôn khi còn ở núi Linh Thứu khi nói ra diệu điển của Nhứt Thừa Pháp Hoa, việc nghịch hại của Đề Bà và A Xà Thế, Đức Thích Ca đã vì Vy Đề Hy mà chỉ ra cảnh giới của cõi An Dưỡng.

Khi ngồi giảng Pháp Hoa tại Linh Sơn Cung và vì Hoàng Hậu Vy Đề Hy chỉ bày ra cõi Tịnh Độ và giảng cho nghe về Bổn Nguyện của Đức Di Đà.

Như trên đã biết đối với Pháp Hoa và niệm Phật đã được dạy cùng lúc. Căn cứ vào điều nầy cho nên ở vào đời mạt pháp những nữ nhơn có phạm vào ngũ nghịch cũng có thể vì phương tiện mà nguyện vãng sanh về nước An Dưỡng. Đức Thích Ca đã cho biết Điều Đạt (Đề Bà Đạt Đa), A Xà Thế đã tạo ra tội ngũ nghịch với Vy Đề Hy, nếu không có cơ hội nương vào Bổn Nguyện bất tư nghì thì sự vãng sanh về cõi An Dưỡng khó thành tựu. Anakashiko (Thật thô thiển), Anakashiko (Thô thiển).

Văn Minh năm thứ 9 (1477) ngày 27 tháng 9 viết điều nầy.

(4)
Tam Thủ Ngự Vịnh Ca

Đó là mùa thu qua, mùa xuân cũng qua để đưa tiễn năm tháng. Ngày hôm qua cũng trôi qua và ngày hôm nay cũng sẽ trôi qua. Sự già nua đến lúc nào chẳng hề để ý đến. Nhưng ở trong đó đương nhiên có cả hoa lá, chim chóc, gió mưa, trời trăng nữa. Đồng thời con người cũng phải trải qua sự vui buồn của niềm hoan lạc và sự khổ bịnh nữa, nhưng mấy ai bây giờ suy nghĩ đến; ngay cả một chút cũng không có nữa. Nếu tìm hiểu rõ ràng thì chưa gì đầu đã bạc và thân thể trở nên yếu đuối, buồn lo. Đối với việc nầy cho đến ngày nay gió vô thường vẫn thổi đến, muốn giữ an ổn về thân tâm của chúng ta, ngay trong sự mộng mị, tất cả đều huyễn hoặc. Đối với hiện tại nếu có con đường thoát ra khỏi sự sanh tử mà cũng chẳng có một lời cầu nguyện thì cũng chẳng có hai cách.

Đối với việc nầy nếu ở trong đời vị lai ác trược chúng sanh muốn nương vào Bổn Nguyện của Đức A Di Đà Như Lai để được cứu độ thì phải cảm ơn đối với Bổn Nguyện nầy, lại cũng chẳng có một chút nghi ngờ, chí tâm quy mệnh thì chẳng mấy chốc khi lâm chung sẽ được vãng sanh trị định. Nếu đời sống còn kéo dài trong một thời gian vì niệm Phật báo tạ ân đức mà niệm Phật thì liền được mệnh chung. Điều nầy lại là bình sanh nghiệp thành vậy. Đúng ra là trong lúc ấy nghe được tín tâm quyết định nầy của con đường đi, nếu lúc ấy nơi tai không nghe được sự thối chuyển thì hãy cảm ơn để nhớ lại, để tán thán bổn nguyện tha lực của Đức A Di Đà Như Lai và nơi cửa miệng thốt ra lời ca vịnh như sau:

Cảm ơn sự gia hộ giữa con người và Phật
Hầu như việc bước lên con đường có năng lực
Để tìm đến nương tựa Đức Như Lai với thân nầy
Con đường năng lực ở phía Tây
Nghe pháp để tâm hồn bừng tỉnh
Niệm câu Nam Mô A Di Đà Phật

Thân thể của chúng ta chỉ một pháp đối với Bổn Nguyện là thù thắng, phải nói rõ như vậy. Trên đây 3 khúc ca nầy *(dịch ra tiếng Việt thành 6 câu – ghi chú của dịch giả)* của tâm thức, đầu tiên là hình tướng nói lên sự quyết định tín tâm của một lòng quy mệnh. Trong bài ca đó chính là sự lợi ích của việc Nhập Chánh Định Tụ, kiên định với tâm tất đáo diệt độ. Tiếp đến là tâm thức như bên trên đã nói là tín tâm của Khánh Hỷ Kim Cang. Đây chính là tâm thức của sự tri ân báo đức vậy. Nếu chưa đạt được phát đắc tín tâm của tha lực thì tốt nhất phải luôn miệng hành trì báo đáp Phật ân, ngay cả nghe đến người khác về túc duyên nếu có thì tâm thức phải nhớ nghĩ về sự chuẩn bị trong bảy tuần. Việc nầy đối với thân thể gặp sự ám muội chẳng có tài năng, nằm bên cạnh tấm lòng để nhận ra pháp môn như kẻ say sưa không thấy. Với bốn nguyện tha thiết ấy việc yếu kém đối với ngôn ngữ dùng bút khó có thể viết được đối với mọi người của chúng ta. Điều nầy chính là cái duyên của xưng tán Phật thừa, là cái nhơn của việc chuyển pháp luân, lại trở thành sự chấp trước lệch lạc, hãy dừng ngay việc nầy.

Anakashiko (Thật thô thiển), Anakashiko (Thô thiển).

Vào trung tuần mùa đông năm Đinh Dậu của thời Văn Minh, ngồi bên lò sưởi ghi lại việc nầy v.v...

Bên phải về việc viết nầy là do ở nơi cạnh Mộc Nguyên từ nhà Cửu Gian đến chùa Phật Chiếu, khi có dụng ý ra đi, đến con đường kế tiếp thì quảng bá thư nầy cho những vị tu sĩ ở đó.

Văn Minh năm thứ 9 (1477) ngày Mùng 2 tháng 12.

(5)
Trung Cổ dĩ lai

Từ thời trung cổ cho đến bây giờ đối với việc số người được khuyến hóa đương thời chưa khuyến hóa được việc gọi là túc thiện có và không. Cho nên phải giải thích rõ ràng từ nay về sau. Việc nầy cũng nên biết. Ví dụ như đọc Thánh Giáo, lại đến lúc đối với Pháp môn chậm chạp, đã có một thời tán thán về pháp nghĩa đối với những người giác ngộ, hoặc là vì nghe đến Phật pháp mà nhân số tăng lên. Đối với những người trong số nầy có người có cơ duyên với vô túc thiện thì pháp nghi của nhứt lưu chân thật lại bị đào thải. Gần đây người người khuyến hóa kêu gọi thể hiện, chẳng ai giác ngộ, nếu chỉ khuyến hóa thiên vị một bên nào đó thì có thể nghĩ rằng đó chỉ là việc làm an tâm cho lúc đó mà thôi. Điều nầy trở thành chướng ngại.

Mọi việc lần lượt trải qua năm tháng sẽ rõ biết. Sự khuyến hóa đương thời rất nhiều, kéo tận đến thời kỳ trung cổ, nhưng người hiểu và nhận được sự khuyến hóa thì không có. Hãy suy nghĩ nhiều về sự giác ngộ nầy, nhất là phương cách của sự biến hóa.

Mỗi tháng thường đến ngày 28, đối với lễ nghi hằng năm đều mong muốn số người tham gia siêng năng niệm Phật để báo ân tạ đức Ngài Khai Sơn Thánh Nhơn Thân Loan không giải đãi. Thế nhưng theo trào lưu hướng dẫn về cội nguồn để tìm hiểu về đạo lý ấy phải được rõ biết. Con người đối với sự khuyến hóa của Thánh Nhơn phải được phổ biến rộng rãi hơn.

Khoảng giữa đó hay gần đây ngoài việc tán thán việc đương thời đối với pháp môn thì nhiều người lại đóng cửa lại hoặc chỉ nghe theo lệnh của những Địa Đầu, Lãnh Chủ, còn thân ta cũng sống trong ác kiến đó. Sự chơn thật của đương thời trong việc an tâm đúng ra là cũng cần xem lại, lần lượt biểu hiện sự nông cạn. Thật là buồn thay! Lo sợ. Nơi chú thích của tháng nầy về việc báo ân giảng thuyết trong 7 ngày đêm để dùng tâm cải hối đến mọi người, với thân của chúng ta bị ngộ nhận đối với tâm thấp kém lấy làm trung tâm. Ở chùa lúc ấy đối trước chân dung, nên hồi tâm sám hối, những người đó tai nghe điều nầy mỗi ngày mỗi đêm. Điều nầy một lần nữa như trong Pháp Sự Tán - phần trên có giải thích là: "Báng pháp xiển đề hồi tâm giai vãng" (hủy báng giáo pháp, hay nhứt xiển đề mà hồi tâm sám hối đều được vãng sanh). Điều nầy cũng giống với ý nghĩa của phần Lễ Tán rằng: "Tự tín giáo nhơn tín" (chính mình tin, dạy người cùng tin). Khi hiểu được những điều nầy mọi người dẫu cho đã nghe qua việc sám hối hồi tâm, thế nhưng vẫn tiếp tục những ngày có tâm ác, tuy cũng có người hướng về tâm thiện. Điều nầy tất cả đều là bổn hoài của việc tổ chức ngày kỵ giỗ của Thánh Nhơn trong tháng nầy. Đây một lần nữa chính là sự khẩn cầu chí thiết vậy. Anakashiko (Thật thô thiển), Anakashiko (Thô thiển).

Văn Minh năm thứ 14 (1483) ngày 21 tháng 11.

(6)
Tam Cá Điều

Như thế việc giảng pháp báo ân của tháng nầy nhân ngày chánh kỵ về sự ra đi của Ngài Khai Sơn Thân Loan Thánh Nhơn, thường làm những lễ nghi cũ như những năm trước. Việc nầy để cho người ở xa cũng như kẻ ở gần qua đây có thể gặp gỡ nhau, qua việc mong muốn đến tham bái để báo tạ. Trong thời gian đó, mỗi năm đều tổ chức 7 ngày đêm chuyên việc niệm Phật. Việc nầy để làm xương minh cho những hành giả rõ biết được tín tâm chân thật. Có thể nói được rằng đó là thời gian đã được niệm Phật kiên cố chăng? Đồng thời trong thời gian 7 ngày nầy đàng sau sự tham bái kia, nhiều người còn tìm đến trước hình tượng của Ngài để chiêm bái. Khả năng đối với nhơn thế khi đối trước hình tượng Ngài, tâm ta dễ hồi tâm sám hối để trở về với chánh ý của Bổn Nguyện, nhằm một lòng phát khởi tín tâm chân thật. Đó gọi là: Nam Mô A Di Đà Phật. Lại nữa với hành giả niệm Phật nầy có thể nghĩ là sự thể nghiệm của việc an tâm vậy.

Ngoài ra chữ Nam Mô có nghĩa là quy mệnh (trở về). Ở đây nói: Tức thị quy mệnh". Chúng ta ngoài việc là kẻ phàm phu vô thiện tạo ác ra, cần nên cầu nguyện nơi Đức Phật A Di Đà. Cái tâm hướng đến đó sẽ được Đức Phật A Di Đà nhiếp thủ trong 84.000 ánh đại quang minh cho chúng sanh, với hai loại văng tướng và hoàn tướng để hồi hướng. Như vậy tín tâm không khác biệt với tấm lòng, khi mọi người ở trong đó đều niệm Nam Mô A Di Đà Phật. Khoảng thời gian gần đây, có người có suy nghĩ khác, việc nầy đối với các nơi những người ở trong môn nhơn lúc ấy nương vào sự quyết định của Tổ Sư Thân Loan để phê phán về Thánh giáo và dùng những điều khoản gọi là pháp môn để sa thải những pháp nghi; ngoài ra còn thêm nhiều việc khác nữa. Đối với nơi giải thích rõ ràng thì chẳng đề cập đến trong một tuần lễ giảng tọa báo ân ấy. Sự ngộ nhận kia cần phải trở lại với chánh nghĩa.

- Phật pháp đống lương (Rường cột của Phật pháp) đó là bổn phận của các Phường Chủ (những Tăng sĩ người Nhật) so với thân mạng nầy; đó cũng là việc tương thừa (truyền từ người nầy đến người khác) dùng pháp môn để truyền đạt cho người. Với chúng ta là những kẻ hiểu biết, với những nơi trong hiện tại đang thịnh hành v.v... Điều nầy lần lượt trở thành ngôn ngữ đạo đoạn vậy.

- Khi chiêm bái hình tượng ở Bổn Nguyện tự tại Kyoto có được bao nhiêu người làm hiển lộ được Phật pháp về Đại Đạo, Đại Lộ cũng như việc trên thuyền trong khi đóng lại hay lúc vượt qua; nhiều người đã ngộ nhận việc ấy.

- Có người nói: "Ta là người có niềm tin với Phật pháp". Thế nhưng chẳng được đáp lại rằng: "Trở thành người niệm Phật lúc đương thời". Đó "chẳng phải thuộc Tông nào, chỉ có việc niệm Phật mà được tồn tại vậy", được đáp lại như thế. Đây chính là Thánh Nhơn Thân Loan lúc đương thời đã trải qua mà người thực hành Phật pháp thấy được hình tướng đó. Nếu vậy thì những việc như vậy nên cố gắng rõ biết giữ gìn. Bên ngoài hiển thị màu sắc của hình tướng, có thể nghĩ rằng đó là sự nhớ nghĩ về chánh nghĩa lúc đương thời.

Theo việc này đối với việc thuyết giảng về báo ân trong hai ba năm như vậy, chắc chắn rằng ở trong số người nghe đó không có việc gì thay đổi qua sự quyết định kia. Nếu ở trong nhiều phần tử lớn nhỏ ấy vạn nhất có sự sai khác, thì điều ấy trải qua nhiều đời, môn đồ của Ngài Khai Sơn Thánh Nhơn Thân Loan chẳng thể trở thành như vậy. Anakashiko (Thật thô thiển), Anakashiko (Thô thiển).

Văn Minh năm thứ 15 (1484) ngày ... tháng 11.

(7)
Lục Cá Điều

Cuối cùng rồi ngày thuyết giảng báo ân trong tháng nầy nghi thức theo lịch xưa như hằng năm đã diễn ra trong 7 ngày, cho đến bây giờ vẫn chẳng có gì thay đổi. Chỉ có trong thời gian ấy, tùy theo thời tiết từ các nơi môn diệp (đồ) về để làm lễ báo ân tạ đức với ý nguyện khẩn cầu bằng cách thực hành chính việc xưng danh niệm Phật. Đây là cái đức của việc quyết định vãng sanh, về việc chuyên tu chuyên niệm là việc chính và được nhìn thấy những người ở đây đồng an tâm với một hướng (vị). Ngoài ra đối với việc chơn thật thì tâm hồn đó đối với Phật pháp không giả dối, duy chỉ con người; hay là việc nhơn nghĩa cho đến những việc đời thường (phong tình) nếu có, thì cũng lần lượt mang ra khỏi. Không thể chấp nhận với bối cảnh chưa an tâm và lần lượt chưa xét rõ cũng như bị đào thải, cũng nên nhớ để không tin tưởng vào đó. Trải qua thời gian xa xôi muôn dặm không muốn về; đồng thời việc khổ sở mệt nhọc đã làm cho người ta chùn bước, với việc nầy cũng chẳng giải thích tường tận. Thật là buồn thay! Thật buồn thay! Chỉ biết nghĩ rằng thật là vô dụng khi cơ duyên chưa đủ điều lành.

- Gầy đây thì Phật pháp cũng thấy thịnh hành, nhưng đó chỉ là sự phân chia về hình tướng niềm tin của các Tăng lữ cho mọi người theo một hướng không bị sa thải qua việc thấy nghe, nhưng chỉ là việc lần lượt chạy lánh.

Đối với các môn hạ thì niềm tin của tha lực qua bối cảnh của việc thấy nghe của chính người đó, đều từ nơi các vị Tăng lữ tạo ra việc nầy.

- Từ nhà quê nhiều người đến tham bái. Việc trên hết là chẳng ai nghĩ đến người khác, đồng thời với Đại Đạo hay lộ trình trải qua, việc phòng ốc, thuyền bè cũng chẳng quan tâm đến. Việc ca ngợi Phật pháp lần lượt cũng chớ hề thể hiện. Nên đình chỉ vậy.

- Với người theo Phật lúc đương thời, hoặc giả cũng có người nói rằng: "Tông kia hay, hãy tìm đến đó", là ví dụ. Tuy nhiên chẳng đáp là "Người niệm Phật của Tông nầy", mà chỉ đáp rằng: "Chẳng cần Tông nào cả, trở thành người niệm Phật". Việc nầy đối với danh nghĩa của Thánh Nhơn Thân Loan và việc ngưỡng vọng, cũng có thể thấy đó là người có khí sắc Phật pháp. Việc chẳng suy nghĩ thường hay còn lại như vậy. Bên ngoài thì không thể hiện ra việc gì và đối với người đương thời, hầu như đó là chánh nghĩa của người niệm Phật.

- Từ khi Phật pháp được truyền đến, việc che lấp qua việc thấy nghe, dẫu cho gọi là có nhận biết, nhưng người hiểu rõ thì ít, khó tìm người có tín tâm để trị định. Tâm ta cứ y như thế mà phó thác, chắc chắn sẽ trở thành chướng ngại vật. Gần đúng những việc tử tế lúc đó nổi lên nhiều lắm v.v...

- Nếu tín tâm đạt được, bao nhiêu người đã trải qua, họ tìm đến sự an tâm của tha lực để trị định, chắc chắn trở thành sự ngộ nhận về nhứt vãng thính văn (nghe ngóng một lần vãng sanh).

Bên trên là 6 việc của sự suy nghĩ vẫn còn tồn đọng, dẫu cho gần đây Phật pháp có nhiều người nghe đến, mà ý nghĩa của nhứt vãng đối với sự chân thật thì người có tín tâm quyết định đối với việc nầy bị đánh mất. Sự an tâm chưa được hướng dẫn. Anakashiko (Thật thô thiển), Anakashiko (Thô thiển).

Văn Minh năm thứ 16 (1485) ngày 21 tháng 11.

(8)
Bát Cá Điều

Cuối cùng thì buổi giảng tọa vào ngày 28 của tháng nầy để báo ân vẫn theo thông lệ lưu truyền từ những năm tháng xa xưa. Điều nầy đối với những người ở gần, ở xa là những môn đồ (diệp) khẩn thiết mong cầu về việc báo ân tạ đức, hai lần trong 6 thời đều xưng danh niệm Phật, xưa nay chưa từng thay đổi. Điều nầy lại một lần nữa đối với pháp lưu của Ngài Khai Sơn Thánh Nhơn Thân Loan khuyến hóa trong một trời và bốn biển; việc nầy nên quan tâm đến. Ngoài ra trong 7 ngày 7 đêm ấy gặp gỡ chẳng kể đến về căn cơ của việc chẳng tin vào một pháp nào, cũng có thể đạt được niềm tin về việc vãng sanh Tịnh Độ.

Tuy nhiên đối với việc nầy có việc báo ân chánh kỵ của Thánh Nhơn trong tháng nầy, nếu có thể có được việc báo ân tạ đức giống như thế chăng? Căn cứ vào việc nầy, trong thời gian gần đây nội dung về danh hiệu của những người niệm Phật thuộc Chân Tông, thật là xuống cấp cho việc quyết định an tâm kia. Hoặc giả nghe tên hay là theo người khác để báo tạ theo lối thường tình (phong tình) mang theo lần lượt sự dị kỳ. Ngoài ra đối với những người đến từ những nơi xa xôi cũng chẳng quan tâm đến sự lao nhọc, mất mát trên lộ trình đi, khi tìm đến chỉ nghe tên người sắp hàng đứng đó như trung tâm và mượn miệng lần lượt nói ra điều có thể. Với chỗ tồn tại chẳng đầy đủ. Duy việc cơ duyên vô túc thiện chẳng gặp được năng lực, tuy vậy đối với việc vô nhị sám hối (chỉ chí tâm sám hối, chẳng tin vào pháp nào khác), nếu có suy nghĩ chánh niệm một lòng thì bổn ý đối với Thánh Nhơn có thể đạt được.

- Đối với các nơi về đây tham bái, không lưu tâm đến chỗ ở, đường dài, đường lớn cũng như phòng ốc hay trong khi qua thuyền bè với những người không thật thà, thì đã rõ biết lần lượt xuyên qua người con Phật không thể đo lường được, nên đã biểu thị sự tức giận.

- Đương thời đối với việc bị sa thải lại tán thán đối với pháp môn ấy hiếm có, giống như đối với Tông nghĩa không hề thích thú về danh mục mà muốn dùng người. Ngoài ra còn mang đến sự hướng dẫn hẹp hòi. Từ đây về sau nên được đình chỉ.

- Đối với việc giảng tọa trong 7 ngày cho việc báo ân với những người chưa quyết định về tín tâm; trong đó kể cả những người chưa có tâm cải hối, sám hối đều có thể nhận được tín tâm chân thật.

Căn cứ từ đó đối với việc an tâm của chúng ta không suy nghĩ về việc phân chia cho sự chưa quyết định với sự chưa được thẩm định đó sẽ được thấy tiến hành ở trung tâm. Đây chính là sinh mệnh. Nếu không căn cứ vào trọng tâm sẽ được những người ở tại chỗ quan tâm đến. Chớ có thể hiện qua sự lần lượt mà phải qua tâm trạng với những người có mang tín tâm chân thật.

- Với những vị Sư là rường cột của Phật pháp trong những năm gần đây, lòng tin của chúng ta quyết là chưa đầy đủ; kết cuộc môn đồ, đồng minh về việc quyết định cho lòng tin kia do sự chẳng đủ tín tâm đối với các vị Sư, nên đã có điều kiện với tấm lòng kia, nên lần lượt đã trở thành ngôn ngữ đạo đoạn. Đối với ngày sau, thầy trò nên cùng an tâm sống chung một vị (một ý nghĩa).

- Sự phân chia người của những nhà Sư gần đây rất nặng nề, chè chén, việc ấy được nghe biết rồi lần lượt ngôn ngữ đạo đoạn. Họ cũng chẳng dừng lại việc người uống rượu. Nếu Phật pháp mà trong môn đồ say sưa thì chắc chắn rằng việc say cuồng sẽ xuất hiện, không có sự phê phán. Lúc ấy các vị Sư nếu phải đình chỉ để cho Phật pháp được hưng long có được chăng? Chẳng hề có một lời phê bình. Nếu nói rằng điều nầy đối với sự dễ dãi của Phật pháp là mong manh, thì điều nầy có thể trở lại với đạo lý chăng? Hãy suy nghĩ kỹ càng vậy.

- Đối với người có tín tâm quyết định, mỗi khi cùng nhau hội họp với người đồng hành, từng chút nhỏ; nếu có sự sa thải của lòng tin, thì điều nầy chính là căn nguyên của việc thịnh hành của Chơn Tông vậy.

- Gọi là bản thể của sự quyết định tín tâm lúc đương thời thì hình thức của 6 chữ Nam Mô A Di Đà Phật một lần nữa theo như Ngài Thiện Đạo dạy trong Huyền Nghĩa phần là: "Ngôn Nam Mô giả, tức thị quy mệnh, diệc thị phát nguyện hồi hướng chi nghĩa; ngôn A Di Đà Phật giả, tức thị kỳ hành" (Nói Nam Mô tức là quy mệnh, lại có nghĩa là phát nguyện hồi hướng. Nói A Di Đà Phật tức là thực hành điều nầy). Nam Mô cùng với chúng sanh nếu quy mệnh với Đức A Di Đà, thì Đức Phật Di Đà cùng với chúng sanh kia dễ kết hợp, trở thành vạn thượng, vạn hạnh, hằng sa công đức. Điều nầy một lần nữa chính là câu: "A Di Đà Phật tức thị kỳ hành". Ngoài ra Nam mô và quy mệnh là cơ duyên được cứu vớt của Đức Phật A Di Đà với pháp ấy là một thể; đó cũng gọi là cơ pháp một thể của câu Nam Mô A Di Đà Phật. Ngoài ra A Di Đà Phật ngày xưa là Ngài Tỳ Kheo Pháp Tạng, lúc ấy có thệ nguyện rằng: "Chúng sanh nào chưa thành Phật thì Ngài quyết không ở ngôi Chánh Giác", mà Chánh Giác thì Ngài đã thành rồi, bây giờ đã trở thành vị Nam Mô A Di Đà Phật thì điều nầy đây là chứng cứ để quyết định việc văng sanh của chúng ta. Đây cũng còn gọi là tín tâm có được qua tha lực kia vậy. Chỉ duy nhất đừng quên 6 chữ nầy mà thôi.

Đây chính là 8 điều phải nghĩ đến. Tuy nhiên có chùa lúc ấy thành lập cả 9 năm và mỗi năm như vậy đối với việc giảng dạy báo ân sự lãnh thọ về sự quyết định tín tâm tùy theo mỗi người mỗi mặt, mà mới từ hôm qua đến hôm nay đối với niềm tin đã có sự bất đồng rồi, phải nên giải thích cho rõ ràng chăng? Mặc dầu nói về việc giới hạn giảng thuyết việc báo ân trong năm nầy, đối với phía sau của tâm chẳng tin tưởng thì hôm nay tháng nầy trong việc giảng về báo ân kia cũng không thể mau nhận được tín tâm chân thật; đây gọi là năm qua tháng lại có sự giống và khác nhau. Tuy ta (Ngu lão) năm nay đã đến tuổi thất tuần (70 tuổi) và với thân nầy còn chờ đợi giảng về báo ân trong năm sau nữa, nếu có được những người có niềm tin quyết định đối với sự chân thật thì đó là một điều vì sự báo tạ Thánh Nhơn trong tháng nầy và một điều khác là Ngu lão nầy trong bảy tám năm nay, đây chính là sự suy tư và là bổn hoài vậy. Anakashiko (Thật thô thiển), Anakashiko (Thô thiển).

Văn Minh năm thứ 17 (1486) ngày 23 tháng 11.

(9)
Dịch Lệ (bệnh hủi)

Trong khoảng thời gian nầy ở đâu cũng có nhiều người chết

về dịch bệnh. Bắt đầu bị chết vì bịnh hủi. Khi mới sinh ra như là một định nghiệp đã được quyết định, càng ngày càng nặng, thật đáng lo lắng.

Tuy nhiên nếu ở vào thời điểm bây giờ đối với việc chết chóc kia có thể thấy khác đi. Việc nầy hầu như thuộc về đạo lý. Ngoài ra cũng có ngưỡng vọng cầu nguyện nơi Đức A Di Đà Như Lai. "Ở vào đời mạt pháp với tội nghiệp của người phàm phu chúng ta, dẫu cho tội lỗi có sâu dày bao nhiêu đi chăng nữa, chúng ta nếu một lòng cầu cho chúng sanh, chắc chắn sự ngưỡng vọng ấy được đáp ứng". Chẳng bao lâu với niềm tin sâu sắc đó Đức Phật A Di Đà sẽ tiếp dẫn về cõi Cực Lạc, hãy một lòng một dạ quy ngưỡng về Đức Di Đà, không để lộ ra vẻ nghi ngờ.

Trên nguyên tắc dẫu khi ngủ hay khi thức cũng niệm Nam Mô A Di Đà Phật. Nam Mô A Di Đà Phật liên tục như vậy, sẽ được dễ dàng cứu vớt, qua sự hoan hỷ để tạ ân. Điều nầy chính là sự niệm Phật để báo Phật ân đức và tạ ân vậy. Anakashiko (Thật thô thiển), Anakashiko (Thô thiển).

Entoku- Diên Đức năm thứ 4 (1492) ngày ... tháng 6.

(10)
Cuộc thế bây giờ chỉ thấy người nữ

Ở đời nầy đối với người nữ hầu như tâm hồn của ai cũng tin sâu Đức A Di Đà Như Lai. Ngoài ra họ cũng có niềm tin về pháp nữa. Đó tất nhiên là tấm gương tốt cho đời sau. Về việc cầu nguyện Đức Di Đà để cho đời sau cũng học theo sự cầu nguyện ấy, không cần so đo tính toán, chỉ một lòng nương tựa với Di Đà và đời sau con người sẽ được cứu độ sâu sắc hơn, điều cứu độ là chắc thật, nhanh chóng không nghi ngờ gì cả. Trên tất cả, chỉ nên nhanh chóng cảm tạ sự cứu độ. Đó chính là sự niệm Phật để báo tạ ân Phật vậy. Anakashiko (Thật thô thiển), Anakashiko (Thô thiển).

Năm 83 tuổi - ngự phán

(11)
Cơ pháp nhứt thể

Có nhiều người hướng tâm chờ đợi câu Nam Mô A Di Đà Phật; đó là sự chờ đợi Đức Di Đà để phải được vãng sanh về Báo Độ. Đầu tiên đối với 6 chữ Nam Mô A Di Đà Phật về hình tướng dễ tâm đắc, khi niệm đến Di Đà. Cuối cùng là cái thể của Nam Mô A Di Đà Phật. Lại nữa đây chính là sự cứu vớt chúng sanh ở đời sau mà chúng sanh ấy tha thiết niệm đến Đức A Di Đà Như Lai. Đây chính là công đức của vô thượng đại lợi (không gì cao cả hơn). Đây cũng là tâm thức để hồi hướng của chúng sanh. Chính là pháp được cứu độ của Đức Phật A Di Đà qua cơ duyên cầu nguyện đến Di Đà. Đây gọi là cơ pháp nhứt thể (căn cơ và giáo pháp cùng một thể) của câu Nam Mô A Di Đà Phật. Đây cũng chính là việc thành tựu tín tâm đối với tha lực được quyết định qua sự vãng sanh đối với chúng ta. Anakashiko (Thật thô thiển), Anakashiko (Thô thiển).

Lúc 83 tuổi

Năm Minh Ứng (Meio) thứ 6 (1497) viết điều nầy vào ngày 25 tháng 5.

(12)
Mỗi nguyệt lưỡng độ (Mỗi tháng 2 lần)

Cuối cùng thì cũng có nghe nói đến nguyên nhân việc ghé qua mỗi tháng 2 lần; chẳng có chuyện gì khác ngoài việc mong muốn được niềm tin vãng sanh về Cực Lạc của tự thân. Kể ra từ xa xưa đến nay đều có việc nầy, ít nhiều thì việc nầy cũng có, đặc biệt là đối với niềm tin sút giảm, làm sao để đừng xảy ra. Với việc nầy trong năm gần đây, khi đến gặp nhau thì nào rượu, cơm, trà nước v.v… thấy mà phát mệt. Việc nầy đối với ý chính của Phật pháp lần lượt phải nên dừng nghỉ. Đối với những gương mặt chẳng có niềm tin thì chỉ một lần thôi cũng không rõ biết sẽ cho rằng niềm tin ấy có hay không có sự sa đọa chăng? Chẳng cần giải thích rõ ràng, những việc như vậy đã bị thoái tâm rồi. Việc nầy hãy nên nhớ kỹ. Phải suy nghĩ hướng dẫn thật tốt đừng để trôi qua. Việc giải thích kỹ càng từ nay về sau đối với những người chưa có niềm tin hãy cùng tán thán những người có tín tâm là điều cang yếu vậy.

Đây được gọi là sự an tâm lúc đương thời. Họ chẳng hề để ý đến tội chướng sâu dày của chúng ta, chỉ có việc là nên nghỉ hẳn đi những việc làm không chính đáng đó, mà một lòng quay về với Đức A Di Đà Như Lai. Đó là một công việc lớn bây giờ cứu giúp cho những chúng sanh trong mai hậu; đây là sự cầu nguyện, không có nghi ngờ gì cả. Như thế nhiều tâm hồn của người khác sẽ được an vui. Như thế sẽ được "bách tức bách sanh" (một trăm liền đúng một trăm). Việc mỗi tháng đến đây chính là vì dưỡng nuôi tâm báo ân tạ đức vậy. Đây cũng chính là tín tâm chân thật đầy đủ của những hành giả cùng đồng hành. Anakashiko (Thật thô thiển), Anakashiko (Thô thiển).

Minh Ứng năm thứ 7 (1498) viết vào ngày 25 tháng 2.

Mỗi tháng 2 lần giảng trong chúng – lúc 84 tuổi.

(13)
Thu qua Đông lại

Điều nầy khi thu đến thì xuân đi, đặc biệt năm nay vào trung tuần mùa hạ của năm Minh Ứng thứ 7 (1498) đã chuẩn bị cho tuổi 84 rồi. Cũng trong năm nầy có nhiều bịnh tật xảy ra, tai mắt, chân tay và cả thân thể đều yếu ớt. Đây chính là bệnh nghiệp. Chẳng biết có phải là tiên tổ đã báo cho biết việc vãng sanh Cực Lạc chăng?

Căn cứ vào việc này, đó là lời của Ngài Pháp Nhiên Thánh Nhơn đã từng nói rằng: Người muốn cầu sanh về Tịnh Độ cũng mong được có bệnh hoạn như thế (theo truyền thông ký hữu sao). Với việc nầy quý vị nên vui mừng về bệnh hoạn đó, nếu mà chẳng có gì xảy ra với thân thể nông cạn nầy thì tin chắc rằng, điều ấy có phải buồn chăng? Hay trên đường đi ấy đã dự phòng trước rồi. Đối với Tông chỉ phải một lòng với sự phát khởi với bình sanh thành nghiệp, lúc bấy giờ nhất định trong khoảng thời gian ấy phải niệm danh hiệu để báo Phật ân trong việc, đi, đứng, nằm, ngồi không cho gián đoạn. Điều nầy đối với Ngu lão cả cuộc đời đã luôn nhắc lại như vậy. Ở trong đó có cả những môn hạ của chúng ta ở nơi nầy nơi kia, quan sát qua tâm ấy để xác nhận hình tướng của tín tâm quyết định, nếu không nghĩ đến việc nầy để đáp ứng lại việc đó.

Ngoài ra đối với Ngu lão nầy tuổi tác đã tồn tại đến 80 rồi, phải cảm ơn những hành giả có tín tâm quyết định quyết đoán, suy nghĩ về sự kéo dài của sinh mệnh, mà nếu không quyết định thì việc ấy chẳng được. Cuối cùng thì trong cảnh giới nhân gian già trẻ bất định, phải nghĩ như vậy. Đón nhận bịnh hoạn và chờ đón cái chết. Dẫu cho có hơn thiệt trong cuộc đời thì trong một ngày nào đó cũng phải có lúc đến bờ mé để quyết định tín tâm và bây giờ một lòng vãng sanh về Cực Lạc. Trong đó con người tồn tại, cuộc thế nổi trôi đó là điều cương yếu mà ở trong lòng phải luôn nhớ nghĩ và hãy nhứt tâm sự cầu nguyện sâu sắc tha thiết với Đức Di Đà. Anakashiko (Thật thô thiển), Anakashiko (Thô thiển).

Minh Ứng năm thứ 7 (1498) ngày Mùng 1 vào trung tuần đầu hạ.

Viết điều nầy Lão nạp đã ở tuổi 84.

Nếu nghe đến danh hiệu Di Đà, liền niệm Nam Mô A Di Đà Phật.

(14)
Nhứt lưu an tâm

(Cái thể của việc an tâm một thời).

Đối với việc niệm 6 chữ Nam Mô A Di Đà Phật thì 6 chữ

nầy Ngài Thiện Đạo giải thích theo Huyền Nghĩa phần như sau: "Ngôn Nam Mô giả, tức thị quy mệnh, diệc thị phát nguyện hồi hướng chi nghĩa. Ngôn A Di Đà Phật giả tức thị kỳ hành, dĩ tư nghĩa cố, tất đắc vãng sanh" (Nói Nam Mô tức là trở về, là nghĩa của sự phát nguyện hồi hướng. Nói A Di Đà Phật; tức là người thực hành nầy theo nghĩa riêng thì liền được vãng sanh). Đầu tiên hai chữ Nam Mô có nghĩa là quy mệnh. Quy mệnh nghĩa là chúng sanh nương theo việc cầu nguyện đời sau về với Đức A Di Đà. Lại nữa việc phát nguyện hồi hướng có nghĩa là chúng sanh cầu nguyện được nhiếp thủ. Điều nầy cũng mang theo ý nghĩa của 4 chữ A Di Đà Phật.

Với chúng ta là những chúng sanh ngu si ám độn, cái gì cũng lụy đến, do vậy nói là nếu nương tựa với Đức Di Đà, cuối cùng với những tạp hạnh, mà một lòng hướng đến Đức Di Đà để vãng sanh về sau nầy thì việc vãng sanh sẽ quyết định về Cực Lạc, đồng thời không mang theo một sự nghi ngờ nào hết. Ngoài hai chữ Nam Mô ấy ra, đây là những người có cơ duyên cầu nguyện nơi Đức Di Đà đối với chúng sanh. Lại nữa 4 chữ A Di Đà Phật chính là Pháp để cứu độ chúng sanh. Điều nầy cũng gọi là Pháp cơ nhứt thể của Nam Mô A Di Đà Phật. Đây cũng là đạo lý, khi chúng ta niệm danh hiệu Nam Mô A Di Đà Phật là sự vãng sanh của tất cả chúng sanh. Anakashiko (Thật thô thiển), Anakashiko (Thô thiển).

Minh Ứng năm thứ 7 (1498) ngày... tháng 4.

(15)
Osaka kiến lập

Lúc bấy giờ tại Osaka thuộc Nhiếp Châu, quận Đông Thành, trong vùng Sanh Ngọc, từ xưa đến nay có người hứa kể từ hạ tuần mùa thu năm Minh Ứng thứ 5 (1496) việc chẳng quan trọng đã xảy ra ở nơi ấy. Đó là việc xây dựng nên phòng ốc cho một vị Sư. Lúc ấy đã trải qua cả 3 năm. Đây là điều có nhân duyên liên hệ với túc duyên của ngày xưa.

Theo việc nầy căn nguyên của chỗ cư trú ấy là để sống qua một đời, chẳng phải vì vinh hoa phú quý hay hoa điểu phong nguyệt gì cả, mà hành giả nầy chỉ muốn mở rộng sự quyết định tín tâm đối với Vô Thượng Bồ Đề nên đã đề xuất ra việc niệm Phật và suy nghĩ chỉ một lòng; nhưng lại gặp những người đời cố chấp nên đã xảy ra vấn đề khó khăn. Phải nhanh chóng dẹp đi sự chấp nhứt đó ở nơi kia thì phải rời khỏi nơi đó. Đối với việc nầy giàu nghèo đạo tục không phân biệt, đối với tín tâm Kim Cang kiên cố quyết định thích nghi với Bổn Nguyện của Di Đà Như Lai. Riêng đối với ý kiến của Ngài Thân Loan Thánh Nhơn không đủ chăng? Việc nầy đối với Ngu lão lúc ấy đã 84 tuổi mà còn sống là điều bất tư nghì rồi. Đối với pháp nghĩa đương thời cũng thích hợp với bổn vọng đối với việc nầy.

Vào mùa hạ cùng năm Ngu lão nầy có biệt lệ là không lặp lại bổn cũ để phục dựng, nhưng suy nghĩ về một điều nhất định là vào mùa đông trong năm ấy chắc chắn sẽ vãng sanh theo bổn hoài. Điều đó, trong sự sống còn mọi người đã thể hiện tín tâm quyết định; sáng tối chẳng quan tâm, chỉ một mực phó thác cho túc thiện và bổn hoài của tâm, không chịu ngừng nghỉ. Sau đó đến đây ở trong vòng 3 năm thích hợp. Trong 17 ngày giảng về báo ân với tín tâm quyết định, chúng ta cùng một lòng đồng thành tựu với bổn ý cùng vãng sanh về Cực Lạc. Anakashiko (Thật thô thiển), Anakashiko (Thô thiển).

Minh Ứng năm thứ 7 (1498) bắt đầu viết cho mọi người về niềm tin nầy để đọc vào ngày 21 tháng 11.

TỜ THỨ NĂM

(1)
Mạt đại vô trí = Cuối đời không trí tuệ

Nam nữ dừng lại ở tại gia, mạt đại vô trí (cuối đời chẳng rõ biết), nếu tận đáy lòng sâu sắc tìm đến với Đức Phật A Di Đà, đặc biệt với người chưa có duyên lành, nếu chúng sanh đó nhứt tâm, nhứt hướng mong sự cứu giúp từ Đức Phật thì dẫu cho những tội chướng có sâu dày đi chăng nữa, chắc chắn sẽ được Đức Di Đà Như Lai cứu độ.

Điều nầy hợp với lời thệ nguyện thứ 18 khi niệm Phật cầu vãng sanh. Căn cứ nơi sự quyết định, dẫu khi ngủ hay thức, cả một cuộc đời xưng danh niệm Phật thì sẽ thành tựu. Anakashiko (Thật thô thiển), Anakashiko (Thô thiển).

(2)
Bát vạn pháp tạng (80.000 giáo pháp)

Gọi là 80.000 pháp môn, mà đối với người đời sau ngu muội như chúng ta, ví dụ về câu chuyện của một vị Ni Cô nhập đạo nghe một câu cũng chẳng hiểu mà đời sau trở thành người trí. Chuyện kể từ lúc đầu nhiều người cũng đọc Thánh giáo, nhưng đọc để cho có, tìm ra người chỉ duy nhất một niềm tin thì cũng khó kiếm được. Việc nầy đối với Thánh Nhơn Thân Loan được cho rằng: "Tất cả chúng ta dẫu là nam hay nữ, nếu không tin vào Bổn Nguyện của Đức Di Đà, thì chắc hẳn là sẽ không có sự cứu độ".

Ngoài ra việc đối với người nữ thường hay liên hệ đến tạp hạnh, mà nếu một lòng ngay bây giờ tin tưởng cầu nguyện sâu sắc vào Đức Di Đà Như Lai thì đời sau ngay cả 10 người hay 100 người cũng đều được Đức Di Đà tiếp dẫn để vãng sanh về Báo Độ. Điều nầy chẳng còn nghi ngờ gì nữa cả. Anakashiko (Thật thô thiển), Anakashiko (Thô thiển).

(3)
Xuất gia thành Ni

Khi người nữ phát tâm xuất gia cũng chẳng có gì trở ngại. Hãy nhứt tâm nhứt hướng tin sâu nơi Đức Phật Di Đà là cuối đời sẽ được cứu độ và nghĩ rằng từ đó sẽ hướng dẫn đến mọi người và đặc biệt là hãy không còn một nghi ngờ nào cả. Điều nầy lại rất gần với Bổn Nguyện tha lực của Đức Di Đà Như Lai. Như vậy ở cuối đời sẽ được hoan hỷ được cứu độ, chỉ cần niệm câu Nam Mô A Di Đà Phật, Nam Mô A Di Đà Phật. Anakashiko (Thật thô thiển), Anakashiko (Thô thiển).

(4)
Cả đàn ông lẫn đàn bà

Cuối cùng thì cả người nam lẫn người nữ đều đầy dẫy tội lỗi, dẫu cho có nghe thấy đến bi nguyện của chư Phật đi nữa; nhưng ở thời buổi bây giờ, đời mạt pháp ác thế, đối với chư Phật thật là lúc khó độ. Đối với việc nầy dựa theo sự ưu ái của chư Phật nương theo Đức A Di Đà Như Lai thì đối với đại nguyện ấy, dẫu cho có phạm vào thập ác, ngũ nghịch đi nữa, những kẻ tội ác như chúng ta cũng sẽ được cứu vớt, sẽ được thành Phật như Đức A Di Đà. Vì qua lời thệ nguyện của Đức Di Đà thì: "Vị Phật nầy nếu chúng ta một lòng ngưỡng vọng trông mong sâu sắc, thì với những chúng sanh ấy như chúng ta sẽ được cứu vớt để trở thành Chánh Giác", đưa chúng ta vãng sanh về Cực Lạc là điều không còn nghi ngờ gì nữa cả.

Ngoài ra một lòng một hướng đối với sự cứu độ của Đức A Di Đà mà không có tâm nghi ngờ, dẫu cho thân ta có mang theo đầy tội lỗi đi chăng nữa thì Đức Phật không quan tâm về điều đó, mà chỉ quyết định một niềm tin 10 người có 10 người; 100 người có cả 100 người, tất cả đều được vãng sanh về Tịnh Độ, phải không nghi ngờ gì cả. Ngoài ra khi tâm bấn loạn, lúc ấy không còn suy nghĩ gì cả, chỉ cần nhất tâm niệm Phật – Nam Mô A Di Đà Phật, Nam Mô A Di Đà Phật, thì điều nầy chính là sự niệm Phật để báo tạ Phật ân vậy. Anakashiko (Thật thô thiển) Anakashiko (Thô thiển).

(5)
Tín tâm hoạch đắc = Tín tâm rộng được

Tín tâm hoạch đắc đối với lời nguyện thứ 18. Lời nguyện nầy gọi là thành tựu nơi tâm với dạng thức của câu Nam Mô A Di Đà Phật. Ngoài ra Nam Mô là quy mệnh chí tâm về một nơi để phát nguyện hồi hướng. Đây chính là sự hồi hướng của người phàm phu đối với Đức Di Đà Như Lai.

Ở nơi Đại Kinh phần trên có chép rằng: "Lệnh chư chúng sanh, công đức thành tựu" (làm cho chúng sanh thành tựu được công đức). Điều nầy có nghĩa là dẫu cho kể từ vô thỉ cho đến ngày nay gặp nhiều tội ác phiền não sẽ không còn sót lại gì cả qua nguyện lực bất tư nghì sẽ tiêu diệt được và sẽ ở vào ngôi Chánh Định Tụ, không thối chuyển. Căn cứ theo việc nầy được cho rằng: "Phiền não chưa dứt, vào cõi Niết Bàn". Với ý nghĩa nầy đương thời đã trở thành chỗ bàn luận. Người đối với các trào lưu khác cũng không có sự chối bỏ. Hãy để ý đến việc nầy. Anakashiko (Thật thô thiển), Anakashiko (Thô thiển).

(6)
Một niệm đến Di Đà

Hành giả nếu một lòng cầu nguyện nơi Đức Di Đà thì sẽ trở thành công đức vô thượng đại lợi (Theo Hòa Tán – Chánh Tượng Mạt hòa tán - phần 31). Đối với Thân Loan Thánh Nhơn mà nói thì: "Những kẻ hữu tình trong cõi đời ác thế ngũ trược, nếu tin vào tuyển trạch bổn nguyện thì thân tâm của hành giả đó có được công đức bất khả xưng, bất khả thuyết, bất khả tư nghì". Tâm thức của Hòa Tán nầy chính là để gọi tất cả chúng ta và những người nữ, những kẻ ác đó nên gọi là: Chúng sanh trong cõi đời ngũ trược ác thế. Dẫu cho trong suốt cả cuộc đời những kẻ phàm phu chuyên tạo ác nghiệp, nhưng nếu một lòng cầu nguyện nương tựa vào Đức Di Đà Như Lai một hướng thì đời sau chắc chắn được cứu vớt. Điều đó là điều chắc thật, không còn nghi ngờ gì nữa cả. Qua Đức Di Đà mà chúng ta cầu nguyện thì sẽ trở thành đại công đức của việc không thể gọi, không thể nói, không thể tưởng tượng được. "Bất khả xưng, bất khả thuyết, bất khả tư nghì công đức" có nghĩa là công đức ấy không thể kể xiết được.

Đại công đức nầy chỉ một lòng của chúng sanh chúng ta hồi hướng đến Đức Di Đà để cầu nguyện cho quá khứ, vị lai và hiện tại trong 3 đời tất cả những nghiệp chướng trong một lúc đều được tiêu diệt, ở vào ngôi Chánh Định Tụ, sẽ được quyết định ở ngôi vị Chánh Giác (Phật). Điều nầy ở nơi Hòa Tán (Chánh Tượng mạt hòa tán - phần 1) có đề cập đến rằng: "Nếu Bổn Nguyện tin Đức Di Đà thì Bổn Nguyện tin ấy đối với tất cả đều được sự lợi ích của sự nhiếp thủ bất xả, sẽ đạt được ngôi vị Đẳng Chánh Giác" (Ý), gọi là "nhiếp thủ bất xả" chính điều nầy cũng chỉ là một sự nhất tâm cầu nguyện đến Đức Di Đà và chúng ta sẽ được tỏ ngộ ở trong ánh quang minh kia. Chỉ một lòng tin, không có gì khác hơn cả.

Ngoài điều nầy ra vẫn còn nhiều pháp môn khác nữa, nhưng nếu chúng sanh chỉ một lòng cầu nguyện nơi Đức Di Đà để vãng sanh về Báo Độ thì chẳng còn gì để nghi ngờ nữa cả. Anakashiko (Thật thô thiển), Anakashiko (Thô thiển).

(7)
Đối với thân người nữ

Thân người nữ thì có ngũ chướng tam đồ so với tội lỗi của người nam. Nói chung cho tất cả những người nữ thì đối với mười phương chư Phật hầu như đều cho rằng nữ nhơn không có khả năng thành Phật. Thế nhưng đối với Đức A Di Đà Như Lai theo đại nguyện thứ 35 thì người nữ cũng có khả năng thành Phật. Nếu không cầu nguyện vị Phật nầy thì với thân nữ không có khả năng thành Phật.

Căn cứ vào điều nầy dẫu cho mang thân gì đi chăng nữa, nếu

được thành Phật thì phải cầu nguyện sự cứu độ của Đức Phật A Di Đà không cần để ý điều gì cả, chỉ cần không nghi ngờ, một lòng hướng về Đức Phật A Di Đà để cầu nguyện, thì đời sau sẽ được cứu vớt là một sự việc để dễ trở thành một vị Phật. Điều nầy cũng giống như sương rơi, không có gì nghi ngờ cả; chắc chắn sẽ được sanh về cõi Cực Lạc để trở thành vị Phật trang nghiêm đẹp đẽ. Như trên đã trình bày, chỉ cần niệm Phật, trải qua thời gian chúng ta sẽ dễ dàng được cứu độ để báo ân đức của Đức Phật A Di Đà, phải vui mừng cảm niệm việc báo ân kia; chỉ có việc chuyên niệm Phật mà thôi. Anakashiko (Thật thô thiển), Anakashiko (Thô thiển).

(8)
Ngũ kiếp tư duy (Năm kiếp suy nghĩ)

Đây là Bổn Nguyện của 5 kiếp tư duy cũng còn gọi là sự tu hành trải qua trong nhiều kiếp; chỉ đối với tất cả chúng sanh chúng ta chưa có phương tiện để cứu độ, nên Đức A Di Đà Như Lai đã không ngại khổ nhọc; nên Đức Phật A Di Đà lập nên Bổn Nguyện (nguyện thứ 18). Lời thệ nguyện rằng: "Giả sử có chúng sanh nào một lòng niệm đến Phật A Di Đà, chánh niệm, nhứt hướng nhứt tâm cầu nguyện đối với Di Đà mà ta không cứu chúng sanh ấy thì ta sẽ không ở ngôi Chánh Giác". Sẽ trở thành Nam Mô A Di Đà Phật.

Điều nầy đối với chúng ta sẽ dễ được vãng sanh về Cực Lạc. Như vậy đối với 6 chữ Nam Mô A Di Đà Phật, tất cả chúng sanh đều có thể vãng sanh về Báo Độ. Ngoài ra đối với chữ Nam Mô và quy mệnh, đồng thời Đức Phật A Di Đà cũng đã cứu độ chúng ta. Riêng hai chữ Nam Mô, Đức Di Đà sẽ hướng về chúng sanh đó để cứu vớt ở đời sau, đồng thời khi cầu nguyện Đức Di Đà mà người đó không nhận được sự cứu độ thì thêm chuyên niệm đến 4 chữ A Di Đà Phật thì đối với việc nầy dầu cho thập ác, ngũ nghịch, ngũ chướng, tam đồ của người nữ v.v... hay ngay cả những tạp hạnh thì ánh sáng sẽ chiếu đến và cứu độ người đó ở đời sau 10 người hay 100 người tất cả đều được cứu vớt. Phải không có nghi ngờ về lòng tin nầy, để cầu sanh về Tịnh Độ Di Đà chơn thật. Anakashiko (Thật thô thiển), Anakashiko (Thô thiển).

(9)
Một ý nghĩa an tâm

Nói về ý nghĩa an tâm lúc bấy giờ, chỉ cần niệm 6 chữ Nam Mô A Di Đà Phật, ví dụ chữ Nam Mô và quy mệnh đồng thời được Đức Phật A Di Đà cứu vớt để trở thành 2 chữ Nam Mô và quy mệnh kia. Quy mệnh có nghĩa là chúng sanh đối với tạp hạnh hướng về một lòng cầu khẩn Đức A Di Đà Phật ở kiếp sau thì chúng sanh ấy sẽ gặp được Đức Di Đà Như Lai xuyên qua đó sẽ cứu vớt.

Đối với việc nầy Nam Mô và sự cầu khẩn của chúng sanh đối với Đức Phật A Di Đà để được cứu vớt là một đạo lý. Hình thức của 6 chữ Nam Mô A Di Đà Phật với chúng ta và tất cả chúng sanh đều bình đẳng để được cứu độ. Đây gọi là tín tâm về tha lực. Đồng thời việc nầy khi niệm 6 chữ Nam Mô A Di Đà Phật, trước hết là đối với tất cả Thánh Giáo cũng chỉ tin và cầu nguyện vào 6 chữ Nam Mô A Di Đà Phật vậy. Anakashiko (Thật thô thiển), Anakashiko (Thô thiển).

(10)
Thánh Nhơn nhứt lưu

Đối với Thánh Nhơn Thân Loan không nệ hà khuyến hóa ở một thời gian nào, mà mang theo điều căn bản là niềm tin. Ngay cả đối với những người thực hành tạp hạnh mà nếu nhứt tâm quy mệnh về Đức Phật A Di Đà, với nguyện lực bất khả tư nghì thì ta sẽ được Phật trị định cho việc vãng sanh kia, sẽ ở ngôi "Nhứt niệm phát khởi, nhập chánh Định Chi Tụ" (một niệm khởi lên, sẽ vào Chánh Định Tụ). (Luận Chú – phía trên) đã giải thích như vậy. Ngoài ra còn niệm Phật xưng danh nữa thì Đức Như Lai sẽ quyết định sự vãng sanh đối với ta. Đó cũng là việc niệm Phật để báo tận ân sâu vậy. Anakashiko (Thật thô thiển), Anakashiko (Thô thiển).

(11)
Ngự Chánh Kỵ (Giỗ chính)

Ở ngày giỗ chánh có nhiều người đến tham bái với tâm hồn thư thái nghĩ rằng để báo tạ ân đức đối với bậc Thánh Nhơn, nhận được niềm tin rộng lớn và đối với những người chẳng tin tưởng thì lại trở thành một việc lớn. Ngoài ra việc không quyết định bởi tín tâm thì sự vãng sanh về Báo Độ lần nầy sẽ không quyết định được. Đối với những người không tin tưởng mà quyết định thì điều ấy có nghĩa là sự bất định ấy đầy khắp nhân gian. Còn ở nơi Cực Lạc mới chính là chỗ thường trụ. Dẫu cho người đời không định được đi nữa cũng có thể cầu nguyện để được sanh về cõi thường trụ Cực Lạc. Điều nầy lúc đương thời đối với những người có tín tâm đầu tiên cũng chẳng rõ biết việc nầy, không mệt mỏi. Hãy mau an tâm quyết định cầu nguyện để vãng sanh về cõi Tịnh Độ.

Việc nầy lan truyền đến mọi người khắp nơi, chẳng nên phân biệt điều gì; nếu nơi cửa miệng chỉ xưng danh để được vãng sanh về Cực Lạc, thì điều nầy lần lượt sẽ được tiếp diễn với tín tâm của tha lực, không có việc ngoại lệ, khi niệm 6 chữ Nam Mô A Di Đà Phật, gọi đây là tín tâm quyết định vậy. Cũng còn gọi là cái thể của tín tâm. Theo Kinh (Đại Kinh - phần dưới) thì đây là: "Văn kỳ danh hiệu, tín tâm hoan hỷ" (nghe danh hiệu nầy, tín tâm hoan hỷ).

Ngài Thiện Đạo gọi "Nam Mô có nghĩa là quy mệnh, lại còn có nghĩa là phát nguyện hồi hướng. A Di Đà Phật lại là việc thực hành" (theo Huyền Nghĩa). Gọi hai chữ Nam Mô dẫu cho là tạp hạnh mà không còn nghi ngờ thì một tâm một hướng sẽ được Đức Phật A Di Đà cứu vớt.

Bốn chữ A Di Đà Phật là chúng sanh một lòng quy mệnh về Đức Di Đà, không ngừng nghỉ việc cứu độ, lại nữa ở trong 4 chữ A Di Đà Phật đó chính là cái thể của Nam Mô A Di Đà Phật để cứu độ những người có tín tâm. Đây là do tín tâm tha lực của hành giả ảnh hưởng qua việc niệm Phật. Anakashiko (Thật thô thiển), Anakashiko (Thô thiển).

(12)
Việc cầu đảo

Lúc đương thời không suy nghĩ về việc an tâm nên muốn tìm hiểu rõ ràng với những người không có trí tuệ và học thức, duy chỉ mang thân thể đầy tội lỗi, suy nghĩ nông cạn, tốn bao nhiêu cơ hội để được cứu vớt chỉ qua Đức A Di Đà Như Lai; không cần suy nghĩ gì cả, con người chỉ cần cầu khẩn nơi Đức A Di Đà thì ngay đó ánh sáng vây quanh để đời sau được cứu độ khi cầu nguyện, Đức A Di Đà Như Lai thật là hoan hỷ. Từ thân của Ngài chiếu ra 84.000 ánh quang minh, ở trong ánh sáng đó con người được nhiếp thủ vào trong ấy.

Đối với việc nầy trong Kinh (Quán Kinh) nói rằng: "Quang minh biến chiếu thập phương thế giới, niệm Phật chúng sanh nhiếp thủ bất xả" (Ánh hào quang chiếu khắp 10 phương thế giới, chúng sanh niệm Phật được gìn giữ không buông ra). Như vậy đối với thân nầy đã được Đức Phật cứu độ cho thành Phật, không có gì cản trở cả. Đây chính là Bổn Nguyện siêu thế thù thắng, phải niệm ân đến hào quang của Đức Di Đà Như Lai. Với ánh sáng nầy là cái duyên không chờ đợi, kể từ vô thỉ với chúng ta đầy vô minh nghiệp chướng và đầy đủ bệnh hoạn đã mang theo cùng.

Nhưng với nhơn duyên tiếp cận với ánh sáng ấy, chính là cái duyên của đời trước gọi là tín tâm tha lực ảnh hưởng cho đến bây giờ. Điều nầy tuy vậy là do năng lực của Đức Di Đà Như Lai đối với những người có tín tâm đã thể hiện ra, ngay cả đối với những hành giả không có niềm tin thì với tín tâm to lớn về tha lực với Đức Di Đà Như Lai thì bây giờ chẳng chừa ai. Căn cứ theo điều nầy không kể xiết được số người do tín tâm về tha lực mà người ấy được ảnh hưởng và mọi người đều nghĩ rằng đó là cái ân của Đức Di Đà Như Lai. Nhằm báo tạ ân Phật nầy vì thế phải nên xưng danh niệm Phật. Anakashiko (Thật thô thiển), Anakashiko (Thô thiển).

(13)
Lục tự danh hiệu – Vô thượng thậm thâm

(Sáu chữ danh hiệu, cao sâu khó biết)

Đó là những chữ Nam Mô A Di Đà Phật. Đếm số là 6 chữ; phải nhớ rằng những chữ nầy có một công năng khó lường. Trong ý nghĩa của 6 chữ nầy công đức lợi ích thật là to lớn, vô thượng thậm thâm, không có gì so sánh được. Chỉ có thể nói đến lòng tin đối với 6 chữ nầy. Không có gì ngoài lòng tin vào 6 chữ nầy cả.

Sáu chữ Nam Mô A Di Đà Phật theo Ngài Thiện Đạo giải thích thì Nam Mô có nghĩa là quy mệnh, lại cũng có nghĩa là phát nguyện hồi hướng. A Di Đà Phật được gọi là hạnh. Với nghĩa nầy chắc chắn được mang đến sự vãng sanh (theo Huyền Nghĩa phần). Đối với sự giải thích nầy không có gì để thắc mắc, ví dụ như chúng ta với thân nầy đầy phiền não ác nghiệp, nhưng nếu một lòng quy mệnh về Đức A Di Đà thì chắc chắn với cơ duyên ấy sẽ được cứu độ. Quy mệnh còn gọi là sự cứu độ nữa. Chỉ một lòng chúng sanh cầu nguyện đến Đức Di Đà, đấy là một công đức vô thượng đại lợi, nên phải phát nguyện hồi hướng.

Trong sự phát nguyện hồi hướng nầy đối với chúng sanh chúng ta là đại công đức, đại thiện. Từ vô thỉ kiếp đến nay qua những việc làm với đầy dẫy ác nghiệp phiền não, trong khoảnh khắc sẽ được tiêu diệt. Với những phiền não ác nghiệp của chúng ta tất cả đều được mất đi, sẽ ở ngôi vị Chánh Định Tụ bất thối chuyển. Ngoài ra hình tướng của 6 chữ Nam Mô A Di Đà Phật chính là việc cứu độ chúng ta vãng sanh về Cực Lạc trong nháy mắt. Gọi đó là sự an tâm, cũng gọi là tín tâm. Với danh hiệu 6 chữ nầy hãy luôn giữ nơi tâm và được ảnh hưởng với người có lòng tin về tha lực được cứu độ. Đó chính là đạo lý của sự thù thắng vậy. Nếu tin sâu vào phụng hành. Anakashiko (Thật thô thiển), Anakashiko (Thô thiển).

(14)
Thượng Lạp hạ chủ

Điều nầy đối với tất cả người mang thân nữ, đối với tội lỗi sâu thẳm của con người, bên trên thì cao cả và bên dưới là làm chủ đối với việc không chấp nhận bản thân. Đối với việc nầy nếu có lòng tin với Đức Di Đà, không cần phải nói gì hết và hết lòng cầu nguyện Đức A Di Đà Như Lai, thì người nữ ấy sẽ được cứu độ ở đời sau là một việc to lớn của lần nầy. Sự cứu giúp ấy không có gì để nghi ngờ nữa cả.

Đối với chúng ta là những người tội lỗi sâu dày, giao phó cho Đức Di Đà, chỉ cần chí tâm cầu khẩn, mong Đức Di Đà Như Lai cứu giúp cho đời sau thì khi thân nầy mãn phần, sẽ được cứu giúp, không có gì để phải nghi ngờ nữa. Ví dụ cả 10 người hay hằng trăm người, tất cả đều được vãng sanh về Cực Lạc. Điều nầy chẳng còn một chút hồ nghi nào cả.

Với người nữ có lòng tin sanh về cõi Tịnh Độ thì việc dễ dàng là cho đến bây giờ vẫn còn mang lòng tin yếu ớt, thì ngay bây giờ phải chí thành cầu nguyện sự gia hộ của Đức Di Đà Như Lai. Anakashiko (Thật thô thiển), Anakashiko (Thô thiển).

(15)
Với Đức Di Đà Như Lai

Đối với Bổn Nguyện của Đức Di Đà Như Lai thì nếu có cơ duyên cứu giúp chúng sanh và cầu nguyện đến Ngài thì tâm ấy sẽ được đáp ứng. Đầu tiên là căn cơ, ngay cả những người thập ác, ngũ nghịch tội lỗi dẫy đầy hay ngũ chướng và tam đồ của người nữ đi nữa thì đối với những tội nghiệp dày cội sâu thẳm nặng nề kia cũng không phải lo âu mà chỉ có một tín tâm to lớn đối với tha lực, một lòng muốn vãng sanh về Cực Lạc chơn thật ấy. Khi mang theo tín tâm ấy để cầu nguyện Đức Di Đà. Điều đó gọi là niềm tin không thay đổi thì chẳng mấy chốc ngay cả những người có tâm tự lực theo tạp hạnh tạp tục, nếu một lòng tin sâu, mong muốn trở về với Di Đà và tâm kia không còn nghi ngờ gì nữa; đó mới gọi là chơn thật tín tâm.

Đối với việc một lòng cầu nguyện, nghĩa là chúng sanh ấy hướng về để cầu nguyện, không nệ hà gì cả, Đức Di Đà Như Lai đón nhận và với cơ hội nầy ánh quang minh phóng ra và sẽ được giữ gìn trong hào quang ấy, để được vãng sanh về Cực Lạc. Đây được gọi là nhiếp thủ (gìn giữ) đối với những chúng sanh niệm Phật.

Như phần bên trên để nói một lần ví dụ về việc niệm Phật, với tâm ấy chính là niệm Phật để tạ ân và báo ân Phật. Điều nầy là tín tâm lúc đương thời đã ảnh hưởng rất nhiều đối với những hành giả niệm Phật. Anakashiko (Thật thô thiển), Anakashiko (Thô thiển).

(16)
Bạch Cốt (Cốt trắng = Xương khô)

Quan niệm rằng hình hài của con người chỉ là kiếp phù sanh nơi trần thế, ai rồi một ngày nào đó cũng phải ra đi; đó là thời kỳ đáng nói. Cho đến bây giờ cũng chưa có người nào hưởng thọ đến 10.000 tuổi và một cuộc đời sẽ trôi qua dễ dàng, ngay cả bây giờ có người mang hình hài sống đến 100 năm cũng ít có; trước ta đã có người đi trước, không phải chỉ bây giờ, mà cũng không biết ngày mai ra sao, dẫu trước hay sau đối với con người cũng chẳng kém giọt sương là mấy.

Buổi sáng là hồng nhan; nhưng buổi tối thân nầy đã trở thành bạch cốt rồi. Bởi lẽ khi ngọn gió vô thường thổi qua thì cả hai đều đóng chặt lại (sự sống và sự chết). Đầu tiên là hơi thở không thể kéo dài được, thì dẫu cho có là hồng nhan (người đẹp) đi chăng nữa cũng chẳng thể thay đổi như dự tưởng là chưa mất đi, lục thân quyến thuộc tập trung lại để từ giã, không ai chia sớt được chuyện ngọt bùi. Nếu bên ngoài có xảy ra việc gì đi nữa thì sợi khói nửa đêm cũng phải bị tống ra ngoài đồng, rồi chỉ còn là đống xương trắng mà thôi. Lúc ấy cũng chẳng còn than trách được điều gì nữa.

Đó là điều buồn đau của con người, chẳng hẹn với ai việc già trẻ. Việc nầy liên hệ đến đời sau là một chuyện lớn, liên hệ với tâm thức của mỗi người. Do vậy phải tin sâu nơi Đức A Di Đà để cầu nguyện, chỉ có việc niệm Phật. Anakashiko (Thật thô thiển), Anakashiko (Thô thiển).

(17)
Điều nầy đối với tất cả người nữ

Đây là việc của những người mang thân nữ nhân. Đối với Phật pháp thì không có tâm phân biệt nầy, cũng không có sự chia cách, nếu siêng năng cầu nguyện đến Đức A Di Đà Như Lai một cách nhiệt tình, thì ngay cả đối với những người tu tạp hạnh mà nếu một lòng chờ đợi sau khi mất được cứu giúp, thì ngay cả người nữ cũng được sanh về thế giới Cực Lạc nếu tuyệt đối không mang lòng nghi ngờ. Trong khi nhớ nghĩ thì ánh sáng của Đức Di Đà Như Lai sẽ cứu độ đối với sự cảm tạ kia; hoặc lại có tâm tin sâu, ngay cả khi ngủ cũng như khi thức chỉ luôn niệm Nam Mô A Di Đà Phật, Nam Mô A Di Đà Phật, thì điều nầy chính là tín tập được chấp nhận đối với hành giả niệm Phật. Anakashiko (Thật thô thiển), Anakashiko (Thô thiển).

(18)
Đương Lưu Thánh Nhơn

Đối với sự an tâm là có ý nói đến Đương Lưu Thánh Nhơn Thân Loan, không cần điều kiện gì khác, đầu tiên đối với thân nầy mang đầy tội lỗi, ngay cả việc tạp tu tạp hạnh sai khác nhau, nhưng nếu nhứt tâm mong được sự cứu giúp của Đức Phật A Di Đà Như Lai ở kiếp lai sanh thì chỉ cần một lòng chí thành cầu khẩn, ví dụ cho 10 người thì cả 10 hay 100 người thì cả 100 người ấy tất cả đều được cứu độ, chẳng hề bỏ sót một ai cả. Nhưng điều quan trọng là không còn một chút nghi ngờ nào thì ánh sáng sẽ bao bọc người ấy, gọi là hành giả có tín tâm.

Ngoài ra chúng ta sẽ hoan hỷ đón nhận ở thân đời sau của chúng ta. Do vậy dẫu thức hay ngủ cũng phải luôn nhớ niệm đến câu Nam Mô A Di Đà Phật, Nam Mô A Di Đà Phật. Anakashiko (Thật thô thiển), Anakashiko (Thô thiển).

(19)
Mạt đợi ác nhơn nữ nhơn (Người nữ xấu ác ở đời sau)

Về đời sau người ác, riêng đối với người nữ nếu mọi người nhứt tâm một lòng hướng về Đức Phật A Di Đà tin sâu nguyện thiết; ngoài ra chỉ tin vào một pháp là đời sau được cứu độ thì phải luôn cầu nguyện đến Đức A Di Đà Như Lai và nguyện cho kiếp sau không còn chướng ngại, mà một lòng hướng đến Đức A Di Đà Như Lai để cầu nguyện, nguyện được sanh ra ở kiếp sau, không có gì ngăn cản, chỉ một lòng tin và cầu nguyện Đức A Di Đà Như Lai để trở thành người tin sâu nguyện thiết được cứu độ ở kiếp sau; chắc chắn sẽ được Ngài cứu độ, không còn phải nghi ngờ một việc gì nữa cả. Anakashiko (Thật thô thiển), Anakashiko (Thô thiển).

(20)
Nữ nhơn thành Phật

Việc nầy đối với tất cả những người mang thân nữ; mà một

lòng cầu nguyện đến Đức Di Đà để kiếp sau được cứu vớt với hiện tại là nữ nhơn, chắc chắn sẽ được Đức Di Đà cứu độ. Cuối cùng chư Phật đối với những người nữ từng người một, kể cả chúng ta cũng được chư Phật cứu độ. Đối với Đại Nguyện vô thượng, chư Phật của chúng ta, ưu tiên người nữ được cứu vớt. Vì trong năm kiếp tư duy và trong nhiều kiếp tu hành Ngài đã lập ra đại nguyện đối với thế giới nầy. Đó là lời nguyện thù thắng thứ 35 về việc thành Phật của người nữ của Đức Di Đà. Ngoài ra sự cầu nguyện Đức Di Đà phải chân thành và người nữ cũng mong được cứu độ ở kiếp sau, tất cả đều được vãng sanh về Cực Lạc. Anakashiko (Thật thô thiển), Anakashiko (Thô thiển).

(21)
Đương lưu an tâm - Kinh thích minh văn

(An tâm đương thời. Giải thích Kinh làm cho câu văn sáng)

Gọi là an tâm đương thời, chẳng có gì khác là đối với những người có tâm tạp tu tạp hạnh. Với thân thể chúng ta dẫy đầy nghiệp chướng mà muốn thành Phật thì chỉ có một điều là nhứt tâm một lòng niệm sâu sắc tha thiết với Đức A Di Đà Như Lai, chúng sanh chờ đợi sự cứu vớt của Ngài. Mười người thì cả mười hay 100 người là 100 người đều được cứu độ. Điều nầy không còn phải nghi ngờ gì nữa. Chỉ có cơ duyên đối với niềm tin an tâm để quyết định thành người ấy. Việc nầy ở kinh điển giải thích rõ ràng là "Nhứt niệm phát khởi, trụ Chánh Định Tụ" cũng còn gọi là "hành nhơn của bình sanh nghiệp thành". Chỉ cần một lòng cầu nguyện sâu sắc Đức Phật A Di Đà với tâm dứt khoát, thì chẳng có gì là không được Đức Di Đà Như Lai cứu độ cả. Đây chính là cái ân, phải suy nghĩ như vậy. Cho nên trong đi, đứng, nằm, ngồi đều nên niệm Phật. Anakashiko (Thật thô thiển), Anakashiko (Thô thiển).

(22)
Đương lưu khuyến hóa

Cuối cùng để hiểu rõ về ý nghĩa của đương lưu khuyến hóa về việc vãng sanh về Cực Lạc, đầu tiên là phải hiểu rõ sự tin tưởng vào tha lực. Điều nầy phải nói là một sự cần yếu của niềm tin về tha lực, chẳng kể là đối với thân phàm phu của chúng ta, có dụng ý muốn cầu sanh về Tịnh Độ. Hình tướng của niềm tin tha lực đó, không cần việc gì khác là chỉ nhứt tâm một lòng hướng đến Đức A Di Đà Như Lai mong được cứu độ trong sự suy nghĩ của một niệm, thì chắc chắn Quang Minh của Đức Di Đà Như Lai sẽ phóng ra nhiếp thủ lấy thân của ta đang ở cõi Ta Bà, trong ánh sáng nầy sẽ gìn giữ ta. Đây chính là sự vãng sanh được quyết định vậy.

Cái thể của Nam Mô A Di Đà Phật là hình tướng của việc ảnh hưởng về tín tâm tha lực của chúng ta. Niềm tin nầy gọi là sự biểu hiện hình thức qua câu Nam Mô A Di Đà Phật. Đối với lúc bấy giờ chỉ có một lòng với tín tâm tha lực là một việc để được dễ dàng vãng sanh về Cực Lạc, không có một nghi ngờ nào cả. Đây chính là Bổn Nguyện thù thắng của Đức A Di Đà Như Lai; điều nầy phải cảm ơn Đức Phật A Di Đà, để báo đáp ân cứu độ kia. Chỉ một lòng khi ngủ cũng như khi thức phải niệm đến câu Nam Mô A Di Đà Phật. Khả năng để báo Phật ân của Đức Di Đà Như Lai. Làm như vậy khi niệm đến câu Nam Mô A Di Đà Phật chính là nhờ ơn Đức A Di Đà Như Lai cứu độ, nên phải cảm ơn. Đây là điều vui mừng, phải nghĩ như vậy. Anakashiko (Thật thô thiển), Anakashiko (Thô thiển).

Thích Chứng Như (Hoa Giáp)

Dịch xong toàn bộ Kinh văn số 2668 nầy vào lúc 18 giờ ngày 15.6.2024 tại Phương Trượng Đường Tổ Đình Viên Giác Hannover, Đức quốc trong mùa An Cư Kiết Hạ năm Giáp Thìn.

Chữ Hán của Đại Chánh Tân Tu Đại Tạng Kinh tập thứ 83,

tục chư Tông bộ thứ 14 từ trang 771 đến trang 808. Tất cả chỉ gồm 37 trang và dịch ra tiếng Hiragana cũng như Kanzi gồm 41 trang. Dịch sang tiếng Việt là 143 trang, trong vòng 10 ngày.

TỊNH ĐỘ KIẾN VĂN TẬP

Tốn Giác Thượng Nhân y theo sở vọng của môn đồ nên đã viết về Giả Danh Thánh Giáo (Thánh Giáo viết bằng tiếng Hiragana của Nhật Bản). Phần trước được lưu hành lúc đương thời có nhiều loại như Thập Vương Kinh v.v... nói rõ hơn là tường thuật, thẩm sát về 10 giai đoạn của người mất. Phần sau tường thuật về giáo nghĩa của Tịnh Độ Chơn Tông.

Đối với Tịnh Độ Chơn Tông trước tiên là không đề cập đến việc Yếm Ly (xa lìa) như được cho rằng: "Ý nghĩa đầu tiên theo sự tán thán về Thập Vương tựu chung để cập đến việc Yếm Ly. Với lúc ấy chỉ toàn là những người trí óc hẹp hòi ngu muội dẫn dụ nên mới ra như thế. Những sở vọng của nguyện vương ta đã thấy nghe rõ ràng". Một lần nữa ở Ngự Văn Chương phần tờ thứ 2, qua mục 11 có đăng tải về: túc thiện, thiện tri thức, quang minh, tín tâm, danh hiệu có 5 loại nghĩa khác nhau mà Ngài Liên Như đã tham chiếu để viết thành "Tịnh Độ Kiến Văn Tập".

Tịnh Độ Kiến Văn Tập

Truyền thuyết được truyền lại rằng: Vua Diệm Ma trông thấy ở cõi trần gặp phải một số tội nhỏ, mới bảo với Thần Câu Sanh hãy gom những tội nhẹ ấy lại. Tức giận với huệ lực của chúng ta không sắc bén, chứa đầy phiền não, giới châu không giữ gìn, trôi lăn trong sanh tử lặn hụp trong sự tối tăm. Ở đây với chúng ta là việc cuối cùng, lại một lần nữa phải đi qua. Sự báo trước việc lâm chung của con người cũng cần rõ biết, mà đối với con đường ở chốn Huỳnh Tuyền phải hướng đến có ba người là La Sát Bà nơi cõi u minh dẫn chúng ta với ba hồn đến nơi sảnh của Tần Quảng Vương. Đầu tiên người đóng cửa tội nhơn ở cõi u minh hiện ra ở trước 3 hồn kia và dẫn gặp nơi xét tội của Tần Quảng Vương. Đầu tiên người giữ cửa ngục với vẻ buồn tủi khóc lóc, cho quỳ xuống phía trước, yêu cầu tra cứu về gia đình, cố hương có chỗ chưa rõ biết, rồi định tội, trước sau không được rời bỏ thân thể. Người được đưa đến buồn khổ, khóc lóc, thổn thức, đứng đó sầu lo với thân thể sầu thảm không thay đổi. Thân chết như sống dậy bởi luồng gió mạnh thổi đến làm cho lá cây quan thụ bay đến, đầy khắp cả thân thể, lá ấy khô dần rồi chặt chém thân đó nhiều ít tùy theo nghiệp dày mỏng. Trong khi những ngày chết ở rừng kiếm xong thì được đưa đến bên bờ sông Nại Hà.

Đến tuần lễ thứ hai thì đến sảnh của Sở Giang Vương. Bấy giờ tội nhơn ấy sẽ bị quỷ thoát y treo lên trên y lãnh thọ, cành cây ấy lúc cao lúc thấp tùy theo nặng nhẹ để quyết định. Nếu không có tâm xấu hổ thì sẽ bị lột da, sự đau khổ không bao giờ dứt.

Thất thứ ba tên của tội nhơn được đưa đến Tống Đế Vương; người mất bị trói chặt đưa đến Huỳnh Tuyền nơi bờ của sông Nại Hà rồi Tang đồ Hà phải vượt qua. Người dẫn đường là Ngưu Đầu có cầm theo Thiết Bổng. Theo sau còn có Mã Đầu cũng có cầm theo gậy sắt nữa.

Tuần lễ thứ tư thì đến Ngũ Quan Vương để luận tội nặng nhẹ. Ở dưới đất có hai đồng tử làm nhiệm vụ đậy nắp lại theo nghiệp nhiều hay ít.

Tuần lễ thứ năm thì ra mắt Diệm Ma Vương, đầu tiên được dẫn đến trước tấm kính chiếu nghiệp Pha Lê để nhớ lại, sẽ được thấy lại tất cả những việc làm khi xưa, đồng thời đón nhận đối với tội kia. Nếu bị La Sát A Phòng dẫn giải thì sẽ gặp việc săn bắn nai; Ngưu đầu, Mã đầu cùng đi theo sau.

Tuần lễ thứ sáu Biến Thành Vương phân biệt giữa tội phước và công đức.

Tuần lễ thứ bảy Thái Sơn Vương chỉ ra phước nghiệp và buồn trông những nam nữ đã bỏ rời việc lành.

100 ngày Bình Đẳng Vương sẽ thêm vào Gia Sáo sự khổ não.

Ngày giáp năm với Đô Thị Vương tập trung các tội nhân ra giữa chợ.

Năm thứ ba đối với Ngũ Đạo Chuyển Luân Vương, tội lỗi trong 1.000 ngày ấy, kể cả phước đức ở 3 cõi sẽ cho Thần áo xanh mang tội nhơn đi, chờ Hồn Túc Hoa cùng đi và dẫn về lại cố hương kể cả những lời thề ước của nam nữ kết hôn một lần nữa với nhau của chúng ta đối với con cháu, tội ấy đã làm rồi không thay đổi; nên vợ con ở Ta Bà lo tội báo của tự thân; nước mắt chảy vàng, mồ hôi cùng máu chảy dài. Lúc nầy tội nghiệp nếu được biến đổi thì chiếc cung nơi Nại Lê tức thì làm cho bốc cháy cái thân bằng thiết nóng kia, rồi đông lạnh đinh kia vào nước nóng, nấu cho đồng chảy ra, lấy dây cột vào trụ đồng và phơi trên đất nóng.

Cứ lặp đi lặp lại trong bối cảnh lạnh, băng, nhiệt, hỏa như thế không dứt, không thể leo lên được nơi hồ có hoa và lầu các ngọc ngà, lúc ấy nếu chìm xuống, lại nổi lên sống trở lại. Nếu được trở lại thân người thì vui mừng khôn xiết, vạn kiếp chẳng sánh bằng. Ở cõi trời niềm vui không kể xiết; còn nơi địa ngục khổ sở vô bờ, ở ngạ quỷ thì đói khát không sao diễn tả nổi; con đường súc sanh thì ngu muội mờ ám; A Tu La lại hay đấu tranh, không có thời gian để cầu giác ngộ. Nếu lỡ sanh vào những nơi nầy thì chẳng gặp Thiện tri thức, khó ra khỏi nơi nầy. Người ở phía Đông, phía Tây, phía Bắc danh từ Phật pháp không nghe được, cho nên không có thiện tri thức, mà dẫu cho có đi nữa thì cũng chẳng tin vào Phật pháp, không có căn cơ với túc thiện (việc lành của đời trước). Bây giờ ở cõi phía Nam nầy địa phương Nhựt Bản có Thánh Đức Thái Tử làm cho Phật pháp được hoằng dương. Vị nầy ngoài ra còn làm cho giáo pháp được lưu bố; ở đó khuyến khích những người lành, ra khỏi sanh tử là pháp yếu, nên cần tìm đến.

Tuy Phật pháp có nhiều điều khác biệt nhau, nhưng đối với Tịnh Độ Chơn Tông là pháp tùy thời cơ làm cho tương ưng nhau. Nếu từ tự lực thăng tiến tu hành lên tha lực như trong Quán Kinh có dạy rằng: "Thinh dĩ tức ngộ vô sanh pháp nhẫn" (nghe rồi liền ngộ vô sanh pháp nhẫn). Trong Đại Kinh quyển hạ cũng đề cập đến "Tức đắc vãng sanh, trụ bất thối chuyển" (liền được vãng sanh, ở bất thối chuyển). Không kể đến những nghiệp tạo thành lúc bình sinh. Nếu không tin pháp nầy thì sẽ không có được túc thiện như trong Lễ Tán có giải thích là: "Túc thế kiến chư Phật, tức năng tín thử sự" (đời trước gặp chư Phật, liền hay tin việc nầy). Trong Đại Kinh quyển hạ cũng có nói: "Kiêu mạn, tệ, giải đãi nếu mà có được lòng tin nơi pháp". Với việc nầy thật là pháp yếu của sự hy hữu thù thắng và đó chính là nghiệp nhơn của sự vãng sanh. Đối với nhân duyên mơ hồ thì tuyệt nhiên chẳng thể. Nếu có chăng đi nữa thì đó là do túc thiện (việc lành đời trước). Cũng nhờ vào bổn nguyện tương ưng với Thiện tri thức, hỗ trợ với sự nhứt tâm; điều nầy sẽ được nhiếp thủ trong ánh sáng, chiếu đến trong tâm của hành giả. Ánh sáng ấy trở thành trí tuệ, từ quang minh trí tướng ấy tín tâm được rộng mở và tín tâm ấy trở thành Phật trí. Từ Phật trí đó thể hiện qua nơi miệng niệm danh hiệu. Việc nầy từ chánh tâm hành giả, nếu chẳng khởi lên việc niệm Phật. Từ Phật trí không có tín tâm, rồi từ tín tâm danh hiệu được niệm lên nhẹ nhàng nơi Giáo Hạnh Chứng (phần tín, quyển ý) nói rằng: "Tín tâm của nguyện lực phải đầy đủ danh hiệu". Hòa Thượng ở chùa Quang Minh (Hòa Thượng Thiện Đạo) giải thích rằng: "Niềm tin của hành giả không biểu hiện, việc làm hành giả không thực hiện, cái thiện của hành giả ấy không hiện ra". Như vậy tâm của hành giả không được Phật trí. Dẫu cho tâm của hành giả được ánh hào quang của Phật chiếu đến, nhưng hành giả chỉ so đo không suy nghĩ. Việc nầy nơi Quán Kinh giải thích là: "Với chư

Phật Như Lai, đây là sự trở thành thân của pháp giới, trong đó chính là tâm tưởng của tất cả chúng sanh. Hoặc "Chư Phật Như Lai gọi đây là Di Đà Như Lai; chư Phật phân thân thành Di Đà; chư Phật cũng chính là tâm từ bi của Di Đà".

Khi được tín tâm tha lực thì đối với những kẻ nghiệp nhơn là bị rơi vào ngũ ác thú đi nữa, phải sa vào ác đạo trong thời gian lâu dài, nhưng tự nhiên lại được Chánh Định Tụ. Chánh Định Tụ có nghĩa là cảnh giới bất thối. Bất thối ấy có nghĩa là không hiện hữu trong 25 cõi. Khi ấy được Thiện Tri Thức hướng dẫn đến pháp, khi lãnh hội rồi thì tỉnh ngộ vãng sanh. Trong khi đó niệm danh hiệu để báo ân đại bi hoằng thệ. Điều nầy mà hành giả chẳng thể hiện để báo Phật ân thì từ niềm tin tha lực cũng được dự báo để trở thành sự báo tạ Phật rồi. Nếu hành giả cả tín và hạnh không có chỗ sở tác; chỉ gọi là tha lực. Đối với ánh sáng quang minh nhiếp thủ nơi tâm trong thời gian lâu dài để được gần Ngài đang chờ đợi; điều nầy sẽ trở thành ân đức của Thiện Tri Thức. Hầu như là sự chờ đợi báo đáp. Nếu duyên nầy không có thì sẽ rơi vào tam đồ, phải trải qua nhiều ngàn kiếp không hề nghe được danh tự Phật pháp.

Lại nữa đối với Thiện Tri Thức không phân chia là tin hay không tin. Đây là đạo lý con người phải biết. Ngoài ra đối với người tin tưởng thì lại luôn mong rằng sẽ chứng được lạc quả muôn đời sau khi vãng sanh; còn những người chưa tin, thì với họ cái duyên ấy còn xa lắm. Với những người nầy thì khó hiểu biết về pháp, việc phải trải qua bao nhiêu lần sanh tử nữa. Pháp môn tha lực nầy chính là can yếu của tâm qua vạn hạnh các thiện; chính là cái lý cao vời cùng tột của Chơn Như Pháp Tánh, không gì sánh bằng, không gì dời đổi được. Dẫu cho chúng ta có nghĩ đến nhiều hay gần gũi các bậc Thiện Tri Thức. Được duyên tốt đẹp, tính toán tốt, tìm đến chỗ hay, hiểu rõ ràng, tìm hiểu sự việc, nhưng không nghe lời khuyên, hay nghe rõ ràng nhưng lại không có lòng tin, thì cũng khó thành như trong Đại

Kinh quyển hạ nói rằng: "Dị vãng vô nhơn" (dễ sanh, không có người nào). Lại dễ dàng không có người nào, điều ấy chẳng có, không có người nào. Phải nương theo chí lực của tha lực Phật trí để nghĩ về việc nầy, thì năng lực của Thiện Hữu Tri Thức mới có thể để cập đến. Nơi Yếu Tập quyển thượng của Lăng Nghiêm gọi là: "Điều nầy ngồi bên phải để nghe để chờ đợi cho đến phế vong". Ngài Long Thọ giải thích rằng: "Nếu không có Thiện Hữu thì chỉ có ngu si". Câu văn đã diễn tỏ như vậy và thường thì Thánh giáo hay hướng về sự chỉ bày nghĩa lý. Câu văn chứa đựng ý nghĩa đối với Thiện Tri Thức nếu để lỡ cơ hội, ngày tháng trôi qua tính toán được phân ra.

Kinh (Đại Kinh, quyển hạ) gọi là: "Văn danh dục vãng sanh" (nghe tên muốn vãng sanh) và cũng còn gọi là: "Văn kỳ danh hiệu" (nghe danh hiệu nầy). Chữ văn đây là sự nghe thấy nên gọi là văn; nhưng nếu không nghe danh hiệu (theo tín, quyển ý) thì "Sanh khởi bổn mạt của bổn nguyện tâm nghi phải không có thì đó mới gọi là nghe". Cùng chung ấy gọi là nghe. Ví dụ như trong tám vạn pháp tạng, nghe 12 bộ kinh, nếu tâm nghi ngờ có thì không gọi là nghe. Từ việc nghe nầy thành tín tâm; từ sự suy nghĩ nầy gọi là lòng tin. Nếu sự nghe không hổ tương nhau gọi đó là sự nghe còn chấp trước bảo thủ. Sự suy nghĩ gọi là niềm tin; sự nghe cũng trở thành tha lực. Sự suy nghĩ trở thành nguyện lực; ngay cả tự lực sẽ không sánh được. Đây gọi là sự tự nhiên. Chữ tự là chính mình, còn nhiên là như thế ấy. Pháp nhĩ pháp nhiên. Đó chính là ánh sáng của Ngài qua tha lực gọi là đạt đến sự vãng sanh. Người được vãng sanh sẽ có tâm vui mừng. Sự vui mừng đó chính là sự suy nghĩ để báo ân tạ đức. Đối với việc nầy ở kệ của Ngài Long Thọ có viết rằng: "Ân ấy chính là cái gốc của đại bi; ân nầy bao trùm cả súc sanh nữa" (Đại Trí Độ Luận, quyển 4, cửu thích phát thú phẩm ý). Nếu không có tâm báo ân thì cũng có nghĩa là chẳng khác nào súc sanh. Đối với súc sanh, loại nầy không có niềm tin vào tha lực. Nếu nhìn kỹ vào trong ấy thì nếu có tâm báo ân khánh hỷ thì sẽ được vãng sanh. Nếu không vậy thì chắc chắn sự vãng sanh sẽ khó được. Điều nầy trở thành sự dụng tâm của hành giả. Hãy tỉnh thức.

Hãy nhớ ở phần đầu của Thập Luân Kinh nói về Thập Vương Kinh có sao chép lại để tạo thành câu văn trong việc thấy nghe trong Giáo Hạnh Chứng; đây là đề mục của "Tịnh Độ Kiến Văn tập". Dẫu đối với chúng ta không có đi nữa, vì sự tự thấy điều nầy mà không hoằng dương thông suốt. Văn ngôn cũng không được truyền tải, với kẻ ngu mong được dễ hiểu. Cuối cùng tiên đức của Lăng Nghiêm phần Yếu Tập cũng như vĩnh quán của Thiền Lâm phần thập nhơn gọi đây là "Yểm ly uế độ", "hân cầu Tịnh Độ" (xa lìa uế độ, vui cầu Tịnh Độ).

Theo tương truyền của Ngài Thân Loan thì khi nghe đến vui cầu thì liền muốn xa rời thế giới dơ uế. Hơn nữa uế độ ở đây chẳng nhứt thiết phải là chỗ của phàm phu. Điều nầy gọi như vậy là vì nếu có người vui cầu Tịnh Độ khi nghe đến thì sẽ được tín tâm rộng mở; còn nơi uế độ trở thành sự mong đợi. Ở nơi Giáo Hạnh Chứng và Tịnh Độ Văn Loại Tụ Sao hay các tác phẩm của Ngu Ngốc Sao v.v... đồng thời ở Tịnh Độ Hòa Tán và Chánh Tượng Mạt Pháp hòa tán v.v... khi gọi uế độ cũng có nghĩa là nghĩ về vô thường, mà bên cạnh đó không có một câu văn để hướng dẫn một cách cẩn thận. Lại nữa nếu đối với người có niềm tin phát khởi muốn rời khỏi uế độ, mà người ấy lại chẳng có lòng tin thì không thể vãng sanh được. Một lời dẫu đã trở thành, mà phát khởi tha lực pháp môn cần thiết thì đầu tiên sự tán thán về Thập Vương phải mang ý nghĩa là xa rời. Đương thời đối với việc nầy, những kẻ trí cạn ngu muội bị dẫn dắt, nên mong mỏi chính là nên yên lặng đình chỉ chỗ mong cầu ấy; đây là chỗ nghe thấy của tôi, chẳng phải là sự thấy bên ngoài. Anakashiko (Thật thô thiển), Anakashiko (Thô thiển).

CHẤP TRÌ SAO

Đại Chánh Tân Tu Đại Tạng Kinh – Kinh văn số 2662

(1)

Chấp Trì Sao (tập thứ 83 từ trang 735 – 738) của Ngài Giác Như Tông Chiêu soạn.

Để ngưỡng vọng về Bổn Nguyện tự Thân Loan Thánh Nhơn.

Lai nghinh đối với chư hành vãng sanh, đối với những hành giả tự hành tự lực. Lúc lâm chung cầu nguyện việc lai nghinh; đây là nói về việc những người, chư hành vãng sanh. Những hành nhơn của chân thật tín tâm sẽ ở vào ngôi Chánh Định Tụ khi có sự nhiếp thủ bất xả. Đối với Chánh Định Tụ là ở nơi đó chắc chắn cho đến khi diệt độ, không phải khi lâm chung, cũng không cầu nguyện việc lai nghinh (đến tiếp dẫn). Điều nầy lấy lời nguyện thứ 18 làm chính. Còn lâm chung cầu nguyện để được lai nghinh là lời nguyện thứ 19 về chư hành vãng sanh.

(2)

Matanotamahaku

Theo Chánh Tượng Mạt Hòa Tán phần 116 có ghi rằng: "Thị phi không biết, tà chánh không cần hiểu, đối với thân nầy, nếu không có một ít lòng từ, một ít lòng bi, đối với danh lợi như thế, trở nên người Thầy tốt".

Đối với việc vì vãng sanh Tịnh Độ chỉ nghe đến việc phát khởi tín tâm, ngoài ra chỉ thấy việc chẳng hay. Sự vãng sanh là một việc lớn mà đối với người phàm phu không tự có được, nên nương vào Đức Như Lai. Hầu hết đối với tất cả phàm phu đều chẳng thể, nên Đức Di Lặc Bồ Tát ở ngôi vị Bổ Xứ đầu tiên đối với Phật trí bất tư nghì, là chưa thể hiện đầy đủ đối với người phàm phu với trí tuệ nhỏ nhoi cạn cợt. Trở về nương tựa với Đức Như Lai, việc nầy gọi là hành giả tín tâm phát đắc để trở về với tha lực.

Như vậy chúng ta tìm cầu đến Tịnh Độ, nghĩa là quyết định không muốn rơi vào địa ngục. Cho nên đã ngưỡng vọng Thánh Nhơn và cho rằng đó "là lời của Ngài Hắc Cốc Nguyên Không (Thân Loan) Thánh Nhơn", và "Nguyên Không không có nơi can đảm suy nghĩ". Chính thức có thể điều nầy đã nhận được; ví dụ như trở thành địa ngục thì ngay cả Thánh Nhơn được qua khỏi nơi đó. Trong trường hợp nầy nếu không gặp được Thiện Tri Thức thì với phàm phu chúng ta, chắc chắn sẽ rơi vào địa ngục. Đới với Thánh Nhơn (Nguyên Không) qua lời dạy dỗ khai hóa về sự cầu nguyện tỉnh ngộ nơi cõi lòng về việc nhiếp thủ bất xả là Bổn Nguyện của Đức Di Đà, xa rời con đường sanh tử để nhứt định chờ đợi được sanh ra ở Tịnh Độ. Ngoài ra tự thể chúng ta không đầy đủ năng lực, nên phải nương về Phật trí của Đức Di Đà qua việc niệm Phật cho nghiệp của địa ngục không còn đeo đuổi mà thọ nhận sự giáo hóa của Thánh Nhơn để có được nghiệp nhơn về sự vãng sanh Tịnh Độ, dẫu cho chúng ta có được sự chắc thật khỏi cảnh địa ngục thì ngoài ra không còn sự hối hận nào cả.

Ngoài ra đối với minh sư mà có chỗ không rõ ràng, quyết định cho thân nầy vào đường xấu ác thì đối với Thiện Tri Thức sẽ tức giận, nếu bị dẫn đến đường xấu ác, không phải chỉ đi một mình mà có cả thầy mình, cũng có thể sa vào địa ngục; cho nên Thánh Nhơn đã truyền tải để nhớ về việc nầy, về chỗ sanh ra lành dữ, đây không phải là sự quyết định của chúng ta. Đây chính là tự lực nên quay về với tha lực.

(3)
Matanotamahaku

Hòa Thượng Chùa Quang Minh giải thích rằng: "Việc của Thiện Đạo" là "Đại Vô Lượng Thọ Kinh" về lời nguyện thứ 18 về việc niệm Phật vãng sanh (theo Huyền Nghĩa phần thứ 301) rằng: "Thiện ác phàm phu đắc sanh giả, mạc bất giai thừa A Di Đà Phật, đại nguyện nghiệp lực vi tăng thượng duyên" (Lành dữ phàm phu được sanh rồi, chưa thể cùng với Phật A Di Đà, mà lấy tăng thượng duyên làm đại nguyện nghiệp lực).

Ở đây nếu là người lành sẽ được đưa đến chỗ thiện và được Đức Phật A Di Đà cho sanh về Báo Độ, điều đó là chắc thật. Kẻ ác do nghiệp ác lôi kéo phải bị sanh vào tam ác, tứ thú (các nẻo tái sinh); nếu không có cái nhơn để sanh về Báo Độ. Nếu phiền hà điều cần yếu về nghiệp lành, thì nghiệp ác cũng không thể để phòng được. Sự vãng sanh của người lành cũng do biệt nguyện của Đức Di Đà Như Lai để thể hiện lòng đại từ đại bi của tất cả việc siêu thế ấy.

Về việc vãng sanh của người ác, một lần nữa được báo Phật, Báo Độ, đây chính là sự mong đợi biểu hiện sự bất khả tư nghì của Phật trí; trong 5 kiếp tư duy ấy, thực hành điều nầy giữa nhiều kiếp khác nhau, trải qua nhiều cảnh của lục thú, tứ sanh ra còn phải chờ đợi, nếu có sự kiện khác do ác nghiệp dẫn theo và không có tâm quay về với Phật trí thì những ác nghiệp đó không có cái nhơn của việc sanh về Tịnh Độ, mà sẽ bị kéo theo bởi thập ác, ngũ nghịch, tứ trọng, báng pháp v.v... đó là nhơn ác để phải vào tam đồ và gặp bát nạn, không có gì hơn nữa cả.

Sự ưu tư về việc lành cũng được vãng sanh về Cực Lạc thì không cần điều cần yếu của sự vãng sanh, mà việc ác cũng đã là việc trước. Nếu lo lắng về cơ duyên của sự được sanh ra lành dữ; chính là khả năng của nơi ấy, mà nếu không hướng về tha lực để cầu nguyện thì đối với việc nầy theo sự giải thích là: "Lành dữ phàm phu, sự sanh ra là do đại nguyện lực". Cũng còn gọi là "Nếu chẳng có tăng thượng duyên" thì không thể gần gũi được Đức Di Đà.

(4)
Matanotamahaku

Gọi là nhơn duyên của Quang Minh danh hiệu. Trong 48 lời nguyện của Đức Phật A Di Đà thì lời nguyện thứ 12 thệ nguyện rằng: "Quang minh của tôi không giới hạn". Điều nầy lại một lần nữa chúng sanh niệm Phật sẽ được nhiếp thủ. Với nguyện nầy được thành tựu, ánh hào quang chiếu khắp vô ngại đến 10 phương thế giới vi trần, chúng sanh bị phiền não ác nghiệp trong thời gian dài cũng được chiếu đến. Nếu chúng sanh nào có duyên gặp được ánh sáng nầy, sẽ vượt thoát khỏi vô minh hôn ám trở thành túc nghiệp đẹp đẽ và sẽ được sanh về Báo Độ theo lời nguyện thứ 18, trì tụng danh hiệu là nguyên nhơn của việc niệm Phật vãng sanh.

Âu lo với việc chấp trì danh hiệu, lại không có tự lực, được dự báo bởi ánh sáng kia. Đây có thể nói là cái nhơn của danh hiệu qua cái duyên từ ánh sáng nầy. Cho nên Tông Sư đã nói trong Lễ Tán phần thứ 659 rằng: "Trở thành Ngài Thiện Đạo Đại Sư", "Dĩ quang minh danh hiệu, nhiếp hóa thập phương, đản sử tín tâm cầu niệm" (Dùng quang minh danh hiệu, nhiếp hóa 10 phương, khiến cho tín tâm mong niệm). Gọi là: "khiến cho tín tâm mong niệm" giống như ánh sáng và danh hiệu đó là cha mẹ để nuôi nấng dưỡng dục con cái. Đối với con cái khi lìa xa không được dưỡng dục thì cha mẹ cũng không mong muốn. Con cái có khi đối với việc kia vì cha mẹ mà gọi tên. Điều nầy có nghĩa là ánh sáng kia ví như người mẹ, danh hiệu đó giống như người cha, cũng còn gọi mẹ của quang minh và cha của danh hiệu sẽ chánh đáng được sanh về Báo Độ mà không có hạt giống của niềm tin thì không thể được.

Nếu khi cầu nguyện mà lòng tin về vãng sanh đến, niệm danh hiệu, sẽ được quang minh chiếu khắp để nhiếp thủ. Nếu hành giả không có tín tâm niệm danh hiệu thì sẽ không thành tựu việc Đức Di Đà Như Lai nhiếp thủ bất xả. Nếu không có sự nhiếp thủ bất xả Đức Di Đà Như Lai; có nghĩa là sự cầu nguyện vãng sanh về Tịnh Độ của hành giả kia không thành tựu. Đây chính là Bổn Nguyện và Danh Hiệu, Danh Hiệu và Bổn Nguyện, Bổn Nguyện và Hành Giả, Hành Giả và Bổn Nguyện nói lên việc nầy.

Thánh Nhơn Thân Loan của Chùa Bổn Nguyện đã giải thích trong Giáo Hạnh Tín Chứng phần "hành quyển" như sau: "Đức hiệu của từ phụ niệm lên là cái nhơn thiếu hay sanh. Bi mẫn của quang minh được chiếu đến giống như cái duyên của sở sanh. Quang Minh, danh hiệu là của cha mẹ. Những điều nầy thuộc về ngoại duyên. Nghiệp thức của niềm tin chơn thật, đây mới chính là cái nguyên nhơn bên trong vậy. Nội ngoại nhơn duyên hòa hợp thì có thể chứng được chơn thân ở Báo Độ". Với ví dụ nầy như mặt trời khi chiếu sáng đến châu khác thì nơi Tu Di chỉ có một nửa, ánh sáng sẽ mờ đi. Từ châu khác đó chiếu đến châu phía Nam thì ban đêm ở đây không sáng và khi ánh sáng của mặt trời xuất hiện thì bóng tối của đêm sẽ được sáng lên. Có thể suy nghĩ đối với việc trong thế gian là vậy, khi bóng tối được sáng là do mặt trời xuất hiện. Bây giờ nói như vậy để rõ biết. Căn cứ theo sự chiếu rọi của mặt trời Phật Di Đà đến màn đêm vô minh trường dạ ấy, thì đó là nghiệp nhơn của sự vãng sanh về An Dưỡng của việc niệm danh hiệu như là bảo châu vậy.

(5)
Watakushini Haku (Tôi muốn nói)

Đối với căn cơ của những người thấp kém cũng không quan trọng; với Đức Phật liền dùng đại bi đối với những người hạ căn nầy. Việc làm phải là không nghi ngờ. Theo Kinh (Đại Kinh, phần dưới) có viết là: "nãi chí nhứt niệm" (cho đến một niệm). Đối với Phật ngữ, đây không phải là điều hư vọng, không hợp với Bổn Nguyện. Đối với danh hiệu, mong đợi nơi chánh định nghiệp. Đức Phật sẽ quyết định theo nghị lực khó nghĩ bàn về việc vãng sanh theo nghiệp. Nếu cùng xưng niệm tên nguyện lực của Đức Di Đà, sự vãng sanh bất định kia chắc chắn sẽ trở thành Chánh Định Nghiệp. Với chúng ta trì niệm danh hiệu bổn nguyện thì với nghiệp vãng sanh ấy sẽ thành tựu biện tài. Ngoài ra khi lâm chung thỉnh thoảng không niệm danh hiệu thì việc vãng sanh cũng không phải là chuyện để luận bàn. Đối với tất cả chúng sanh những nghiệp nhơn trong quá khứ phải chờ đợi. Lại khi chết sẽ trở thành cái duyên khó lường. Đối với việc bịnh tật, sẽ đi đến cái chết; gặp kiếm đâm cũng chết, bị ngộp nước cũng chết, bị lửa đốt cũng chết, cho đến khi ngủ cũng chết. Uống rượu say sưa chết. Tất cả những việc nầy là do nghiệp nhơn của đời trước vậy, không phải tự nhiên mà có. Đến thời kỳ chết rồi, một thoáng vọng tâm nổi lên đối với những kẻ phàm phu như chúng ta nếu có được chánh niệm để xưng danh niệm Phật thì cũng khó được nguyện tâm của việc vãng sanh Tịnh Độ.

Lời hứa trong lúc còn sanh tiền, nếu hỗ tương nhau, mong muốn được vãng sanh mà lo âu đối với một niệm trong lúc sống để được hay không việc quyết định vãng sanh. Nếu khi còn sống mà nghĩ bất định thì chắc chắn rằng lúc bình sanh chẳng hề phát ra một niệm để trở về với Thiện Tri Thức, thì lúc ấy lại nghĩ về cõi Ta Bà lúc lâm chung.

Cuối cùng thì Nam Mô là trở về, quy mệnh ấy chính là tấm lòng muốn được vãng sanh, điều nầy phải phát nguyện. Việc nầy phổ biến ở tâm vạn hạnh vạn thiện, trở thành nghiệp nhơn của Tịnh Độ. Lại có nghĩa là hồi hướng. Đây chính là tâm năng quy tương ứng với Phật trí sở quy. Có khả năng của Phật ở nhơn vị vạn hạnh, quả địa vạn đức, việc nầy đặc biệt là danh hiệu được nhiếp tại. Nếu trở thành hành thể của sự vãng sanh trong 10 phương chúng sanh thì theo Huyền Nghĩa phần, 325 giải thích là: "A Di Đà Phật, tức thị kỳ hành" (A Di Đà Phật tức là việc làm nầy). Lại nữa đối với tội sát sanh được nối kết với định nghiệp ở địa ngục, đến khi lâm chung lại càng chồng chất thêm, mà cái nghiệp lúc bình sanh lại kéo theo để dễ bị sa vào địa ngục. Nên niệm Phật tha thiết. Nếu tin vào Bổn Nguyện danh hiệu thì chính ngay thời khắc ấy sẽ được quyết định vãng sanh.

(Nói theo sách)

Vào năm Gia Lịch nguyên niên (1326) ngày Mùng 5 tháng 9 Bính Dần, mắt già cầm bút thấm mực. Đây là vì sự lợi ích cho chúng sanh mà viết điều nầy.

Thích Tông Chiêu 57 (tuổi).

Năm rồi việc nầy cũng muốn chắp bút để viết về nguyện trí của Phi Đơn. Thế nhưng năm nay Lịch Ứng năm thứ 3 (1340) vào ngày 15 tháng 10 Canh Thìn mới lên kinh và mang theo để viết điều nầy. Trong đó có 1 ngày ở Đậu Lưu và rời khỏi vào ngày 17. Dưới bóng đèn dầu, bút của người già nầy xin viết để lưu lại vì sự lợi ích vậy.

HẬU THẾ VẬT NGỮ THƯ

Đại Chánh Tân Tu Đại Tạng Kinh – Kinh Văn số 2676
Tập 83 từ trang 916 – 919

Xin lược qua "Hậu Thế Vật Ngữ" như tên gọi đã được viết ra và có nhiều dị thuyết khác nhau chưa rõ ràng. Đây được cho là do Long Khoan luật sư đã viết và được truyền lại.

Đầu tiên là đối với việc nghi vấn đủ loại liên quan đến việc niệm Phật vãng sanh. Ở tại núi phía Đông vùng Kyoto, Thánh Nhơn đang sống tại đó trả lời và tường thuật lại qua những sự kiện đã được hình thành. Tiếp tục phía dưới là 9 vấn đề vấn đáp qua lại.

(1) Về việc người ác vô trí cũng niệm Phật thì sự vãng sanh như thế nào?

(2) Sự dạy dỗ của Thánh Đạo Môn và sự dạy dỗ của việc niệm Phật vãng sanh thuộc Tịnh Độ Môn dẫu cho có bàn về chỗ ưu, kém, nhưng điều cương yếu để chọn lựa con đường tương ưng với chính năng lực về việc niệm Phật vãng sanh ra sao?

(3) Niệm Phật bắt buộc phải có đầy đủ 3 tâm (chí thành tâm, thâm tâm và hồi hướng phát nguyện tâm). Ý nghĩa của ba tâm ấy được tâm đắc ra sao? Nhưng nếu không niệm Phật thì sẽ giải thích ra sao?

(4) Chí thành tâm có phải là cầu nguyện đến tha lực không?

(5) Thâm tâm và hai loại thâm tín, đối với Bổn Nguyện không nghi ngờ.

(6) Hồi hướng phát nguyện tâm gọi là ở nơi vãng sanh quyết định hay sao?

(7) Hãy tóm gọn về ý nghĩa của ba tâm.

(8) Đối với việc xưng danh niệm Phật A Di Đà chính tự mình với 3 tâm ấy đã đầy đủ chưa?

(9) Ngoài sự niệm Phật, nếu không có 3 tâm thì sao?

Lại nữa ở nơi hình tượng của Thân Loan Thánh Nhơn có ghi là: "Hãy xem kỹ nơi Duy Tín Sao và Hậu Thế Vật Ngữ v.v... hãy xem nhiều lần và chờ đợi". Thánh Nhơn thỉnh thoảng cũng viết những quyển sách ở Kanto cho các môn đệ, khuyến khích họ đọc để hiểu biết.

(1)
Hậu Thế Vật Ngữ Văn Thơ
(Nghe sách kể chuyện về đời sau)

Gần đây người ta hay tìm đến minh sư của Tịnh Độ Tông, Thiền phường nằm bên cạnh núi Lục Dương Đông Sơn để xem, người niệm Phật ở Nhứt Kinh Cửu Trọng, người đời sau của Ngũ Kì Thất Đạo... họ ùn ùn sùng bái, áo quần ướt át, thân thể thì bơ phờ cùng đi tìm kiếm. Họ đi và sống chung với nhau 14, 15 người như vậy. Trong đó cũng có một vài người có ước vọng về việc vãng sanh. Những điều nầy làm cho chúng ta phải suy nghĩ tìm đến, nếu không vậy, khi họ đến thì một ngày nào đó chẳng rõ biết việc nầy như thế nào là chơn lý. Đối với việc suy nghĩ kia thì sao, mà những người tại gia vô trí, vì sao lại phải đi tìm. Hãy mở rộng tâm thức để quan sát.

(2)

Có người hỏi rằng đối với những người nhẹ dạ vô trí cho rằng: nếu niệm Phật thì sẽ được sanh về Cực Lạc. Trong khi đó họ cũng niệm Phật, chờ đợi việc nầy, nhưng lại hầu như không được việc đó. Như thế là sao?

Sư đáp rằng: Niệm Phật vãng sanh đối với những người phá giới vô trí là vì nếu trí tuệ rộng được từ giới, nếu gìn giữ nơi thân và gìn giữ giáo pháp để tu hành thì sẽ lìa xa sanh tử và đạt đến Bồ Đề. Điều nầy đối với thân của chúng ta nếu được như vậy thì xin tạ ơn. Bây giờ hãy nên tìm đến việc niệm Phật để cầu vãng sanh.

(3)

Lại có câu hỏi khác rằng: Có người chỉ nói về giáo lý của mình và không chịu tìm hiểu về việc niệm Phật. Những lời dạy của Thánh Đạo Môn cho rằng một lời dạy của Tịnh Độ Môn là yếu kém chăng?

Sư đáp rằng: Theo ví dụ để tìm hiểu sâu xa cặn kẽ thì việc nầy kẻ kia không chấp nhận, mà thực tế thì thân phận nầy đang bị lưu chuyển trong sự khổ não, muốn được ở ngôi vị bất thoái, thì nên cảm tạ điều nầy. Luận giải cho nhiều không mang đến điều gì hơn cả. Ngược lại đối với những người cảm tạ giáo pháp ấy cũng nói rằng sẽ thành Phật; điều nầy dẫu cho căn cứ vào sự niệm Phật của thân nầy để cầu vãng sanh, lâu dần thành thói quen, đó là một trong nhiều công hạnh. Ngài Thiện Đạo thỉnh thoảng cũng nói trong Pháp Sự Tán phần dưới 548 rằng: "Có 84.000 cánh cửa. Cửa cửa đều chẳng giống nhau, lại chẳng có sự phân biệt. Vào nhiều cửa khác nhau, nhưng lại giống nhau". Như vậy thì tất cả điều nầy đều giống nhau, y cứ như Phật Thích Ca đã giảng; do vậy chẳng có chỗ nào hơn và cũng không có chỗ nào thua kém cả. Đối với Kinh Pháp Hoa đề cập đến các lời dạy cao cả về ngũ nghịch của Đề Bà Đạt Đa, lúc 8 tuổi Long Nữ thành Phật. Đối với việc niệm Phật cũng vậy, đối với các lời dạy khác, chư Phật đối với những kẻ mê mờ kẻ ác nam hay người nữ đều có thể tìm đến sự vãng sanh về Tịnh Độ; cánh cửa giác ngộ rộng mở, đối với việc nầy có thể nói rằng là ưu điểm của các giáo phái (lời dạy). Nên biết rằng Thân Loan đối với Chấn Đán (Trung Quốc), Ngài Đạo Xước là một lợi trí tinh tấn luôn thể hiện ở thân đã xa rời pháp hiển mật, tìm đến Tịnh Độ. Ở Nhật Bản thì có Ngài Huệ Tâm (Nguyên Tín), Ngài Vĩnh Quan cũng đã từ bỏ thân ngu độn giải đãi nầy tìm hiểu về nghiệp nhơn của sự lý theo nguyện lực của sự niệm Phật để nương tựa quay về. Dạo nầy có nhiều người trí tuệ thật là cao thâm, giữ giới tinh nghiêm và cũng muốn được giải thoát việc sanh tử, nên đã thâm nhập pháp môn. Tất cả đều do nhân duyên tụ hội lại để chào đón mọi người, không sa thải bất cứ một ai cả. Duy chỉ có thân ta cần phải thực hành là điều cần yếu.

(4)

Thỉnh thoảng cũng được hỏi rằng: Niệm Phật đối với ba tâm mà không cần chờ đợi việc văng sanh, thì sự chờ đợi ấy ra sao?

Sư trả lời rằng: Chỉ là việc đó thì đối với Cố Pháp Nhiên Thánh Nhơn có cho biết rằng: "Với ba tâm (chí tâm, tín nhạo, dục sanh) mà nếu chẳng niệm Phật một cách rõ ràng thì đó chẳng phải là niệm Phật với ba tâm; ngoài ra nếu ba tâm đầy đủ thì sẽ sanh về Cực Lạc", đúng ra sự thọ nhận ấy, độ nầy nếu tâm thức có tiếp cận thì trước tiên nên nhớ rõ. Chỉ có điều là bảo tồn nơi ấy. Đây chính là sự phân biệt đúng đắn về ba tâm kia.

(5)

Có người hỏi rằng: Khi niệm Phật mà vọng niệm nếu khởi nơi tâm, bên ngoài thì có thể thấy, nhưng nội tâm thì không biết được; sự niệm Phật hư giả và niệm Phật chơn thật không hiện ra thì với việc nầy nhớ nghĩ đối với tâm rất khó. Vậy chúng ta nên chờ đợi sự chiếu sáng chăng? Có điều bổ sung chăng?

Sư trả lời rằng: Đây chính là việc từ tự lực dẫn đến tha lực không rõ biết, cho đến trở thành tâm chí thành. Giống như nếu ở nơi miệng niệm Phật nhưng tâm thì vọng niệm, thì gọi là hư giả niệm Phật, tâm thức vẫn hướng đến, đồng thời tâm chí thành cùng với sự niệm Phật hư giả ấy cùng tồn tại nơi tâm qua sự nghe biết. Tâm vọng niệm kia sẽ dừng lại, miệng thì niệm danh hiệu với tướng trong ngoài và sự hư giả ấy sẽ trở thành sự niệm Phật với tâm chí thành. Đây chính là tâm chí thành vậy.

Việc thực hành niệm Phật đối với việc chân thật của phàm phu, là người ta dùng tự lực đối với bổn nguyện của Đức Di Đà để cầu nguyện. Ở đó chính họ tâm kia nếu thanh khiết thì sẽ trở thành tâm của Thánh Đạo Môn, không phải là tâm của Tịnh Độ Môn. Không phải là tâm thức của Dị Thành Đạo đối với tâm thức của Nan hành đạo. Điều nầy đối với tâm kia, bây giờ chính là phàm phu phiền não nếu đoạn trừ được, thì vọng niệm ấy sẽ dừng lại. Sự mong đợi Đức Phật Di Đà, đây như là tấm kính, vì chúng sanh mà kết hợp với tha lực bổn nguyện, qua lời thệ nguyện, ngoại trừ những chúng sanh tội lỗi với danh hiệu bất tư nghì. Như vậy tha lực đã cùng kéo theo nan hành đạo. Điều nầy đối với tâm, bây giờ chính từ phàm phu phiền não nếu đoạn trừ được, thì vọng niệm ấy sẽ dừng lại. Sự mong đợi Đức Phật Di Đà, đây như là tấm kính, vì chúng sanh mà kết hợp với tha lực bổn nguyện, qua lời thệ nguyện, ngoại trừ những chúng sanh tội lỗi với danh hiệu bất tư nghì. Như vậy tha lực đã cùng kéo theo. Việc nầy tựu trung là tâm ấy nương theo, tâm của chúng ta ồn ào với vọng niệm, vọng tưởng nếu không dừng nghỉ thì sẽ bị chìm đắm và tâm ấy tán loạn, khó dừng. Với quan niệm chẳng quán pháp, nếu chỉ niệm danh hiệu của Phật mà không có bổn nguyện thì tham sân si phiền não sẽ vạ vào thân, chắc chắn nếu có tin vào sự vãng sanh thì tâm ấy sẽ dừng. Như vậy sẽ tiếp tục với Dị Hành Đạo kia. Nếu thân kia giữ giới luật khi tu hành và không luận lúc đi, đứng, nằm, ngồi thì sẽ tiến theo kết hợp với thời xứ các duyên cùng với thân nầy, tâm nầy nếu nhiễm ô không dừng nghỉ thì chắc chắn không thể mong đợi Phật lực để có thể thoát ly sanh tử.

(6)

Lại có câu hỏi rằng: Nếu niệm Phật cất lên, âm thanh ấy sẽ làm tiêu diệt vô lượng sanh tử, ánh sáng sẽ chiếu đến, tâm thức sẽ được nhu nhuyến. Thế nhưng việc niệm Phật kia ảnh hưởng như thế mà tam độc phiền não cũng không tiêu trừ một chút nào hết, thì tâm ấy sẽ cảm nhận được liền, mỗi ngày tâm lành cũng chẳng tiến tới. Đối với lúc ấy nếu còn nghi ngờ với Bổn Nguyện của Phật, thì thân ta đối với tâm căn nầy có chờ đợi được sự kiện to lớn về việc dễ dàng vãng sanh chăng?

Sư trả lời rằng: Việc nầy người người chạy đi tìm tâm căn. Phải nói rằng đây là điều mê hoặc. Việc nầy không phải là con đường để sanh về Tịnh Độ. Tất cả tội tiêu, nghĩa là một niệm sau cùng đối với thân của nơi nầy sẽ được vãng sanh. Theo cách gọi của Tịnh Độ Tông, nếu đối với thân nầy tội được tiêu, con đường giác ngộ mở ra. Nếu được giác ngộ thì nói đây là chơn ngôn của Thánh Đạo Môn, cũng còn gọi theo cách đoạn hoặc chứng lý môn của Phật tâm, Thiên Thai và Hoa Nghiêm v.v... Ngài Thiện Đạo đã giải thích về việc nầy là: Đối với tín tâm có hai việc. Việc đầu tiên phải tiến đến là: "Thân tâm sâu sắc thể hiện sự sanh tử tội ác của phàm phu đầy dẫy phiền não, căn lành mỏng manh, thường phải lưu chuyển trong ba cõi, từ nhiều kiếp tin tưởng rằng sẽ có nhân duyên ra khỏi". Kế tiếp là: "Đối với lời thệ nguyện thâm sâu của Đức Di Đà, chúng sanh phải đặt vào đó lòng tin, một niệm cũng không có sự nghi ngờ". Nếu tâm của hành giả được như vậy, tâm của chúng ta sẽ mở ra để đón nhận lòng từ bi của Đức Di Đà gần gũi hơn; nên quy ngưỡng và tạ ân về việc nầy. Khởi nguyên là vì ta không đủ năng lực, vì tâm thức của chúng ta khác nhau, suy nghĩ nghi ngờ. Nếu có người nương vào năng lực của Đức Phật, không có nghi ngờ gì cả; gọi đó là thâm tâm. Tâm hồn an lạc.

(7)

Lại có người hỏi rằng: Trong từ những kiếp xa xưa cho đến ngày nay đã tạo nên những thập ác, ngũ nghịch, tứ trọng, báng pháp v.v... đầy dẫy tội lỗi như vậy, nên phải lưu chuyển trong tam giới, bám víu vào sanh tử cho đến ngày nay. Với thân nầy rất ít khi niệm Phật, sóng ái dục chập chờn, chồng chất lên thiện tâm, sân si tích chứa, thiêu cháy hết công đức. Như thế nếu có niệm Phật là điều có một trong vạn sự. Với cái ta đó mà mọi người có thể niệm Phật, thì tất cả sẽ được hỗ tương nhau, thế mà sự niệm Phật cũng chẳng nhớ đến, mọi người lại đối với tâm nầy chẳng nỗ lực, đối đầu lại, chạy khỏi sự nhớ nghĩ, lọt vào đường mê thì sự chờ đợi ấy tốt chăng?

Sư trả lời rằng: Điều nầy trước đây có nói về tín tâm chưa có. Ngoài ra việc suy nghĩ, cầu nguyện ít ỏi; nên gọi là không có sự lo nghĩ để có được tâm hồi hướng phát nguyện. Căn cứ vào Ngài Thiện Đạo đã viết trong Tán Thiện Nghi phần ý nghĩa rằng: Đối với Đức Thích Ca cùng với nguyện lực của Đức Di Đà nếu có cầu nguyện đến thì dẫu cho còn sót lại ái dục, sân si đi nữa mà mong muốn trở về thì sẽ được an ổn". Đây hầu như là con đường trắng của Bổn Nguyện, kể cả sóng ái dục, mà nhờ vào công đức của tha lực, ngay cả sân si bị đốt cháy thì dục ấy cũng biến thành nhỏ lại, chìm xuống, kiên nhẫn, chỉ một lòng mong mỏi được Phật cứu độ thì chắc chắn Đức Di Đà với lòng đại từ bi sẽ cứu vớt, qua bốn nguyện lực của sự nhiếp thủ quyết định. Nhiếp thủ quyết định ấy gọi là tâm Kim Cang của sự quyết định vãng sanh. Nếu được sự nhiếp thủ của Đức Như Lai thì gọi đây là tâm hồi hướng phát nguyện. Điều nầy hãy nên rõ biết.

(8)

Lại có câu hỏi rằng: Xin nói đơn giản về ý chính của ba tâm như thế nào?

Sư đáp rằng: Thật đáng quở trách. Đầu tiên là một tâm một hướng. Đại ý của việc nầy là chí thành, thân phận của ta được đo lường từ tâm tự lực kéo theo tha lực; chỉ người nào có được tâm chơn thật, cầu nguyện nơi tha lực thì sẽ rõ biết tâm hư giả. Tiếp theo đó là đối với tha lực cầu nguyện một cách sâu sắc, sự nghi ngờ không còn nữa thì đó là bổn ý của tín tâm. Cũng có thể nói là Bổn Nguyện của Đức Di Đà, tất cả đều bắt đầu từ vì tội lỗi của phàm phu; nên Thánh Nhơn, hiền nhơn không hiện ra tiếp cận với tâm thức kia. Với thân nầy, dẫu ta có kêu cứu, mà phải không có sự nghi ngờ, thì đó mới gọi là tín tâm. Cuối cùng đối với bổn nguyện tha lực của sự chơn thật nếu thân nầy được nhập vào thì quyết định sẽ được vãng sanh và gọi đó chính là tâm phát nguyện hồi hướng tâm.

(9)

Lại có người hỏi rằng: Nếu niệm Phật mà chờ đợi cho đầy đủ 3 tâm thì sự chờ đợi ấy như thế nào?

Sư đáp rằng: Ta thực hành việc niệm Phật, cầu nguyện nơi Đức Phật A Di Đà với tâm chí thành nầy, trì tụng danh hiệu để cầu nguyện vãng sanh. Đây sẽ trở thành hồi hướng phát nguyện tâm. Đối với tâm nầy đo lường sự đầy đủ của con người về việc niệm Phật để được vãng sanh về Cực Lạc. Nếu kẻ vô trí cũng niệm Phật, ba tâm đầy đủ cũng sẽ vãng sanh. Chỉ có việc phải giải thích rõ ràng chỗ phàm phu đầy dẫy phiền não, đầu tiên cố gắng làm sao cho tâm không bị sa sút để niệm Di Đà với sự không nghi ngờ, thì sự niệm Phật ấy quyết định sẽ được vãng sanh qua sự cầu nguyện, còn gọi là hành giả đầy đủ ba tâm vậy. Thánh Nhơn Nguyên Không được ngưỡng vọng và bảo rằng: "Tuy là chẳng biết, nhưng nếu được, thì đó làm cho đầy đủ tự nhiên vậy". Điều nầy đã được chứng thực.

(10)

Lại có người hỏi rằng: Khi niệm danh hiệu, niệm niệm ấy ý nghĩa của 3 tâm có phải chờ đợi sự tồn tại ấy chăng?

Sư trả lời rằng: Không có ý nghĩa đó. Trong khi con người thỉnh thoảng ảnh hưởng, chỉ chuyên niệm câu Nam Mô A Di Đà Phật mà thôi. Đây chính là sự biểu hiện qua âm thanh của việc xưng danh, còn gọi là ba tâm vậy. Ý nghĩa của ba tâm ở đây sâu thẳm không thể so lường được.

(Hết phần Hậu Thế Vật ngữ thinh thơ)

TỰ LỰC THA LỰC SỰ CỦA LONG KHOAN

(Tập 83 từ trang 920 đến trang 925)
(Trường Lạc tự, Long Khoan luật sư tác)
(Hoàn toàn viết bằng Hán văn; nhưng trong Đại Chánh Tạng
thì được viết bằng chữ Katakana và Hán văn)

Đại Chánh Tân Tu Đại Tạng Kinh
Kinh Văn số 2678

Tựu chung việc hành trì niệm Phật có tự lực cùng tha lực. Điều nầy là việc nguyện sanh về Cực Lạc. Trong khi người xưng niệm danh hiệu Di Đà thì có dùng tâm tự lực và có người niệm Phật. Đầu tiên nói "tự lực chi tâm" có thể suy nghĩ là: "Thân chẳng làm ác, miệng chẳng nói ác, tâm chẳng suy nghĩ ác; như phân chia cẩn thận mà niệm Phật, dùng lực niệm Phật nầy để diệt trừ các tội, liền sanh Cực Lạc". Người như vậy nghĩa là thực hành tự lực.

Như chia cẩn thận thân nầy, dùng làm việc lành; điều nầy có thể tốt, nhưng mỗi sự thấy của người đời, tức khiến như thế, muốn như ta chỗ suy nghĩ, hay được giới thận trọng, thật khó có vậy, thêm vào đó có sự chứng rõ biết bổn nguyện Di Đà vậy.

Nhơn việc nầy tuy rằng thấy sự vãng sanh thù thắng của người, lại chẳng xác thật vãng sanh theo bổn nguyện về Cực Lạc, lại sanh ở bên cạnh thai cung biên địa, đối với nơi nầy thường xa lìa với Bổn Nguyện của những tội về sau, rồi mới sanh về Cực Lạc. Đây nghĩa là "tự lực niệm Phật" vậy.

Lại nói "Tha lực chi niệm Phật" đối với thân ta ngu ác, như

rõ thân nầy, thế nào có thể dễ dàng rời bỏ thế giới Ta Bà nầy! Tội nghiệp mỗi ngày càng tích lũy, vọng niệm hay khởi lên, không dừng nghỉ.

Tuy là như vậy, triệt để hướng về lời thệ nguyện của Đức Di Đà, niệm Phật chẳng lười, từ nhục kế Đức Di Đà phóng quang minh đến khắp nơi, chiếu hộ thân nầy, cùng với Quan Âm Thế Chí và Vô Lượng Bồ Tát, đi, đứng, ngồi, nằm, cả ngày lẫn đêm, chẳng kể tất cả những nơi, đều hộ niệm hành giả, mắt chẳng xa lìa.

Ngay lúc mệnh hết, hơi thở không còn, các tội liền tiêu, thành người thù thắng, sẽ trở về Cực Lạc vậy.

Nhơn đây: tội nghiệp tiêu rồi, là do nguyện lực của câu Nam Mô A Di Đà Phật vậy, được thù thắng rồi lại thệ nguyện rộng sâu câu Nam Mô A Di Đà Phật, xa rời ba cõi, lại là năng lực của A Di Đà Phật vậy. Hãy suy ghĩ: "Một bước lại chẳng phải ta, chính là lực vãng sanh Cực Lạc", mà chẳng cùng tạp hạnh, một lòng niệm Phật vậy. Đây nghĩa là: "Việc hành của tha lực".

Lời thệ nguyện ấy giống như người dưỡng chân lưng gãy không tự đứng dậy, hà huống là đi xa, liền chẳng thế được, rồi hay tin sâu vào nơi ủy thác với người có từ ái, kia dùng lực để cùng đến đón, nhẹ nhàng lên ngôi.

Con đường 10 hay 20 dặm, chẳng xa trở lại, tuy qua núi đồng, nhẹ nhàng dễ qua.

Như thế nếu chúng ta mong muốn được vãng sanh về Cực Lạc, tuy tội sâu, phiền não dày, người bị lưng gãy phải dưỡng chân, lại được thù thắng, liền làm cho hiện tại nếu mệnh chung tuy bình sanh hay tạo các tội nặng nhưng bây giờ đầu cúi, chân cao đọa vào đường ác; thế rồi một hướng quy ngưỡng với lời nguyện rộng lớn của Di Đà, niệm Phật một li chẳng có tâm nghi, Đức A Di Đà liền hiện ra trước mắt, tất cả các tội, không còn sót lại một chút nào, đều chuyển thành công đức, mà sẽ trở lại vô lậu, vô sanh của báo Phật nơi Báo Độ.

Việc là như vậy, Đức Phật Thích Ca Như Lai thường hay khuyên dạy, nếu không tin sâu, không hai tâm niệm Phật, nghĩa là "hành giả của tha lực" vậy.

Người rõ như thế thì 10 người đều vãng sanh cả 10; 100 người liền vãng sanh cả 100. Người như thế ấy, nghĩa là: "Một lòng hướng về chuyên tu niệm Phật" vậy.

Tuy cùng niệm Phật mà chỉ dùng tự lực, là điều thật sai quấy vậy.

Khoan Nguyên năm thứ 4 (1259) viết vào ngày 15 tháng 3 Bính Ngọ.

BỔN NGUYỆN SAO CỦA GIÁC NHƯ

Giác Như Thượng Nhơn (1270-1351) viết lúc 61 tuổi năm 1337.
(Bản nầy hoàn toàn viết bằng Hán văn)

Đại Vô Lượng Thọ Kinh quyển hạ nói rằng:

Với những chúng sanh, nghe danh hiệu nầy, tín tâm hoan hỷ, cho đến một niệm, chí tâm hồi hướng, nguyện sanh về nước kia, liền được vãng sanh, ở ngôi bất thối.

Lại nữa ở Đại Kinh quyển hạ cũng nói rằng:

Bổn Nguyện lực Phật nầy
Nghe tên muốn vãng sanh
Tất cả đến nước kia
Cho đến bất thối chuyển

Cùng kinh trên phần quyển hạ, lưu thông phần, nói rằng:

Phật bảo Di Lặc
Người nầy được nghe
Danh hiệu Phật kia
Hoan hỷ thốt lên
Cho đến một niệm
Rõ biết người nầy
Vì được lợi lớn
Liền được đầy đủ
Vô thượng công đức

Lại cũng kinh trên, phần hạ nói rằng:

Đầy cả thế giới lửa
Liền qua nghe pháp yếu
Gặp được đường thành Phật
Rộng độ sanh tử lưu

Hòa Thượng Chùa Quang Minh Thiện Đạo ở phần Lễ Tán có dạy:

Đại thiên đầy lửa cả
Liền gặp nghe tên Phật
Nghe tên hoan hỷ tán
Đều sẽ được sanh kia

Cũng giống ở trên phần Lễ Tán viết:

Biển trí nguyện Di Đà
Sâu rộng không bờ sâu
Nghe tên muốn vãng sanh
Đều được đến nước kia.

Tôi (Giác Như) nói rằng: Theo câu văn giải thích kinh nầy, nương vào Hắc Cốc Pháp Nhiên Thượng Nhơn và Ngài Thân Loan Đại sư nối truyền tại Chùa Bổn Nguyện, niềm tin bất tư nghì về tha lực của việc vãng sanh nơi Báo Độ, có Thiện Tri Thức rộng truyền dạy dỗ, hành giả nghe được, mà như chỗ câu văn viết, khởi lên "một niệm hoan hỷ", lập tức quyết định vãng sanh. Lại nói rằng: Ở vào ngôi "trụ chánh Định Tụ". Lại nói "liền đến diệt độ". Lại còn nói thêm sự lợi ích "nhiếp thủ bất xả".

Lúc ấy đối với tâm tự lực của phàm phu đã cạn nên tâm ấy dứt. Cho nên chẳng chờ lâm chung một lần nữa, chẳng nhờ đến đón, lúc tín tâm quyết định thì việc vãng sanh được quyết định vậy.

Phàm đến đón đó, ở các hạnh vãng sanh, chẳng phải là Bổn Nguyện Di Đà.

Cho nên khi nghe Bổn Nguyện, sanh khởi bốn mạt, chẳng

luận giờ, chẳng chờ ngày, liền được vãng sanh quyết định. Cho nên nương vào sự nghe mà quyết định vãng sanh. Qua sự giải thích cùng với sự siêng nghe là nhứt niệm (nhứt tâm niệm).

Do vậy Ngài Hắc Cốc và Ngài Chùa Bổn Nguyện về sự hóa đạo của hai vị Thượng Nhơn, phù hợp với việc giải thích qua kinh, có câu văn làm chứng, thật rõ ràng như vậy, nên biết.

Pháp Nhiên Thượng Nhơn ở Tuyển Trạch Tập về chương ba tâm nói rằng:

Nên biết rằng: Nhà sanh tử, dùng nghi ngờ làm chỗ dừng lại; thành Niết Bàn, dùng niềm tin có thể vào.

Bổn Nguyện tự Đại Sư nơi Chánh Tín kệ nói rằng:

Nhớ niệm Di Đà Phật bổn nguyện
Tự nhiên liền ngay vào Tất Định
Chỉ hay thường xưng hiệu Như Lai
Nên báo đại bi hoằng thệ ân

Tôi (Giác Như) nói: Ý của sự giải thích nầy nương vào Thiện Tri Thức nghe Bổn Nguyện của Phật Di Đà, "nhớ niệm" nghĩa là ngay lúc ấy liền quyết định vãng sanh. "Duy năng thường xưng" nghĩa là: rõ biết sự vãng sanh, sau đó liền quyết định việc nầy, gọi đây là báo tạ ân đức của Như Lai vậy, nên rõ.

"Hiển Tịnh Độ Chơn Thật Tín Văn Loại" viết rằng:

Chơn thật tín tâm, tất đủ danh hiệu, danh hiệu tất chẳng đủ nguyện lực tín tâm vậy.

Tôi (Giác Như) nói: Ý của câu văn nầy là: "Chơn thật tín tâm, tất cụ danh hiệu". Từ Thiện Tri Thức, miệng nghe bổn nguyện, lúc ấy sinh khởi, rồi tâm quang chỗ nhiếp thủ của Đức Phật Di Đà đây, dùng lực nhiếp thủ ấy, tự nhiên xưng danh hiệu. Đây chính là sự siêng năng báo tạ Phật ân vậy.

"Danh hiệu tất bất cụ nguyện lực tín tâm dã" nghĩa là: Muốn

dùng sự xưng danh hiệu, dùng danh hiệu nầy, công lực văng sanh về Tịnh Độ, nghĩ rằng dùng danh hiệu làm căn lành cho mình, dùng danh hiệu làm chỗ tạo công đức của ta mà nương vào vậy. Do tội chẳng quy ngưỡng về tha lực của Như Lai, nên chẳng thể sanh về chơn thật Báo Độ.

Cho nên giải thích "Danh hiệu tất bất cụ nguyện lực chi tín tâm dã" nên rõ!

CẢI TÀ SAO CỦA GIÁC NHƯ

Sách nầy, sách gốc gọi là "Cải Tà Sao" do đây được tường thuật lại.

Trong những môn đệ của Ngài Thân Loan thì Sư (Giác Như) chủ trương không truyền lại nghĩa sai khác, vì sự dạy dỗ của Thánh Nhơn là lọc người ra khỏi, phá ý nghĩa tà. Vì để hiển dương nghĩa chánh, nên đã viết ra sách nầy.

Ba đời Tông Chủ của Giác Như Thượng Nhơn là ba đời chủ trương truyền trì huyết mạch (Pháp Nhiên, Thân Loan, Như Tín). Ở đây biểu thị sự thọ nhận liên tục chính thống của huyết mạch chính mình. Lúc đương thời đưa ra 20 điều phê phán về nghĩa tà của giáo đoàn. Lấy Đại Cốc Bổn Nguyện tự làm trung tâm để thống nhất giáo đoàn Chơn Tông. Trong 20 điều dị nghĩa đó đại thể chia ra làm 3 điều như sau:

Một là: Quan niệm về tự viện. Trong 20 điều có khuynh hướng răn bảo cho các môn đệ không thấy rõ đối với Đại Cốc Bổn Nguyện tự. Đối với Đại Cốc Bổn Nguyện tự, giáo đoàn toàn thể theo Giác Như Thượng Nhơn có ý muốn hiển thị sự thống nhất.

Điểm hai: Phê phán về việc hành nghi của môn đồ. Cải đổi lại hình thức trốn đời, mặc Xiêm không có áo và dùng cà sa màu đen theo phong nghi của Thời Tông, mục đích cất lên tiếng niệm Phật, phê phán về phong nghi của môn đồ cũng như cách ăn nói. Đồng thời cấm chỉ những hành vi tạo sự cướp giựt của người đồng hành. Tường thuật lại thái độ đối với người đồng hành.

Điểm thứ ba là vấn đề của an tâm luận thượng, danh sách của hệ phái chùa Phật Quang, vẽ hệ đồ với ý nghĩa khác, phá đuổi dị nghĩa của Tri Thức quy mệnh, không phân biệt về an tâm và khởi hành. Phủ định về khởi hành là chánh nhơn, chủ trương về lập trường của tín tâm chánh nhơn. Sách nầy lúc đương thời đối với Chơn Ngôn giáo đoàn là sách đứng đắn về dị nghĩa. Đây gọi là "khẩu truyền sao" của Ngài Giác Như Thượng Nhơn, là một trong những trước tác có tính cách đại biểu.

(1)
Cải Tà Sao

Nghĩa chính của án nầy gọi là danh trướng, việc nổi loạn về một phái của Tổ Sư.

Ở đây tường thuật lại trong "Tuyển Trạch tập" phần ý 1190 về những bài viết của Tổ Sư Hắc Cốc Thánh Nhơn. "Sự hiển mật của các Tông trong Đại Tiểu Thừa là huyết mạch về sự tương thừa giữa Thầy trò. Bây giờ đối với một Tông của Tịnh Độ cũng phải giống về sự tương thừa huyết mạch theo lẽ Thầy trò" v.v…

Sự lo lắng về cang yếu đối với huyết mạch, tâm hành của tha lực văng sanh Tịnh Độ trị định thời biết rộng được; một mặt cái lẽ của Thầy trò phải biết; mặt khác vì sự báo đáp Phật ân. Khả năng hoạch đắc của tâm hạnh, thành tựu nguyện (thứ 18) về việc niệm Phật văng sanh như trong Đại Kinh phần hạ rằng: "Tín tâm hoan hỷ cập chí nhất niệm" cùng với việc nương vào những câu văn. Ngoài việc nầy ra bây giờ không đề cập đến lưỡng sư ngự tương thừa qua lời chỉ dạy của Hội Tổ Sư - Nguyên Không và Tổ Sư Thân Loan. Về tên gọi danh trướng với số người làm kim chỉ nam việc văng sanh Tịnh Độ, là sự chứng thực về Phật pháp được truyền trì. Điều nầy cũng là ma chướng với Tổ Sư Nhứt Lưu (một dòng của Tổ Sư). Dưới bất cứ trường hợp nào thì phải là chánh nghĩa của pháp lưu so với tà nghĩa kia.

Theo Đại Kinh phần dưới. Nếu "tức đắc vãng sanh, trụ bất thối chuyển" (liền được vãng sanh, ở bất thối chuyển) qua kinh văn v.v... đây chính là thời khắc tâm hành rộng được tha lực của việc bình sanh nghiệp thành. Lại còn có "Danh trướng sao lục đúng khi vãng sanh về Tịnh Độ của chánh nghĩa trị định", khi nghe đến hiểu sai lệch, không nên. Chỉ đúng với điều cần yếu riêng biệt với một số người; nhưng việc ấy giới hạn. Đương nhiên đối với hành giả tu hành niệm Phật danh hiệu ghi nhớ lại, lúc ấy ở nơi được trị định vãng sanh Tịnh Độ. Điều nầy là hiệu của "Mặc Cốc (Nguyên Không). Bổn Nguyện tự (Thân Loan) cả hai Sư qua sự tương thừa nhứt lưu" vậy v.v...

Nếu nói về việc triển chuyển, nếu có người hiểu sai. Không tìm đến chỗ tin tưởng, thì sự thật nầy là của ngoại đạo giúp Phật pháp chăng. Đây là cách gọi ác (ý) với Tổ Sư, lại làm cho sợ hãi nữa. Dẫu cho đối với hành giả thực hành danh tự mà không lãnh hội được việc vãng sanh chẳng thế kia đối với thật ngữ của Thiện Tri Thức thọ nhận được Phật trí của nguyện lực bất tư nghì kia. Ví dụ như không rõ biết về danh tự, cơ duyên khai phát túc thiện mà Sư nói không lãnh nạp được tha lực vãng sanh thì khi sống còn không thể, lúc lâm chung chẳng luận bàn. Điều kiện để đến khi diệt độ trụ ở nơi Định Tụ thì kinh điển đã giải thích rõ ràng rồi.

Ở bên trên là căn cứ vào kinh để giải thích, nếu lìa ra tự do là vọng thuyết đối với trước mà tôi (Giác Nhiên) đã trình bày nghĩa chính cốt cán như vậy.

Đối với 20 điều lưu hành của những môn đệ Thánh Nhơn thuộc Bổn Nguyện tự, các vị học giả cho rằng đó là khẩu truyền của Tổ Sư để cấm đoán, đình chỉ việc tự do nói về nghĩa sai trái. Tựu trung thì việc viết lời tựa ấy là để nói về hiệu của danh trướng, bên cạnh để giải thích ý trên v.v... Còn đối với tác giả không chung cùng. Đây là điều được xưng là việc nói về Tổ Sư Nhứt Lưu bị hiểu sai, trở thành việc nói xằng bậy, nên tỏ rõ việc sai kia cho người mê để bậc trí khó phỉ báng.

Osorubashi. Ayabumubeshi. (khủng hoảng) (nguy hiểm)

(2)
Tăng hệ đồ và danh hiệu. Điều nầy giống như tự nghĩa. Việc nầy không có ý nghĩa.

Đối với Thánh Đạo. Về hai môn của Tịnh Độ, điều quan yếu là khỏi sự tử sinh. Tuy rằng kinh luận chương sớ đã chứng minh, nhưng tự mình không hiểu sai về việc nầy, qua việc truyền miệng của Sư là điều tối cần thiết. Đối với việc nầy do ý nghiệp tỉnh thức ra khỏi rõ biết. Chớ bàn luận so sánh với các Tông. Bây giờ đối với Chơn Tông (Tịnh Độ Chơn Tông) hầu như tự lực đã quy về với tha lực, đó mới là điểm cao cả của Tông. Trong ba nghiệp thì với khẩu nghiệp đối với tha lực khi khởi lên nơi ngực và nếu một lòng nhớ nghĩ quy mệnh của ý nghiệp và vì thân nghiệp mà lễ bái, khát ngưỡng, chiêm ngưỡng tranh lụa, bốn tôn hình bằng gỗ được điêu khắc thành hình tượng. Nếu không được thấy khi từ giã và vì sự luyến mộ ngưỡng sùng ân đức Phật pháp chỉ bày, từ thời các Tổ Sư tam quốc truyền lại, các bậc tiên đức an trí tôn tượng và đồ lụa (tranh vẽ); đây vốn dĩ là việc bình thường. Ngoài ra qua sự di huấn của Tổ Sư Thánh Nhơn Thân Loan, ví dụ đối với người dùng danh hiệu để niệm Phật tu hành thì gọi đó là: "Đạo tục nam nữ, hình hài, mặt mũi mỗi mỗi hình vẽ nên giữ gìn". Bây giờ nói tổng quát như vậy.

Đương nhiên bây giờ với Tổ Sư, riêng việc các bậc tiên đức đã an trí những hình thể của con người để biểu hiện cái tự nghĩa ấy, có phải vì sự khát ngưỡng chăng? Hay vì sự luyến mộ? Không thể tường tận được. Đối với Bổn Tôn theo Chơn Ngôn thì Bổn Tôn được nhìn như vậy. "Theo Quán Kinh" chỗ nói về 13 định thiện của 8 tượng quán, căn cứ từ đó hình tượng là một trượng sáu, 8 xích tùy theo cơ duyên hiện ra. Tổ Sư khi cần thiết có nhiều lần cũng không dùng đến. Ở Luận Văn của Lễ Bái Môn của Thiên Thân luận chủ lại cho rằng: "Quy mệnh tận thập phương vô ngại quang Như Lai" chính là Bổn Tôn. Sự sai khác đối với hình người của ta được đưa lên tôn sùng. Ý nghĩa của tự kỷ đối với đời sau nên đình chỉ ngay cho.

(3)
Về hình thức trốn đời với dị hình, mặc xiêm không y, đắp cà sa màu đen. Việc đương nhiên.

Pháp của người xuất thế đối với ngũ giới có thể so sánh với ngũ thường. Đó là nhơn, nghĩa, lễ, trí, tín. Ở nội tâm cũng nương vào tha lực bất tư nghì trở thành sự liên hệ Thầy trò. Lẽ đương nhiên ấy bây giờ đối với lời qua tiếng lại trở thành cái nghĩa dị dạng. Cho rằng: "Thế giới pháp hình thức kéo theo ý nghĩa Phật pháp" v.v... Đối với việc nầy thì thế pháp đã đi quá xa về hình hài, nên mới mặc xiêm không y và đắp cà sa màu đen được chăng? Đi xa quá đà không dừng nghỉ.

Ở nơi "Mạt pháp sao văn ký" (ý) nói "Truyền Giáo Đại Sư húy Tối Trừng chế tác" được thấy là: "Đời mạt pháp cà sa biến thành màu trắng". Tuy nhiên để tương ưng với mạt thế, Cà Sa màu trắng kia đã biến đổi thành Cà Sa màu đen. Lúc đương thời qua sự lưu bố kia là danh hiệu để gọi kẻ chán đời. Đa phần là cách nói của môn nhơn đối với A Di Đà Phật kia với Nhứt Biên Phòng. Cũng có khả năng đó là khí sắc của người đời sau có mục đích. Với Phật pháp thì phải được thấy với uy nghi được thể hiện qua quy định, dao động chăng? Đại Sư Thánh Nhơn của chúng ta với ý rằng: phía sau ấy có động lực gì đó, thường hay giữ lời và có ý nói rằng: "Chúng tôi với điều nầy là giáo tín Sa Di của Hạ Cổ (Đối với việc của Sa Di trong thập nhơn của Vĩnh Quán Thiền Lâm có chế định v.v...).

Như vậy khi đình phế việc chuyên tu niệm Phật của những

sắc lệnh thiên tả thì những chữ của Ngu Ngốc trở thành vị trí và đây chính là sự biểu thị về nghi thức giữa Tăng với tục vậy, trở thành giáo tín cho Sa Di v.v...

Đối với việc nầy "ví dụ người trộm trâu để nói. Nếu là người lành, đối với đời sau và nếu đối với Phật pháp thì không có sự chấn động nào". Điều nầy khả năng của mặc Xiêm không y hay quấn cà sa màu đen thuộc về Ý Xảo đối với Vân Nê Huyền Ngung. Chư Tông của Hiển Mật, giáo pháp Đại Tiểu Thừa ở tâm tư sâu thẳm vượt qua khỏi Tông chỉ của tha lực Di Đà, bên ngoài biểu hiện cái đức. Đại Thánh quyền hóa như một Quan Âm tái sanh, nên các môn đệ ở Chùa Bổn Nguyện vừa niệm danh hiệu và phía sau có thể hiện sự chấn động qua sự kiện về uy nghi của khí sắc của người đời sau, cho nên Tổ Sư Thân Loan đã làm cho sáng tỏ việc tối nghĩa kia. Chắc chắn phải đình chỉ.

(4)
Xưng là đệ tử, những người bạn tu đồng hành có vẻ tự chuyên, phóng ngôn, nói ác khẩu về việc không có.

Đại Sư Thiện Đạo của Chùa Quang Minh giải thích nơi Tán Thiện Nghĩa, phần ý 499 rằng: "Nếu người niệm Phật, trong số người đó có kẻ tốt, thực tốt, người tối thắng, sẽ thành Thượng Nhơn và Thượng Thượng Nhơn". Nếu như thế thì phó thác với mục đích mà theo Tổ Sư Thân Loan cho rằng: "Như vậy thì với ta chẳng hề có một người đệ tử nào hết; ngoài ra với Bổn Nguyện của Đức Di Đà đảm bảo thì cũng chẳng cần gọi là đệ tử nữa. Bổn Nguyện của Đức Di Đà là thọ nhận Phật trí tha lực rồi. Tuy nhiên mọi người sẽ trở thành đồng hành. Ta không hề có đệ tử" v.v... Căn cứ vào điều nầy là điều đứng đắn tương ưng với lễ nghi tôn sùng, trở thành cỏ thơm của Ni Cận. Ý nghĩa chẳng có gì cả với điều ác khẩu đặt ra. Với việc nầy Tổ Sư chống lại lời di hiến của tiên đức.

(5)
Khi đồng hành tra hỏi phát sinh, hoặc giả khi trời mùa đông múc nước lạnh; hoặc giả khi buổi sáng sớm đốt ngải cứu là một sự việc.

Ngày xưa khi Ưu Ba Ly tu khổ hạnh trên núi rừng u tịch, chỉ muốn theo con đường tu tập đó, ngồi trên tảng đá dưới gốc cây. Đây là tất cả phương tiện của một cơ, một duyên, việc khó làm của quyền giả quyền môn. Thân nhập vào cửa nầy, luôn thực hành khổ hạnh. Không có con đường ra khỏi, thấy người khác hẹp hòi với việc có duyên với cảnh giới ma. Đối với Tịnh Độ Chơn Tông, chánh pháp của siêu thế hy hữu, sự bí hoài (bí mật nhớ lại) những sự chứng thành của chư Phật, tha lực liền được gặp ngay đạo; còn phàm ngu đi ngang vào chỗ dễ hành. Thế nhưng ở vào mạt thế Tổ Sư đã cố gắng chẳng tương ưng với nan hành kia. Bây giờ tương ưng với tha lực chấp trì việc dị hành. Nói tổng quát thì ba đời chư Phật đều ngược lại với sự ngu tối kia; đặc biệt là Đức Thích Ca, Di Đà lưỡng vị đã quên đi cái xót thương bi ai đó cùng giống nhau. Như thế cũng đành xấu hổ thay!

(6)
Kéo theo sự đàm luận về đồng hành, lúc dự khán của tri thức, việc cướp đoạt sự tôn sùng Bổn Tôn và Thánh Giáo. Thêm vào sự việc nầy nữa.

Ngày xưa khi còn tại thế bên phải của Tổ Sư Thân Loan có người em, chỉ dạy cho mục đích để hiểu rõ, nhẫn nhịn kết nạp quý mến, rồi cho xuống vùng Kanto, thường đi theo là một người môn đệ và bảo rằng: "Đối với lòng nhân đã thọ nhận là ngoại đề của Thánh giáo, nay được sự cho phép với danh nghĩa của Thánh Nhân xuống đây, nhanh chóng được tiếp nhận" v.v...

Khi đề cập đến sự ngưỡng vọng với Thánh Nhân lại nói rằng: "Bổn Tôn, Thánh Giáo trở thành phương tiện làm lợi ích cho chúng sanh, tôi là kẻ phàm phu không tự chuyên. Để làm an ổn thế gian bằng tài bảo (tài sản quý giá) đã mấy lần hiến dâng. Thích Thân Loan nói lên rằng: Nếu đưa cho Pháp sư thì sẽ đổi lấy cà sa, bởi qua lại như vậy, làm thế nào đó những người trên núi nghi ngờ Thánh Giáo và họ đã dùng đến sức mạnh. Ví dụ như sự tức giận đó đã nói đến tai Ngài Thân Loan, là việc chẳng có dưới bất cứ hình thức nào; trở nên hoan hỷ. Ngoài ra, ngoài lời dạy kia ra bị bỏ quên của nhiều người, hoặc ta bị kéo theo sự chìm đắm trong biển khổ. Đó chính là nghĩa nầy".

Việc bên trên đối với chuyện học về sau phải dùng theo cốt cán của nghĩa mới. Hãy mau đình chỉ.

(7)
Đối với việc ngoại đề của Thánh Giáo cùng với Bổn Tôn, danh tự của nguyện chủ đặt tên và danh gọi trí thức. Việc đáng lo lắng.

Với việc nầy giống như ở đoạn trước đã có đề cập đến về Biên Mục chăng? Đại Sư Thánh Nhơn Thân Loan chính mình chấp bút để viết cho những người khác hiểu rõ về Thánh Giáo, tất cả đều nằm cạnh bên tên của Nguyện Chủ cả. Nếu bây giờ theo nghĩa mới thì Thánh Nhơn càng phải dùng đến tên của mình chăng? Sự lo lắng về ý nghĩa ấy, điều nầy trở thành phi nghĩa. Việc nầy theo sự hướng dẫn thì sự tồn tại của tri thức làm chỗ đồng hành nên "Nếu ta đưa tên ta ra" thì đó giống như là sự lo lắng như tra tấn chăng? Chẳng khác nào sự sa thải về tài bảo của thế gian. Hãy đình chỉ ngay.

(8)
Ta đồng hành với người đồng hành và sự giảng biệt. Nên tương luận về việc nầy. Đây là một việc.

Nói về việc gặp Tổ Sư Nguyên Không Thánh Nhơn về "Thất cá điều ngự khởi thỉnh văn". "Việc tranh luận đã xảy ra phiền não. Điều nầy đối với người trí phải nên xa lìa hằng trăm do tuần, chỉ nên một lòng hướng đến việc niệm Phật của hành nhơn" và v.v... Như vậy đây chỉ là việc thị phi quanh co muốn làm sáng tỏ qua sự hỏi đáp, lại trở thành việc nghiêm chế. Đối với nhân luân, nếu còn dựa theo thế tài (quyền thế và tài sản) để tranh luận về sự tồn tại. Ngay cả bây giờ cũng chẳng được ảnh hưởng gì. Khi Tổ Sư Thân Loan Thánh Nhơn còn tại thế, trong đó có một trực đệ thường gặp sự sa thải nầy. Lúc bấy giờ mới cầu cứu rằng: "Sự yêu thương vợ con quyến thuộc của thế gian là túc duyên (duyên đời trước) phải biệt ly xả bỏ, khi túc duyên hết thì cũng không còn sự liên hệ nữa. Đối với những người xuất gia đồng hành, không còn biểu hiện theo cách liên hệ gần gũi qua lực của phàm phu nữa mà cũng chẳng phải là từ bỏ. Gọi đó là duyên tận thì xa lìa. Duyên ấy do hợp và khi duyên tận thì điều nầy tất cả đều do nhơn duyên của quá khứ mang lại cả, nên bây giờ không phải là một đời. Nếu có cơ duyên túc thiện (việc lành ở đời trước) gặp gỡ chánh pháp, gần gũi thiện tri thức thì thường không bị mê hoặc bởi pháp đăng (ánh sáng Phật pháp). Đây là cơ duyên của túc thiện vậy. Thường thì nếu lỡ gặp ác tri thức thì thiện tri thức sẽ xa lìa, sự nối kết đối với tri thức giống như là ngọc ngà châu báu, chỗ thay đổi của vận xui, túc thiện của sự có không, hơn nữa có năng và có sở phải nên lấy làm hổ thẹn". Thật ra việc nầy lại khó hiểu chăng? Nếu một ngày nào đó ta quên đi sự có không của túc duyên chính là ngã chấp thì ta sẽ cùng thảo luận đồng hành với người đồng hành. Với sự ngu độn nầy sự chiếu rọi của Phật Tổ chỉ ra những điều ngu muội, phải nên trân quý. Như thế được chăng?

(9)
Đồng hành với việc niệm Phật, kết hợp với tri thức, có thể chuộc tội được chăng?

Viết khởi thỉnh văn với một số mục khác để gọi là liên tục, nói về những việc nầy. Đầu tiên trong đó có một số điều về việc xa lìa thiện tri thức. Tổ Sư Thân Loan Thánh Nhơn ngày xưa khi còn tại thế thỉnh thoảng viết về ý nghĩa của một số sự kiện. Trong những điều đã viết ra đó có việc túc duyên của quá khứ đổ thừa cho việc sa thải. Như đoạn trước đã trình bày. Lại tử tế, khả năng của đoạn nầy không sai.

Tiếp theo là đối với Bổn Tôn, khi Thánh Giáo bị đoạt lấy đi thì sự việc phải đi vay mượn. Đây giống như ở trước, không phải việc sai quấy.

Tiếp đến là việc kiến tạo chỗ lễ bái, ý nghĩa của việc nầy. Cho rằng việc tạo tượng, xây tháp v.v… là để biểu hiện chỗ làm đối với Bổn Nguyện của Đức Di Đà. Đối với việc nầy một hướng chuyên tu của hành nhơn, không mong ngóng đợi chờ. Ngày xưa khi Thánh Nhơn còn tại thế, thường năm có một lần đối diện nói chuyện với các môn đệ về chỗ tạo tác nơi tu học lễ bái. Chỉ là việc tạo nên một đạo tràng khác biệt với một ngôi nhà của dân, tạo ra một mái nhà nhỏ để làm chỗ tụng kinh cầu nguyện. Vào thời trung cổ người ta cho rằng theo di huấn ấy người trong đời trông đợi ở việc làm chùa bằng gỗ là một điều kiện, sự trông đợi ấy gặp sai khác nhau trở thành việc than văn. Thế nhưng khi xây chùa, ý nghĩa ấy như là một đãi trạng, từ việc nầy kéo theo nhiều đề mục. Điều nầy đã trở thành những câu văn thệ nguyện, đồng thời cũng chẳng mang lại việc gì.

Tất cả một số điều trên trở thành dị biến, hy sinh viết thành khởi thỉnh văn với người đồng hành có tính cách nghiêm trọng. Về phía di huấn của Tổ Sư Thân Loan thì ngược lại, do không phải bởi có không của túc duyên, giống như sự sa thải của vô pháp (không giữ gìn giáo pháp). Khi giải thích rõ ràng thì việc tồn đọng chánh nghĩa của việc Tổ Sư Thân Loan truyền thừa là điều làm chỗ chỉ bày cho sự hỗn loạn về tà nghĩa không còn bị mê hoặc nữa. Osorubeshi (khủng hoảng).

(10)
Hình thể Ưu Bà Tắc, Ưu Bà Di xuất gia, mang Pháp Danh, là một sự việc.

Đối với câu văn của Bổn Nguyện có gọi rằng: "Thập phương chúng sanh". Tông gia (Thiện Đạo) giải thích nơi Huyền Nghĩa phần 297 rằng: "Đó là đạo tục đổ chúng". Đức Thích Tôn có 4 bộ chúng là đệ tử gồm bên Đạo thì có 2 loại là Tỳ Kheo và Tỳ Kheo Ni, bên tục cũng có 2 loại, đó là Ưu Bà Tắc và Ưu Bà Di. Điều lệ để nhập vào hàng Phật đệ tử của hai hạng tục gia thì chẳng luận. Tựu trung bốn loại Đạo Tục ấy là Phật trí bất tư nghì; đối với cách thông thường dùng để chỉ việc lâu dài. Sự bất tư nghì của Phật nguyện lực mang theo việc nhiếp thủ bất xả đối với phàm phu vô thiện tạo ác. Hai loại của Đạo có ý nghĩa rằng Không phải là không đủ chỗ vãng sanh cho hai loại tục gia. Đó là con đường tiến xa theo thứ lớp, tuy vậy nhưng chỗ ngồi cũng giống nhau. Bên trên trách móc, chắc chắn hai loại tục gia sẽ thối lui. Đối với 2 loại trong Đạo luôn luôn tiến đến, với thân hình người nữ và hình thức thế tục mà mang theo mình Pháp Danh thì đối với hình thể giống như là việc không thích hợp của việc vãng sanh Tịnh Độ đầy đủ. Đối với hình thể dẩu cho là nam hay nữ, lành dữ của phàm phu đi nữa thì với sự bất tư nghì của Bổn Nguyện ấy sẽ được sanh về; đó là lời nguyện vượt lên cả thế gian, cũng được nghe là con đường thẳng hoành siêu. Đây là một nấc thang để gặp các vị Tổ Sư Nguyên Không cũng như Tổ Sư Thân Loan, từ xưa đến nay được truyền thọ liên tục dưới mọi cách nhìn. Đó chính là bến cảng vậy.

(11)
Chỉ rõ về hai mùa Bỉ Ngạn (Thanh Minh) thời tiết đối với việc niệm Phật tu hành. Đây là một sự kiện.

Đây cũng là một cửa ngõ của Tịnh Độ. Hòa Thượng Thiện Đạo của Quang Minh giải thích trong Lễ Tán rằng: Đó chính là sự nương tựa, an tâm, khởi hành, tác nghiệp của ba loại nầy.

Trong nầy khởi hành và tác nghiệp là một thiên (bài văn), đây là phương tiện cho người, là điều kiện giải thích tính thành tựu cho việc thực hiện được sự an tâm đối với chánh nhơn của việc vãng sanh Tịnh Độ, là điều hiển nhiên. Thế nhưng đối với Đại Sư Thân Loan Thánh Nhơn của chúng ta cho rằng phải chỉ cho sự an tâm của tha lực. Đối với việc nầy dựa theo sự an tâm của ba kinh. Đó chính là Đại Kinh chỉ ra sự chân thật. Trong Đại Kinh lấy lời nguyện thứ 18 làm căn bản. Với lời nguyện thứ 18 chí cực để nguyện thành tựu. Theo Đại Kinh phần hạ thì: "Tín tân hoan hỷ cập chí nhất niệm" (Tín tâm hoan hỷ, cho đến một niệm) là việc an tâm của tha lực. Một niệm nầy là từ tha lực mà có được; trong sự khổ hải của sự sanh tử, phía sau ấy là điều không còn nữa để đến bỉ ngạn (bờ bên kia) của Niết Bàn, điều nầy không phải luận bàn. Với cơ duyên nầy, đây gọi là khởi hành của Phật ân báo tạ chính từ sự an tâm của tha lực; đối với việc tác nghiệp, không luận đến việc đi, đứng, ngồi, nằm; nghĩa là lâu dài chẳng thối lui, ấy là bỉ ngạn. Như bên trên, rất thực tế của các vị Thánh của Trung Dương Viện, thời gian nhất định để quyết đoán sự thiện ác của chúng sanh lúc đến bờ kia, có phải chăng đó là chánh nghiệp của khởi hành và an tâm v.v... ?

Việc quyết đoán của đoạn ác tu thiện của Trung Dương Viện. Chúng sanh trong thời Phật pháp xa xưa thường hay tế độ tập trung. Bây giờ đối với Hành giả của tha lực, sau khi mãn kiếp Ta Bà, tâm hướng về cõi Tịnh, đối với việc nầy, không có gì để phê phán cả. Thế nhưng với thời chánh của nhị quý (lúc đúng của hai thời) để quyết định khởi hành không chờ đợi phút giây nào đối với việc niệm Phật vãng sanh. Tổ Sư Thân Loan một thời trở lại như vậy. Đó cũng là cách gọi môn diệp của đương giáo vậy.

(12)
Đối với bức tường và mái nhà gọi là Đạo Tràng, sự việc liên hệ về hội trường riêng lẽ, riêng lẽ.

Nên nhớ về Bổn Tôn của Chơn Tông là Tận Thập Phương

Vô Ngại Quang Như Lai. Đây chính là Bổn Tôn ở nơi Tịnh Độ; đó là chỗ cứu cánh như hư không vậy. Với việc nầy ở nơi Giáo Hạnh Chứng, Tổ Sư Thân Loan đã nói nơi quyển Chơn Phật độ là: "Phật có nghĩa là bất khả tư nghì quang Phật. Độ có nghĩa là Vô Lượng Quang Minh đạo", để trở thành việc nầy. Với Ngài Thiên Thân Chủ thì phê phán ở nơi Tịnh Độ Luận 29 là: "Thắng quá tam giới đạo" (vượt qua khỏi con đường của ba cõi). Tuy nhiên đối với việc đắc đạo của độ nầy của Thánh Đạo Môn là thuộc về giáo tướng; chỉ luôn thẩm định việc phế lập lâu dài gọi việc văng sanh về độ kia. Khi hòa hội (hội họp với nhau) có đề cập đến thử độ, tha độ nhứt dị, trở thành Phàm Thánh bất nhị (Phàm Thánh chẳng hai). Đối với việc nầy đạo tràng của việc niệm Phật tu hành cần thiết để phân chia ra chăng?

Thế nhưng đối với sự phế lập của sơ môn (mới nhập vào cửa đạo), thỉnh thoảng cũng vì chuyện phàm tình mà phải nghe, điều nầy tên gọi là đạo tràng, có an trí Bổn Tôn nơi ấy, đây là chỗ tập trung cho những hành giả. Một đạo tràng được vân tập cho người xa gần, khi có những tiện nghi không giống nhau của việc đến ấy; có nơi cũng không đóng chặt sự não phiền; những nơi như thế cũng được gọi là một đạo tràng. Đối với việc chẳng hiểu biết, người trong làng xóm sống trong cùng một xã hội, mặt đối mặt hình thành điều nầy là cần yếu, nên cảm tạ việc nầy, không nên để mất đi.

Ngoài ra theo Luận Chú phần hạ 120 có nói rằng: "Đồng nhứt niệm Phật, vô biệt đạo cố" (cùng một nơi niệm Phật, không phân biệt đạo tràng vậy). Những người đồng hành hỗ trợ với nhau như trong bốn biển là huynh đệ nối kết với nhau, đặc biệt nếu giản biệt dung lược (đơn giản dễ dãi) không chấp nhứt với nhau, không hiện ra tướng ngã mạn. Giai đoạn nầy được gọi là môn đệ của Tổ Sư, lúc đương thời việc nầy nhiều người biết v.v... Ngày xưa khi Thánh Nhơn còn tại thế việc nầy phải sa thải nặng nề. Tuy vậy đối với việc nầy liền tuyên bố như vậy, đối với việc chính, ngày nay trở thành những bài hát, nên đình chỉ vậy.

(13)
Trong những môn đệ của Tổ Sư Thánh Nhơn Thân Loan, đối với thế và xuất thế hai pháp được gọi theo danh mục cả lúc đi, đứng, ngồi, nằm là "đắc phần" (phần tử được việc).

Chữ đắc phần nầy được gọi là chữ điệp (trùng nhau) qua cái nhìn của thế tục. Trong pháp xuất thế, nếu nhìn qua kinh luận chương sớ, bây giờ không có việc nầy. Tuy nhiên lúc ấy cùng nhau ở một phạm vi, nên ngôn ngữ đã hiện ra, không rõ, trở thành bài ca. Ở trong Thất Cá Điều Ngự khởi thỉnh văn phần ý thì cho rằng: "Tạo ra sự sai trái, mà ngôn ngữ nầy lại quy mô". Đối với đạo tục nam nữ của sự niệm Phật tu hành, ngôn ngữ của sự thấp kém ấy không gọi là pháp môn để thể hiện nơi người trí, làm mê hoặc cả người ngu v.v... Theo như lời nói trước đã đưa ra, sự tôn sùng về việc nầy, không thể hiện nơi người trí. Khi nghe ngôn ngữ ấy phải ngu ngơ. Ý nghĩa hoang tưởng ấy không biểu hiện qua nhiều chữ. Hãy đình chỉ ngay việc nầy.

(14)
Đối với âm thanh khó nghe khi niệm Phật của những người ở miền khác, đây cũng là một việc.

Việc ngũ âm thất thinh (năm âm bảy tiếng) người người sinh tâm ưa thích. Âm thanh ấy giống như tiếng nước chảy, chim hót, hàng cây lay động nơi cõi Tịnh Di Đà, tất cả đều trở thành các âm như cung, thương, giác, vi, vũ trỗi lên. Đối với việc nầy gặp Tổ Sư Thánh Nhơn Nguyên Không khi ngủ, ứng vào buổi sáng, bắt đầu hoằng hưng Chơn Tông, âm thanh thể hiện qua việc Phật chẳng khác nào y báo của Tịnh Độ, khi nghe tiếng hót của chim Ca Lăng Tần Già hay sinh ra âm thanh niệm Phật tu hành. Hằng vạn người khi nghe, sinh tâm hoan hỷ, tùy hỷ theo tiếng hót đó. Ở trong đó, mỗi sáng chúng ta biểu hiện qua âm thanh của nhứt niệm đa niệm. Đối với bây giờ thì việc nầy là dư trần (trần của ta – âm thanh của ta). Đối với Tổ Sư Thân Loan lúc bấy giờ ngược lại là pháp đăng của đa niệm thanh minh (nhiều niệm âm thanh rõ ràng). Với đầy đủ lưu thông của Đức Phật Di Đà. Ở trong những chỗ nhập thất của các Thiền sinh ít nhiều cũng có xảy ra. Với Tổ Sư đối với ý không thật nầy, chỉ chuyên tâm niệm Phật, không cần phải quy định thời gian giờ giấc. Chỉ theo nguyện lực bất tư nghì của Di Đà và một lòng cầu tha lực văng sanh của phàm phu để trở thành tự hành hóa tha (tự mình thực hành để hóa độ kẻ khác). Âm thanh ấy không bị sa thải. Phải là phong nghi trong cuộc đời, mang theo thanh minh của đa niệm đối với người khác. Những người đang tu tập cùng đang ở chung nghe qua tiếng trong trẻo nầy được đánh thức cúi đầu cung kính. Khi đó những kẻ đạo tục ở phía Đông đã lên kinh thành, những người ấy tạm ở lại, khi nghe được âm thanh ấy. Nên đã ngưỡng vọng đến Thánh Nhơn; không lìa bởi âm thanh ca khúc như lúc xưng danh (niệm Phật) không có chỗ sai sót. Đối với phần nầy không chối từ, âm giọng nhà quê thì giống nhau, nhưng âm thanh ấy bị chê, bị sa thải. Thế rồi bây giờ được sống, mang theo tiếng nhà quê và việc âm thanh quê mùa đó là âm thanh của Phản Đông, biểu hiện qua tiếng nói (tự thinh) là một chuyện, âm thanh (âm khúc) niệm lên đó có quyết định ra được việc văng sanh hay không. Khi giải thích rõ ràng thì được biết là âm thanh còn tồn đọng, âm thanh của nhà quê không có năng lực khi niệm Phật, đối với vương thành thì âm thanh ấy thể hiện năng lực qua tiếng niệm Phật kia. Âm thanh, Phật sự ấy đều là những phần nối kết nhơn duyên vậy. Đó không phải là do âm khúc là chơn nhơn (nguyên nhơn chánh thức) để được văng sanh về Báo Độ. Đây chỉ là điều để quyết định lúc văng sanh phải một lòng đối với tha lực; đây là việc hiển nhiên được giải thích qua việc truyền lại bằng miệng. Nên biết.

(15)
Khi nghe đến danh ngôn một hướng chuyên tu, đối với sự bất tư nghì của Phật trí, theo đó vãng sanh về Báo Độ, đề cập đến việc sa thải, để ý đến việc nầy.

Đây gọi là ba tín tâm của Bổn Nguyện: chí tâm, tín nhạo và dục sanh. Đối với nguyện thành tựu ở Đại Kinh phần hạ đã nói như sau: "Văn kỳ danh hiệu, tín tâm hoan hỷ, nãi chí nhứt niệm" (nghe danh hiệu nầy, tín tâm hoan hỷ, cho đến một niệm). Theo câu văn nầy thì sự được không vãng sanh của phàm phu cho đến lúc một niệm phát khởi. Khi nầy nguyện lực gọi là quyết được vãng sanh, lại được nhiếp thủ bất xả. Nếu căn cứ theo sự giải thích của Quán Kinh Nghĩa (Tán Thiện nghĩa. Ý) thì gọi là an tâm định đắc (được quyết định của sự an tâm). Lại nữa căn cứ ở Tiểu Kinh được nói rằng: nhứt tâm bất loạn. Tuy nhiên Tổ Sư Thánh Nhơn Thân Loan theo sự truyền thừa dòng mạch cương yếu của Hoằng Thông thì với việc nầy ở đây là đối với Tông Môn khác. Khi tìm hiểu điều nầy với các môn đệ thì ngoài ra chắc chắn phải còn đối với ngoại tướng nữa, không biểu hiện với hành giả một lòng chuyên tu. Tuy vậy đây là cách nói phong thinh (nghe như gió thổi), không dựa vào gốc gác của văn chứng theo tam kinh nhứt luận, chỉ là sự vọng nghĩa (ý nghĩa hư vọng) đối với niềm tin bị băng hoại, theo một biến của khởi hành. (Đầu tiên là tạp hạnh đối với tu chánh hạnh) kết nối tiến tới với nhau v.v... Theo việc nầy là một trào lưu cho đến sự cần thiết. Đây là một điều mà ngược lại với sự phế lập của Chơn Tông tổng thể. Đặc biệt với di huấn của Tổ Sư. Chỉ trong Chánh hạnh 5 loại thì xưng danh là Chánh Định Nghiệp thứ 4. Với ta 4 loại kia là trợ nghiệp. Nay theo Chánh Định Nghiệp xưng danh niệm Phật là Chánh Nhơn của việc vãng sanh Tịnh Độ; so sánh một loại như thế. Bây giờ nếu đối với sự hoạch định của phàm phu không thể vãng sanh về Báo Độ v.v... Ngoài ra nguyện lực bất tư nghì ấy sẽ không rõ. Việc cương yếu lời dạy lúc ấy đối với lực của phàm phu phải dừng, chỉ có ngưỡng vọng về sự lợi ích lớn lao của nhiếp thủ bất xả mà thôi. Đối với khởi hành, gọi đây là nhứt hướng chuyên tu. Nếu quyết được an tâm của tha lực, Tổ Sư đã biểu hiện sự tự mình chứng qua sự tương tục đó. Nếu túc thiện cũng có cơ hội khai phát, thì chỗ hạ liệt cũng tùy theo tín tâm của nguyện lực vậy. Hãy nên biết.

(16)
Môn nhơn lúc đương thời niệm danh hiệu, Tổ Sư Thân Loan đối với những vị tập trung lại để báo ân tạ đức những bậc tiên đức đối với sự không bỏ sót việc tín tâm của việc vãng sanh Tịnh Độ; ngày nay tang lễ lấy đây làm gốc, trải qua sự bàn tán với nhau. Đây là một sự việc.

Bên trái - đối với Thánh Đạo Môn là chỗ thảo luận về Mật giáo, theo như Bồ Đề Tâm Luận cho biết là: "Phụ mẫu sở sanh thân, Viễn Chứng đại giác vị" (Thân nầy cha mẹ sanh, mau chứng bậc Đại Giác). Đối với Tịnh Sát (nơi thanh tịnh) để đến được vãng sanh từ nơi khổ sở sa đọa, trở thành một pháp ấy là tâm. Nhục thân nầy do năm uẩn tạo nên, phàm phu bệnh hoạn mà muốn lên nơi cõi Tịnh, việc ấy chẳng đàm luận. Tánh tướng đối với những Tông khác thì có chỗ sai biệt; nhưng Tự Tông (Chơn Ngôn Tông) là sự phế lập; đây chính là quy tắc vậy. Thế nhưng đối với tín tâm của vãng sanh, không dùng tay để cứu vớt những người bị sa thải, sau nầy chôn cất lễ nghi có trợ thành phù trì cho một nấc thang cần thiết lúc đương thời, nên tùy theo việc cùng nhau thảo luận. Sự tự chứng của Tổ Sư không hiện ra, không mô tả đến con đường vãng sanh Tịnh Độ cho Đạo Tục nam nữ. Chỉ giảng cho mọi người biết rõ về việc vô thường của thế gian thiển cận để đánh thức tâm nầy. Khi ngưỡng vọng đến Bổn Sư Thánh Nhơn Thân Loan thường được biết là: "Ta (Thân Loan) không nhắm mắt lại, chỉ bỏ cá vào sông Gia Mậu" v.v... Điều nầy lại một lần nữa với thân nầy xem nhẹ, còn tín tâm với Phật pháp mới là điều căn bản đã thể hiện được. Việc nầy nếu suy nghĩ kỹ thì chẳng phải là một đại sự về việc chôn người chết vậy. Hãy nên đình chỉ lại.

(17)
Giống với việc xưng danh hiệu của môn lưu đối với Tổ Sư Thân Loan. Nhơn quả bát vô (nhơn quả trừ sạch cái không) gọi là giữ lời. Đây là một việc.

Ở trong ba kinh có ghi lại những danh ngôn như câu văn trong Quán Kinh gọi là "thâm tín nhơn quả" (tin sâu nhơn quả). Nếu suy nghĩ đến việc nầy thì đó cũng là một nghĩa qua sự tương thừa đối với Tổ Sư Thánh Nhơn; kể cả 3 kinh cũng không sai biệt về điều đó. Quán Vô Lượng Thọ Kinh thì chỉ ra sự chơn thật của cơ duyên, nghĩ đến pháp, chỗ nói ra về Định Tán. Gọi là sự chơn thật của cơ duyên, ở Chương thứ 5 về người nữ, căn bản là người ác, đối với cơ duyên của bà Vy Đề Hy. Với Đại Vô Lượng Thọ Kinh thì đi kèm về quyền cơ của thâm vị (ngôi vị thâm sau) cùng đồng thinh chúng (những người cùng nghe). Chỗ pháp ấy là thể hiện sự bất tư nghì đối với việc ra khỏi của phàm phu. Sự nối truyền của Đại Sư Thánh Nhơn Thân Loan hầu như đều căn cứ vào Đại Kinh. Còn chỗ nói ở Quán Kinh là diễn tả qua ngôn từ "thâm tín nhơn quả"; với mọi người không có sự cam tâm. Ở trong Kinh và Quán Kinh gọi là danh mục. Nghĩa lý khác nhau hãy nên tham cứu thêm.

Ngoài ra ở Kinh (như trên) nói "thâm tín nhân quả" (tin sâu nhân quả) theo tùy nhất của ba phước nghiệp, ba phước nghiệp nầy trở thành nghiệp của nhơn thiên hữu lậu. Tựu chung nếu căn cứ theo đạo lý của thâm tín nhân quả thì sẽ thành tựu theo ước vọng của phàm phu vãng sanh. Đầu tiên là đối với thập ác có nói rằng: "Đối với Thượng Phẩm mà bị phạm thì sẽ bị đọa vào con đường địa ngục. Đối với Trung Phẩm mà phạm thị bị rơi vào con đường ngạ quỷ. Đối với Hạ Phẩm mà phạm thì sẽ bị đọa vào con đường súc sanh". Đây chính là sự quy định về tánh tướng của Đại Thừa. Nếu bây giờ kể từ cái nhơn trong hiện tại của phàm phu bị phạm, thì cái quả của tương lai sẽ cảm ứng vào đó, rơi vào trong 3 đường ác. Quả báo ở cõi người, cõi thiên không chờ đợi ở ngũ giới hay thập thiện, mang theo những mong ước và bao nhiêu điều để ra khỏi tam giới để được vô lậu vô sanh ở Báo Độ; đối với Báo Độ cũng chẳng phải có khả năng là đạo lý để sanh về. Dẫu nói vậy nhưng với Đại Nguyện của Đức Di Đà Siêu Thế, Ngài đã tùy theo cơ duyên đối với thập ác, ngũ nghịch, tứ trọng, báng pháp, đối với nguyện lực to lớn ấy, có thể chuyên chở nhiều hơn để cứu những nghiệp quả bị thiêu đốt bởi lửa dữ trong thời gian dài phải chịu bởi khổ nhơn (nguyên nhân của sự khổ) trong tam đồ; điều nầy là trở lại với đạo lý của nhơn quả. Nếu cơ duyên đối với thâm tín nhơn quả đã đầy đủ như nếu trồng cái nhơn ác thì sẽ gặp kết quả ác. Ví dụ dẫu nói rằng tin vào Bổn Nguyện của Di Đà, nhưng đối với nguyện lực kia rất mơ hồ, chúng sanh niệm Phật ấy bị rơi vào tam đồ. Nếu nói đoan chắc như vậy thì với Bổn Nguyện trong 5 kiếp tư duy của Di Đà, mà lời vàng của Đức Thích Tôn là không nói lời hư vọng, chư Phật cũng chứng thực chơn lý ấy thì những việc hảo huyền kia đối với tha lực nhứt môn đó, trong suốt một đời thuyết pháp của Đức Thích Tôn cho đến bây giờ là những ví dụ đối với tánh tướng của thông đồ (con đường thông suốt), gọi là bất tư nghì của ngôn ngữ đạo đoạn (lời nói cắt đứt con đường). Đối với kẻ phàm phu muốn sanh về Báo Độ thì lệ thuộc vào cái lý của nhơn quả tương thuận, mà Đức Thích Ca, Di Đà cùng với chư Phật không phải là chẳng có con đường riêng của tha lực. Ngoài ra việc cứu độ tất cả 10 phương phàm phu chúng sanh là sự phong cho cái lý của nhơn quả tương thuận, Báo Độ đối với kẻ phàm phu được sanh về là biệt nguyện sở thành. Bây giờ với cơ duyên được sanh về Báo Độ là đúng với nhứt niệm của Phật trí, lại trở thành Phật nhơn (cái nhơn để thành Phật). Với Phật nhơn nầy chắc chắn sẽ sanh về ở ngôi vị Chánh Định Tụ, đến khi diệt độ sẽ trở thành Phật quả. Đối với Phật nhơn, Phật quả nầy, nếu sự thành tựu ấy từ tha lực, thì chẳng phải là năng lực của kẻ phàm phu, lại chẳng phải là chẳng không phá trừ đi. Như vậy căn cứ vào điều gì để nói là "Nhơn quả bát vô cơ" (nhơn quả không đẩy lùi nhơn duyên). Lời nói có giá trị hơn là, Tông chỉ của tha lực hoàn toàn trở lại với thời buổi trước. Như thế có thể nương cậy được chăng? Hãy mau mau đình chỉ lại.

(18)
Thánh Nhơn của Bổn Nguyện tự Thân Loan đối với những người trong môn đệ, đối với trí thức thì làm phỏng theo Đức Di Đà Như Lai; đối với đương thể của trí thức sở cư thì gọi là Báo Độ của biệt nguyện chơn thật. Đây là một sự kiện.

Với Tự Tông (Tịnh Độ Chơn Tông) nương vào chỗ thuyết của ba kinh để phế lập. Căn cứ theo điều nầy sẽ làm sáng tỏ. Cao Tổ của 8 Tông Phái là Ngài Long Thọ Bồ Tát, Ngài đã tạo ra "Thập Trụ Tỳ Bà Sa Luận" khi được hỏi rằng; "Bồ Tát khi tìm cầu A Bệ Bạt Trí, đường ấy có hai: một là nan hành đạo và thứ hai là dị hành đạo có nhiều cách khác nhau, lại có năm ba nghĩa được chỉ về tâm"; "Dị hành đạo nghĩa là do nhơn duyên tin Phật, nếu nguyện sanh về Tịnh Độ, nương giữ vào tha lực nhập vào Chánh Định Tụ Đại Thừa". Gặp Tổ Sư Hắc Cốc (Nguyên Không) đời trước, khi thọ nhận điều nầy thì: "Nan hành đạo được gọi là Thánh Đạo Môn. Dị hành đạo gọi là Tịnh Độ Môn" (Theo Tuyển Trạch tập 1189) có ghi lại. Điều nầy một lần nữa được biết Thánh Đạo và Tịnh Độ là hai môn không hỗn loạn với nhau được. Vì thế chỉ lập một môn của Tịnh Độ.

Ở trong Thánh Đạo Môn có Đại Tiểu Thừa, quyền thật không giống nhau. Có phải với Đại Thừa chỗ đàm luận phải triệt để giao thân nầy cho Đức Di Đà, đàm luận về duy tâm Tịnh Độ. Đối với chỗ đàm luận, vì là Thánh, không phải là phàm; mà phàm phu thì dẫn người vào giáo môn của Tịnh Độ, dùng thân nầy để quán pháp, đồng thời cũng không bắt buộc tự nói về duy tâm; chỉ là tương tự như ở gần ngọc sáng mà thôi. Đối với việc nầy, lại đặc biệt thành lập nhứt môn của Tịnh Độ, thành lập con đường phàm phu dẫn nhập. Chỗ phê phán của Long Thọ Bồ Tát là không đúng với việc nầy. Đối với môn của Chơn Tông sự phế lập đã có trước. Gọi là phế, nghĩa là xả bỏ. Việc nhập thánh đắc quả của nơi nầy thuộc Thánh Đạo Môn. Đối với Đức Di Đà, tự thân nầy phải xả bỏ tu đạo theo tự lực của phàm phu chẳng thể kham nổi đối với Tịnh Độ của Duy Tâm.

Gọi là lập có nghĩa là niềm tin tha lực của Di Đà, kẻ phàm phu tin vào điều đó, thực hành tha lực Di Đà và gọi là hành của phàm phu. Tác nghiệp của Di Đà tha lực mang theo chánh nghiệp để vãng sanh về phàm phu Báo Độ; cõi uế trược nầy từ bỏ tìm cách vãng sanh về Tịnh Sát, quyết tâm ấy là của Chơn Tông (Tịnh Độ Chơn Tông), nhưng nếu có nghe đâu đó về nghĩa tà thì đó là một con đường của sự phế lập. Đất nầy, cõi kia không chia ra Tịnh hay uế, mà đất nầy cũng xưng là đất Tịnh, không mang theo tri thức của phàm hình, mà định hình ở Phật thể của 32 tướng. Hãy nên nhớ về chỗ đàm luận đối với nhứt môn của Tịnh Độ. Đối với kẻ hạ căn, sự ngu độn suy nghĩ làm mê hoặc tâm kia. Tự thân của Đức Di Đà, đối với việc đàm luận về Duy Tâm Tịnh Độ thuộc Tông nghĩa của Thánh Đạo có ít nhiều sai biệt, lại hoang lạnh. Đi đến chỗ không rõ rệt thì ngôn ngữ chỗ đàm luận ấy đặc biệt xoay quanh pháp môn vào giữa đêm tối mà thôi v.v...

Hầu như với Tổ Sư Thân Loan được giải thích trong Giáo Hạnh Chứng còn ghi lại gọi là cái nghĩa của hiển chương ẩn mật. Ẩn mật là cách nói cũng còn là con đường làm hiển lộ để giải thích về sự ẩn mật kia v.v... Với việc nầy thì đây có phải là hẹp hòi chăng? Gọi là hiển chương ẩn mật chúng ta đã giải thích qua. Với những điều ấy chẳng phải là nghĩa tà, tử tế nhiều loại. Căn cứ theo việc nầy, bây giờ cần sửa đổi lại. Ở đây chỉ nói sơ lược. Đối với Thiện Tri Thức, khi có điều kiện nghĩ đến Bổn Tôn, đúng với sự khát ngưỡng, đó gọi là cái lý, mà điều nầy với

Phật trí được lần lượt tương thừa qua tín tâm của tha lực. Dẫu cho có là Phật trí thì Phật trí ấy cũng quy thuộc về nhứt vị; đó là phần vụ ngưỡng vọng tôn sùng; sự đo lường về bản thể đối với Phật thân, Phật trí, đúng ra chỉ đối với tri thức của phàm tình; còn sắc tướng của Như Lai cũng như nhãn kiến đang tiến tới là khẩu truyền của Tổ Sư về việc thành lập Thánh Giáo vậy. Khi xa rời Bổn Tôn thì tri thức lại xuất hiện, trở thành hoang vắng lạnh lẽo, phảng phất đâu đây.

Duy chỉ thọ nhận từ việc truyền miệng qua lời nói chân thật, Phật trí ấy chính là sự quyết được của ân đức chẳng riêng cho sanh thân của Như Lai. Nếu tượng gỗ, kể cả kinh điển không qua khẩu truyền, đối với hành giả những ân đức đó không vào tai thì sự truyền đạt ấy khó lãnh hội, phải nghĩ đến việc tạ đức kia. Ngưỡng vọng Đức Như Lai thay thế chỗ cao cả; ngoài tri thức kia ra không có vị Phật nào riêng lẻ. Đối với người trí, chúng ta có lẽ là kẻ ngu si mê muội. Asamashi (Thô thiển), Asamashi (Thô thiển).

(19)
Với tâm hạnh của phàm phu tự lực đưa đến hành thế của Phật trí chứng đắc. Đây là một sự việc.

Ở trong ba kinh, Quán kinh có nói về ba tâm đó là chí thành, thâm tâm v.v… Đối với người phàm phu được quyết định bởi ba tâm của tự lực; còn Đại Kinh thì nói là ba tín gồm chí tâm, tín nhạo và dục sanh. Từ tha lực được cứu độ bởi Phật trí được chia ra. Tuy nhiên "truyền qua sự chân thật từ phương tiện, từ ba tâm của phàm phu phát khởi, thông nhập vào tín tâm của Như Lai lợi tha" và điều nầy Tổ Sư Thân Loan Thánh Nhơn đã giải thích và đã được xem qua. Gần đây thường thì giải thích tự do hư vọng mà vẫn xưng là mạt đệ (em út) của Tổ Sư, với điều nầy thật là kinh ngạc. Đầu tiên đối với năng hóa và sở hóa; đối phán với tự lực, tha lực; tự lực cuối cùng cũng quy về tha lực; nói là năng hóa nghĩa là nhận được sự định đắc của tín tâm đối với sở hóa. Nay Thầy Thân Loan kế thừa sự truyền khẩu từ trước, còn bây giờ thì theo tà nghĩa cho rằng: "Vọng tâm của phàm phu do phiền não thành tựu, nói là trở thành Kim Cang tâm; niệm Phật của hành giả về tam nghiệp sở tu, mang theo nhứt hướng tâm" v.v…

Về điều nầy, bề ngoài tự lực; còn tha lực thì không biết bến bờ; con người thì mê mờ, chúng ta cũng mê sao? Trước tiên nói đến "Kim Cang tâm thành tựu", Kim Cang chính là ví dụ nầy. Mê tâm của phàm phu thì không có ý nghĩa là giống với Kim Cang. Kẻ phàm tình sẽ chẳng thành tựu. Như vậy nên Đại Sư Thiện Đạo đã giải thích ở nơi Tự Phần Nghĩa 340 rằng: "Đây gọi là sự phát triển của tình thâm, nước đối với tranh hình vậy" v.v… Nghĩa bất thành, với điều nầy là vậy. Tuy nhiên với mê tình của phàm phu bất thành làm cho các chúng sanh Phật trí mãn nhập được thành tựu từ tha lực do mê tâm của sự bất thành đó, khi chánh thành nghiệp của sự vãng sanh nguyện nhập vào cảnh giới Di Đà. "Năng phát nhứt niệm hỷ ai tâm" (hay phát một niệm, tâm hỷ ái). (Theo Chính Tín kệ) "Bất đoạn phiền não đắc Niết Bàn" (Không dứt phiền não, được Niết Bàn) (giống bên trên) và "nhập Chánh Định Tụ chi số" (vào Chánh Định Tụ với số nhiều) hay "trụ bất thối chuyển" (ở vào bất thối chuyển) Thánh Nhơn đã giải thích như vậy. Điều nầy có nghĩa ngay lúc ấy "tức đắc vãng sanh" (liền được vãng sanh). Khi nhục thân với ngũ ấm cấu thành ở Ta Bà qua việc sống chết tan hoại, thì sự sanh tử lưu chuyển ấy là cái nguyên nhân chính do mê tình của tự lực kéo theo, phá hoại nhứt niệm của cộng phát Kim Cang tâm, trở về với Phật ngữ qua trí thức truyền trì và được gọi là: "Tự lực ấy đã trở về với tha lực". Lại nữa cũng còn gọi là: "tức đắc vãng sanh" (liền được vãng sanh). Hầu như chúng ta đều bị ngã chấp bám sát theo và cả việc thị phi nữa, nên không rời việc quay về với tha lực. Đây chính gọi là Kim Cang tâm. Ba kinh một luận, sự giải thích như sau của Ngũ Tổ, mà đương thời Thân Loan Thánh Nhơn tự chứng rồi chế tác ra "Giáo Hạnh

Tín Chứng" v.v… đã cho thấy điều đó. Tuy vậy muốn mang theo điều gì nguyên như vậy với việc tự do nói không đúng kia; nghĩa là đã quên hẳn việc xưng tán khẩu truyền của Tổ Sư nhứt lưu ấy. Tự mình mất và hiểu lầm người khác; nhưng với tri kiến của Phật Tổ thì cũng quay ngược lại chăng? Osorubeshi (Thật là khủng khiếp) Ayabumubeshi (thật là nguy hiểm).

(20)
Sự xây dựng của Chí Cực mạt đệ (người em áp cuối) về cơ sở xưng là Thảo Đường (nhà cỏ). Các nơi sùng kính Thánh Nhơn Thân Loan, nên vì sự chướng ngại mà người người không đi tham bái Bổn Nguyện tự vốn là chùa chính. Đây thêm một sự kiện tối tăm nữa.

Đây là tâm khinh thường bị ghét bỏ bởi các giáo của Thánh Đạo, là "ma mị ngăn chặn Phật đạo" việc nầy đã được tường thuật lại. Cao Tổ Quang Minh Tự Đại Sư Thiện Đạo của Chơn Tông (Tịnh Độ Chơn Tông) của chúng ta giải thích trong Lễ Tán 675 rằng: "Kiêu mạn tệ giải đãi nan dĩ tín thử pháp" (Kiêu mạn, xấu ác, lười biếng khó có thể tin pháp nầy). Nếu nhìn qua việc nầy thì tự tâm của kiêu mạn đã nghi ngờ về Phật trí, là khí cụ của bất giác độn cơ (cơ hội của việc chẳng biết, ngu độn). Ngoài ra không thể được cơ hội đến với tha lực của Phật trí vô thượng. Tổ Sư Thân Loan ở nơi bổn sở đối với sự khinh miệt, nên tự kiến lập nơi chúng ta làm bổn sở rồi tự xưng sự không tồn tại của Minh Gia, đây là vì sự lợi ích, mang theo vọng tình của đại kiêu mạn. Thật là việc chẳng thể nào thọ nhận tha lực của Phật trí vô thượng được và đã được giải thích là: "nan dĩ tín tư pháp" (khó để tin pháp tách rời). Hãy nhanh chóng nhớ điều nghiêm trọng nầy. Nên nhớ vậy.

Hết phần CẢI TÀ SAO

Viết thêm về sách nầy

Bản sao ở bên trái là chánh chỉ (yếu chỉ) khi đối diện, thọ nhận qua miệng có tính cách quyết định của Pháp sư Đại Cương Như Tín đối với Thầy mình là Tổ Sư Thân Loan Thánh Nhơn ở Bổn Nguyện tự; đây là điều tối cần thiết để sanh về Báo Độ.

Ta những ngày tháng của tráng niên, ít nhất trải qua ba đời của Hắc Cốc, Bổn Nguyện tự và Đại Cương, thọ nhận sự truyền trì mạng mạch dĩ lai thì không chứa mục túc (đầy đủ cái nhìn) của Nhị Tôn chỉ thuyết (hai vị cùng lời nói). Đo lường về việc gặp gỡ những đời trước xa xôi, thỉnh thoảng nhớ lại việc khai ngộ cho tương lai, vượt qua khỏi đảnh cao của sự mê mờ trong tám vạn để báo đáp Phật ân cao dày đó. Đối với ân đức rộng sâu của Sư đã quá sâu như ba ngàn Thương Minh (bể cả xanh biếc). Đối với việc nầy gần đây những môn đồ của Tổ Sư, qua sự truyền đạt đã kết cấu tạo thành tự nghĩa của việc hướng dẫn, khoa trương quyền hóa đen tối đối với thanh lưu (lưu hành trong sạch), nên muốn xưng là đương giáo; chính trị họ đã hiểu sai và đã đánh mất đi điều kia v.v…

Thật là không thể rõ hết, không thể cấm đối việc kia. Đối với việc ấy là tà tràng (cờ tà) so với ánh đèn của chánh pháp, phải chạy trốn và vì thế ở đây sao lục lại, như tên được gọi là "Cải Tà Sao".

Kiến Vũ Đinh Sửu năm thứ 4 (1337) Quý Thượng hạ tuần ngày 25. Cây dù thì chẳng thể thấm nước. Từ ý đồ đó khi gặp Tổ Thánh Nhơn Nguyên Không, đúng vào ngày Thánh nhựt thiên hóa (văng sanh). Đối với việc nầy nên rõ. Đây là trực tiếp qua lời nói giữa Thầy trò nên có sự sai khác. Hãy tôn trọng, hãy hoan hỷ.

(Dịch xong phần trên nầy vào ngày 26.6.2024).

HIỂN DANH SAO (I)

Ba cõi chẳng yên, lục đạo khổ sở; trong sự sanh tử từ vô thỉ, lưu chuyển trong nhiều kiếp, thọ nhận không biết bao nhiêu, không có dừng nghỉ; nối kết với sự khổ hoạn của sự thiêu đốt của Vô Gián (địa ngục); chìm đắm tội báo của quỷ, súc, Tu La. Hoặc giả ở dục giới của 6 cõi Trời quanh quẩn, bị chìm đắm trong ngũ ai (năm chỗ buồn đau) chưa có ngày ra khỏi; hoặc ở cõi Sắc, Vô Sắc giới dẫu cho ở trên, hưởng sự khoái lạc của thượng thiên. Những điều nầy đối với thân ta, chính mình phải trải qua đón nhận. Thế nhưng với nỗi khổ hay niềm vui ấy, nếu sanh ra nơi đã được định sẵn, lại cũng chẳng quên. Chỉ có điều là việc nghe được Thánh Giáo không phải là chuyện dễ dàng.

Ở trong đó những người bây giờ đang được sanh ra ở cõi người, với thân nầy nếu thọ báo thì quả khổ sẽ trói buộc vào thân; thấy được cảnh vô thường xảy ra, suy nghĩ về sự dính mắc của thế gian, chẳng biết đời sau sẽ như thế nào, không thể nói ra điều gì được. Đối với thế gian nầy sự phiền não càng tăng thêm, tam độc là cái gốc. Sự khổ não thật là khó trị, nhiều nhất là tứ khổ.

Đầu tiên nói về ba độc. Đó là tham dục, sân nhuế và ngu si. Gọi là tham dục nghĩa là bị dính mắc, phủ kín ngọc ngà. Sân nhuế nghĩa là nóng nẩy giận hờn. Ngu si gọi là vô minh đối với chánh lý. Khi tham dục sanh thì sân nhuế khởi. Tất cả điều ấy nếu nói, từ ngu si mà ra, thiêu đốt hết tám vạn trần lao, tất cả những phiền não trỗi dậy, tìm ra căn nguyên thì chính là từ ba độc nầy sinh ra. Nếu nhơn độc không được hối cải thì chắc chắn khi chết, sự phiền não của ba việc nầy có xảy đến thì chắc rằng sẽ đón nhận ở tam đồ, do tam độc kéo theo. Đây chính là sợi dây trói chặt sự sanh tử của hữu tình do sự kết nối ấy.

Tiếp theo là bốn khổ. Đó chính là sanh, già, bịnh và chết. Sanh khổ nghĩa là khi chịu sự trói buộc trong sự khổ, như trong 10 tháng hay gần 300 ngày nằm trong thai mẹ với ngũ vị, thịt máu, nếm các thứ khổ. Đến khi đầy đủ tháng ngày, khai hoa nở nhụy thì đầu trút xuống, thân kế tiếp ra sau, tất cả xương da đều đau đớn, không thể tả xiết. Việc bệnh hoạn khổ đau trong khi sống càng đau khổ thêm hơn. Khổ của già là ngày tháng trôi qua đã trải qua không biết bao nhiêu thử thách bịnh hoạn khó khăn, hình hài mỗi ngày mệt mỏi, soi gương không thể lường được sự biến dạng, thấy lông tóc đổi thay, năng lực không còn như cây liễu mùa xuân nữa. Chợp mắt đã sớm vào màn đêm mùa hạ; già trẻ chẳng lường, sắp đón nhận sự chết theo sau. Tất cả đều vô vọng. Gọi là bịnh khổ có nghĩa là thân người do bốn chất lớn hợp thành như đất, nước, lửa, gió gọi là tứ đại. Trong tứ đại ấy mỗi thứ có 101 bệnh. Tổng cộng là 404 loại bịnh. Nếu đón nhận một loại bịnh, ngũ uẩn nầy đã đau đớn rồi. Bịnh đó chính là khổ nầy và bịnh đó chính là cái nhơn của sự chết. Chỉ khi nào thân tâm không bị khổ não thì phải tu hành theo Phật pháp, mới có thể cứu ra khỏi cái khổ kia được.

Tử khổ có nghĩa là thời kỳ dự báo cho mạng sống nầy, quả báo ấy của lúc đang sống chỉ đón nhận trong một sát na. Nước, lửa, gió ba đại nầy đều tan hoại. Thọ, noãn, thức là ba pháp đều phải xa lìa, trăm chỗ nơi thân thể rã rời ra; hoặc giả quanh sự sống ấy đầy biến động, sẽ bị lôi kéo ra ngoài đồng để xem hoa, rồi gặp ngay gió vô thường thổi đến như mây, không còn gì cả như khói của một đêm; có cao số đi nữa thì sự khổ không phải là không bị vây hãm chung quanh; việc buồn khổ không phải là không xảy ra. Nếu yên tĩnh để suy nghĩ cũng không có thể có gì để kêu cứu được. Nếu không có sự hướng dẫn, khi sanh không có sự dính mắc. Bị trói buộc bởi ngũ dục thì ta cũng như người việc sanh tử không thể chối bỏ được.

Ngũ dục đó chính là cảnh giới của sắc, thanh, hương, vị, xúc. IV – 0638 cũng nói ngũ dục là sự tưởng niệm, thú hướng, tham trước, ác nghiệp trong hiện tại và khổ báo ở đời sau. Đầu tiên nói về ngũ dục đối với tưởng niệm. Với con người, tâm bị rảnh dục lôi kéo, đắm chìm, trải qua cuộc đời hay nhớ nghĩ, suy tư đến mọi người. Kế tiếp là ngũ dục đối với thú hứng; đó là sự mong đợi, hướng dẫn, chính bàn tay của mình tạo ra nghiệp kia. Đối với ngày mai là sương, theo anh (chị), lúc tối là sao trời đối với mình. Điều nầy chính là vì danh của sự sa đọa rong ruổi đó đây. Vì sự lợi dưỡng để chịu đắng cay; hoặc là lên thuyền ở Giang Hải hay cũng có thể ghé qua buôn bán làm ăn, cũng có thể lên núi để phạm vào việc sát sanh. Nghĩa là có thể phạm vào đủ loại. Chỉ có một lúc mà thân nầy đã được trợ giúp bởi những việc như vậy. Nếu tâm hồn khi ấy đã được kết quả mà thân tâm bị não phiền, chẳng khác nào như mũi tên độc bắn vào tâm. Đây chính là ngũ dục đối với thú hướng vậy.

Kế đến là ngũ dục đối với sự tham trước, lại theo cảnh giới mà ảnh hưởng; điều nầy do sự thọ dụng rồi trở nên ái trước, tham đắm, tiền tài, nấu nướng tích chứa ngũ cốc, để dành cho vợ con; đây chẳng phải là chuyện no đủ, mà còn là sự tham cầu, cả một cuộc đời chẳng dừng nghỉ, sẽ trở về lại quê xưa là tam đồ. Sự lưu chuyển của 12 nhân duyên, từ vô minh cho đến già chết, trải qua 25 cõi sống chết, từ cõi trên cho đến cõi dưới, ba đời luân chuyển, không dừng lại ở một bến bờ nào. Ví dụ như vườn để xe cộ hay chim chóc nơi núi rừng, thường thì không chủ động; chẳng có nơi nào nhất định, lại cũng chẳng có nhà cửa. Nếu vứt bỏ đi thì thành củi của A Tỳ để đốt cháy thành ngọn lửa lớn; hoặc buồn tủi phải nhận quả báo làm súc sanh, đói khát tàn hại.

Đây chính là ngũ dục đối với tội nghiệp của sự tham trước tạo nên. Ở trong đời nầy nếu có người rõ được điều đó mà chẳng hề để ý đến tội báo, lại điềm nhiên tiếp tục thì chẳng có hy vọng nào cả, hãy dừng lại, dừng lại nơi sự nhiễm trước ấy; cầu cho sự nhiễm trước kia, không cùng với vọng tâm, cẩn thận dừng lại, tất cả hãy xa lìa đường ác; hãy chạy tránh xa ra. Điều nầy hãy quan tâm.

Đúng ra thì chúng sanh ở cõi dục giới đều do phàm phu, nên bị trói chặt bởi sự phiền não do thân tạo ra, mắt mũi phải bị kéo theo giống như sợi chỉ không có đầu mối. Con người phải chạy theo muôn điều cũng chỉ vì vợ con và cơ hội ở đời sau, nên bị trói chặt vào ngũ dục; nên không thể đoạn dứt được tam độc. Hình thức của kẻ phàm phu bị kéo lê vào con đường sanh tử, trải qua trong 6 cõi đến khi thọ được thân làm người thì trong 4 châu mong về được Nam châu (Nam Thiện Bộ Châu hay Nam Diêm Phù Đề). Diệu Lạc Đại Sư giải thích trong Phụ Hành quyển 4 rằng: "Nhược luận IV – 640 quả báo, tức dĩ Nam châu vi hạ hạ. Nhược ước trực Phật, tức dĩ Nam châu vi thượng thượng" (Nếu luận IV – 640 về quả báo, liền lấy Nam châu làm chỗ cao). Khi thế gian nói về quả báo có nghĩa là sinh mệnh bị khổ sở, kéo theo không biết bao nhiêu thứ, khi cầu nguyện nơi Phật để được sanh về Nam châu thì Phật sẽ thuận theo nơi châu ấy và chúng sanh từ đó có thể ra khỏi vậy. Khi Đức Phật còn tại thế, với cơ duyên ấy đã vì sự lợi ích mà nói ra việc nầy; chúng sanh căn cứ vào lời dạy ấy, sau khi Phật diệt độ, giáo pháp được lưu bố trong đời, khiến cho con người hiểu được nhơn quả, kết hợp với Thiện Tri Thức để tìm hiểu đạo lý Phật pháp. Hãy thâm tạ túc duyên ấy.

Về Phật pháp dẫn đến từ phía Đông. Đó là đối với Chánh pháp thì Phật pháp bắt nguồn từ Thiên Trúc (Ấn Độ). Tượng pháp thì lưu hành giáo lý ấy ở Chấn Đán (Trung Quốc); còn Mạt pháp thì vì sự lợi ích của ngã triều (triều đình Nhật Bản của người Nhật) mang đến cho con người, thay thế cho các vị Thần của bản xứ. Sau khi Đức Thích Tôn nhập Niết Bàn và giáo lý ấy trải qua 2.200 năm hơn và Mạt pháp đã xuất hiện độ 300 năm đời Thiên Hoàng Yomei (Đính Minh) ngự trị thì Phật pháp bắt đầu được truyền sang. Thánh Đức Thái Tử đón nhận và truyền thừa cả hơn 700 năm như vậy. Từ khi Thánh giáo truyền sang đến nay hơn 1.000 năm. Đây là thời kỳ đầu của 10.000 năm mạt pháp. Phật pháp hưng thịnh ở thời kỳ giữa. Giáo môn nầy rất hy hữu tốt đẹp đối với những người hữu duyên, để ra khỏi chốn nầy.

Phật giáo là con đường đối với mọi người. Hoặc giả tìm đến con đường trực tiếp thành Phật với diệu điển của Nhứt Thừa Pháp Hoa, hay đối với Quán Hành của Tam Mật Du Già qua việc chứng được tức thân đốn ngộ. Hoặc giả bất lập văn tự làm Tông chỉ cùng với nhứt niệm bất sanh bắt đầu mở ra. Hay là Tam Tụ, Thập Trọng của việc giới phẩm qua lời dạy chỉ ác tu thiện (dừng ác tu thiện). Những điều nầy là những việc làm cần yếu cho việc xa lìa sanh tử, đạt đến con đường chơn chánh của Bồ Đề. Tuy nhiên đối với những việc tìm đến sự tu hành nầy phải thanh tịnh hành trì để vào cửa đạo; đối với sự bất tịnh thì khó có kết quả tốt. Hoặc giả tâm địa rõ ràng khi tìm đạo.

Nếu tâm ban đầu ấy không mở ra giống như chẳng được lợi ích gì, thì ở nơi Đại Tập Kinh theo câu văn ở quyển thứ 40 về Nhựt Tạng Phần Hộ Trì Phẩm Ý, quyển thứ 55 Nguyệt Tạng Phần Diêm Phù Đế Phẩm Ý, viết rằng: "Ngã Mạt pháp thời trung, ức ức chúng sanh khởi hành tu đạo, vị hữu nhứt nhơn đắc giả" (Ta ở trong thời kỳ mạt pháp, ức ức chúng sanh bắt đầu tu học, chưa có một người nào đắc đạo). Hòa Thượng Thiện Đạo giải thích rằng: "Nhược đãi Ta Bà chứng pháp nhẫn, lục đạo hằng sa kiếp mạt kỳ" (Nếu nhẫn nhục chờ đợi chứng pháp ở Ta Bà và hết thời gian hằng sa kiếp ở lục đạo) (Theo Bát Đàn tán).

Chỉ theo lời dạy của Đức Di Đà thì Tịnh Độ là một cửa ngõ đối với người cần thực hành ở đời mạt pháp tương ứng nhau; trở thành con đường thẳng hướng ra khỏi của kẻ phàm phu.

Đó chính là Tịnh Độ của việc dễ sanh nơi cõi An Dưỡng (Cực Lạc) mà Đức Thích Tôn cũng như Ngài Long Thọ phán quyết về con đường dị hành (dễ làm) qua việc niệm Phật. Nguyên nhơn để được sanh về là do sự cầu nguyện. Với Bổn Nguyện từ một niệm đến 10 niệm xưng danh và với lòng từ bi rộng khắp mở ra vì sự lợi ích cho những chúng sanh trong đời ngũ trược, ngũ khổ. Sự lợi ích đó như bà Vy Đề Hy bị nhốt, đứng nơi cửa sổ để đảnh lễ Đức Thế Tôn, mà được lợi ích đến chỗ vô sanh. Từ đây việc vãng sanh của phàm phu phát sanh. Lại nữa vì sự lợi ích đó mà Nguyệt Cái trưởng giả đã đứng trước cửa hướng về ảnh đó để đảnh lễ, sự khó khăn gặp ác quỷ cũng được buông tha, làm lợi ích to lớn cho hiện thế, không có gì có thể sánh được. Trải qua sự phá giới, ngũ nghịch cũng được nhiếp phục để chứng đắc. Tội ác đó yếu ớt trước Phật trí, chắc thật như vậy, nên qua câu văn giải thích về việc chuyên tu, chuyên niệm thì chỉ một hướng chuyên cần sẽ được vãng sanh. Nhứt hướng ấy có nghĩa là con người chỉ xưng danh hiệu của một vị Phật Di Đà, ngoài ra không kèm theo tất cả những hành nghiệp; nhứt hạnh của một danh hiệu xưng danh cầu sanh về Cực Lạc. Đối với Bổn Nguyện của Đức Di Đà thì điều nầy với chánh nghiệp ấy sẽ quyết định được vãng sanh. Thiên Thân (Thế Thân) ở Tịnh Độ luận dạy đối với Vô Ngại Quang Như Lai khi xưng tán danh hiệu thì: "xưng bỉ Như Lai danh, như bỉ Như Lai quang minh trí tướng, như bỉ danh nghĩa dục như thật tu hành tương ứng cố" (xưng danh hiệu Như Lai kia, như ánh sáng trí tướng của Đức Như Lai kia, như với danh nghĩa kia, muốn như thật tu hành, thì tương ứng vậy). Đó chính là xưng câu: Nam Mô A Di Đà Phật, lại nữa phải chơn thật tu hành, chắc chắn một điều sẽ được vãng sanh, tương ứng với bao nhiêu đức hạnh. Điều nầy nếu tin thì sẽ về Định Tụ. Ví dụ như Kì Bà hướng về Dược Đồng Tử để chữa vạn thứ bịnh vậy. Như vậy thì sự tin tưởng vào việc niệm danh hiệu là chánh nhơn để được vãng sanh vậy; chỉ một hướng xưng danh hiệu, ngoài ra không kèm theo gì cả.

Đương nhiên cũng giống như danh nghĩa của công đức khi nghe vậy. Với niềm tin chẳng mấy chốc khởi lên: "Bỉ Phật quang minh vô lượng, chiếu thập phương quốc, vô sở chướng ngại, thị cố hiệu vi A Di Đà". (Phật kia có ánh sáng không lường được, chiếu khắp các nước ở 10 phương, không có chướng ngại, cho nên hiệu là A Di Đà). Lại nữa "bỉ Phật thọ mệnh cập kỳ nhơn dân, vô lượng vô biên A Tăng Kỳ Kiếp; cố danh A Di Đà" (Thọ mệnh của Đức Phật kia cùng với nhân dân ở đó, nhiều không đếm hết trong A Tăng Kỳ Kiếp; nên gọi là A Di Đà). Như vậy chữ A Di Đà là tiếng gọi từ Thiên Trúc (Ấn Độ) ở đây được dịch ra là Vô Lượng Quang và Vô Lượng Thọ. Đối với quang minh vô lượng nầy chiếu ngang qua 10 phương thế giới làm lợi ích khắp nơi, trở thành thọ mạng vô lượng, trở thành sự bền chắc hóa độ của ba đời. Như vậy thì gọi đó là Nam Mô A Di Đà Phật, nghĩa là trở về với cái đức của quang minh vô lượng làm lợi ích để nhiếp thủ bất xả vậy. Còn quy về cái đức của Thọ Mệnh Vô Lượng là thân nầy cầu nguyện nương tựa về chỗ vĩnh vô sanh diệt (vĩnh viễn không còn sanh diệt nữa). Với hai loại công đức nầy so với lời nguyện thứ 12 và 13 thì đầu tiên nói là cái đức của quang minh vô lượng.

Nói về nguyện thứ 12 rằng: "Thiết ngã đắc Phật, quang minh hữu năng hạn lượng, hạ chí bất chiếu bách thiên Ức Na Do Tha chư Phật quốc độ; bất thủ Chánh Giác (theo Đại Kinh quyển thượng) (giả sử khi ta thành Phật, ánh sáng có hạn lượng cho đến phía dưới chẳng chiếu đến trăm ngàn Ức Na Do Tha các quốc độ Phật, thì ta không giữ ngôi Chánh Giác).

Điều nầy giống như câu văn của Nguyện thành tựu theo Đại Kinh, quyển thượng là: "Phật cáo A Nan Vô Lượng Thọ thành Phật, uy thần quang minh, tối tôn đệ nhứt, chư Phật quang minh, sở bất năng cập, thị cố Vô Lượng Thọ Phật, hiệu Vô Lượng Quang Phật, Vô Biên Quang Phật, Vô Ngại Quang Phật, Vô Đối Quang Phật, Diệm Vương Quang Phật, Thanh

179

Tịnh Quang Phật, Hoan Hỷ Quang Phật, Trí Huệ Quang Phật, Bất Đoạn Quang Phật, Na Tư Quang Phật, Vô Xưng Quang Phật, Siêu Nhựt Nguyệt Quang Phật, kỳ hữu chúng sanh, ngộ tư quang giả, tam cấu tiêu diệt, thân ý nhu nhuyến, hoan hỷ dũng dược, thiện tâm sanh yên, nhược tại tam đồ, cần khổ chi xứ, kiến thử quang minh, giai đắc hưu tức, vô phục khổ não, thọ chung chi hậu, giai mong giải thoát, Vô Lượng Thọ Phật, quang minh hiển hách, chiếu diệu thập phương, chư Phật quốc độ mạc bất văn yên. Nãi chí Phật ngôn, ngã thuyết Vô Lượng Thọ Phật quang minh uy thần nguy nguy thù diệu, trú dạ nhứt kiếp, thượng vị năng tận" (Phật bảo A Nan, Vô Lượng Thọ Phật, uy thần quang minh, tối tôn đệ nhứt, chư Phật quang minh, chẳng thể sánh được. Cho nên Vô Lượng Thọ Phật, hiệu Vô Lượng Quang Phật, Vô Biên quang Phật, Vô Ngại quang Phật, Vô Đối quang Phật, Diệm Vương quang Phật, Thanh Tịnh quang Phật, Hoan Hỷ quang Phật, Trí Huệ quang Phật, Bất Đoạn quang Phật, Nan Tư quang Phật, Vô Xưng quang Phật, Siêu Nhựt Nguyệt quang Phật. Nếu có chúng sanh, gặp ánh sáng nầy, ba cấu tiêu diệt, thân ý nhu nhuyến, hoan hỷ vui mừng, tâm lành sanh vậy. Nếu ở tam đồ, là nơi khổ sở, thấy ánh sáng nầy, đều được dừng ngay, không khổ não nữa, sau khi mạng chung, đều được giải thoát, Vô Lượng Thọ Phật, quang minh hiển hách, chiếu diệu mười phương, chư Phật quốc độ, chẳng ai không nghe vậy. Lại nữa Phật bảo: ta nói Vô Lượng Thọ Phật, quang minh oai thần, nguy nguy thù diệu, ngày đêm một kiếp, cao thấp không cùng). Đối với công đức của chư Phật, quang minh ấy còn nhiều lợi ích hơn, khi hiện ra là sự kỳ đặc của bậc Thánh, quang minh ấy cũng có một uy đức sáng tỏa, quang minh ấy gồm cả trí tuệ. Khi Đại Thánh Thích Ca Như Lai giảng Pháp Hoa tại núi Linh Thứu, đầu tiên đã phóng quang ra giữa chặng mày đến mười phương, một vạn tám ngàn quốc độ; theo Quán Kinh là để giáo hóa cho những người ngồi bên phải, ở nơi đài sáng ấy hiện ra cõi Tịnh Độ của chư Phật, Vy Đề Hy so sánh với cõi Tây Phương. Đức Quan Âm đứng dậy dùng ánh sáng để hiện ra các sắc tướng của chúng sanh trong ngũ đạo, theo sự khổ hoạn; Đức Thế Chí thì trên mũ lấp lánh ánh quang minh đủ loại để chỉ ra sự lợi ích không gì sánh bằng. Thánh Đức Thái Tử khi sanh ra, ánh quang minh chiếu khắp cung điện. Đó chính là quang minh từ thân của những vị Thầy Nhật Bản và Triều Tiên làm nhơn lành và trong diệu điểm được viết ra về pháp tánh có Kinh Kim Cang Minh Tối Thắng Vương Kinh, để chỉ về chỗ viên đốn nhứt thật về diệu giới ở Phạm Võng Kinh quyển hạ rằng: "Nhứt giới Quang Minh Kim Cang bảo giới" (giới đầu là bảo giới thuộc về Quang Minh Kim Cang). Điều nầy mọi người đều công nhận rằng đây là công đức thù thắng của Quang Minh vậy, hy hữu, ly kỳ đầy đủ sự lợi ích. Tuy vậy đối với Đức A Di Đà Như Lai với danh hiệu Vô Lượng Quang kia, tất cả ánh sáng đều không bằng ánh sáng của Đức Di Đà; trí tuệ của chư Phật đem so sánh với trí tuệ của Đức Di Đà cũng chẳng bằng. Hơn thế nữa, mười phương tất cả chư Phật cũng ca ngợi tán thán ánh quang minh nầy. Sự biện tài không gì hơn của Đức Thích Ca cũng không thể so sánh với công đức của quang minh nầy được. Đương nhiên cũng có thể nói rằng khi còn yếu thì ánh sáng nầy trở thành tên gọi của 12 vị quang Phật kia. Đệ nhất là Vô Lượng Quang Phật, làm lợi ích hiện hữu ảnh hưởng dài lâu. Từ quá khứ cho đến hiện tại vị lai không có giới hạn, không thể kể đếm được hết.

Thứ hai là Vô Biên Quang Phật thị hiện với uy đức rộng lớn chiếu khắp muôn nơi; cả 10 phương thế giới cũng không có giới hạn; đây cũng chính là nhân duyên thù thắng vậy.

Vị thứ ba là Vô Ngại Quang Phật, hiện tướng vô ngại thần quang, người và pháp đều được lợi lạc. Ngại ở đây là 2 chướng trong ngoài và trong người cũng như pháp. Ngoại chướng chính là sơn hà, đại địa, vân vụ, yên hà v.v... Nội chướng đó là tham, sân, si, mạn v.v... theo Tán Di Đà Kệ cho rằng đó là cái đức của

"Quang Vân Vô Ngại Như Hư không" (Ánh sáng vô ngại như hư không). Từ đó đối với ngoại chướng theo Định Thiện Nghĩa thì "chư tà nghiệp phồn vô năng ngại giả" (cái nghiệp tà không còn có thể phát triển nữa). Nếu muốn biết rõ về nội chướng thì trước hết Ngài Thiên Thân Bồ Tát theo Tịnh Độ Luận tán dương rằng: "Tận Thập Phương Vô Ngại Quang Như Lai" (Đến cả 10 phương Vô Tận Quang Như Lai).

Vị thứ tư là Vô Đối Quang Phật. Với ánh sáng ấy không có gì có thể đối lại được. Hầu hết các vị Bồ Tát đều ca ngợi tán thán như vậy.

Đệ ngũ gọi là Diệm Vương Quang Phật. Lại nữa đây là hiệu của Phật Quang Diệm Vương, quang minh tự tại vô ngại không có gì trên hơn. Theo Đại Kinh quyển hạ thì "giống như lửa vương, thiêu đốt cháy hết tất cả củi phiền não vậy". Cái đức của ánh sáng nầy được tán thán như vậy. Khi lửa đốt cháy lên thiêu rụi hết tất cả, không gì còn lại, trí quang của quang minh nầy thiêu đốt cả phiền não, lại không thể dập tắt được. Chúng sanh của tam đồ hắc ám, nhờ ánh sáng nầy chiếu đến sẽ giải thoát qua sự lợi ích của ánh sáng nầy.

Đệ lục là Thánh Tịnh Quang Phật, làm cho không sanh ra tham lam từ thiện căn. Với ánh sáng nầy dùng để trị liệu sự tham dục của chúng sanh.

Đệ thất gọi là Hoan Hỷ Quang Phật, làm cho không phát sanh sự sân hận từ thiện căn. Với ánh sáng nầy diệt trừ tất cả những sân nhuế của chúng sanh.

Đệ bát gọi là Trí Huệ Quang Phật, không làm phát sanh sự si mê từ căn lành. Ngoài ra với ánh sáng ấy sẽ phá tan những hắc ám của vô minh.

Đệ cửu gọi là Bát Đoạn Quang Phật, đối với tất cả các thời, tùy theo từng thời gian mà chiếu khắp làm lợi ích cho ba đời thường hằng.

Đệ thập gọi la Nan Tư Quang Phật, nương vào Đức Phật nầy được cái đức của quang minh kia chiếu dọi thật khó suy lường.

Đệ thập nhứt gọi là Vô Xưng Quang Phật, ánh sáng của các vị Thần không thể sánh kịp, không thể đo lường về cảnh giới của ngôn ngữ được; nên với tâm nầy không thể đo lường được; nên gọi là Nan Tư Nghì Quang Phật. Dùng ngôn từ để gọi thì đây là hiệu của Ngài Vô Xưng Quang Phật vậy. Ở Vô Lượng Thọ Như Lai Hội, quyển thượng có gọi Nan Tư Nghì Quang Phật là: Bất Khả Tư Nghì Quang. Nếu nói Vô Lượng Quang Phật cũng có nghĩa là Bất Khả Xưng Lượng Quang.

Đệ thập nhị gọi là Siêu Nhựt Nguyệt Quang Phật. IV - 0647 ngày tháng chiếu khắp tứ thiên hạ, không gọi là Thần của Thượng Thiên, địa ngục cũng không quản ngại Phật Quang đó chiếu khắp tám phương trên dưới, không có nơi nào bị chướng ngại cả, vượt lên khỏi ánh sáng mặt trời mặt trăng. Lại nữa vòng sáng mặt trời ấy hình thành hỏa châu tạo năng nhiệt và dùng cái đức để chiếu sáng. Vòng sáng của mặt trăng được hoàn thành bởi thủy châu hay làm lạnh có công dụng để chiếu khắp. Tuy nhiên so với hào quang của Đức Di Đà thì ánh sáng nầy thanh lương, tiêu nhiệt, chiếu sáng bằng đại tiêu nhiệt. Nguyệt luân nầy do cái đức mà thành tựu, quang minh của sự ôn hòa tỏa ra hoa sen hồng, hoa sen hồng lớn; sự chiếu sáng của nhựt luân hơn cả. Lại Nhựt Quang ấy là sự ứng hóa của Quan Âm và Nguyệt Quang kia là sự quyền hóa của Thế Chí. Cả hai vị nầy trở thành hai cửa từ bi và trí tuệ của Đức Di Đà Như Lai. Đó là nhơn vị, quả vị mỗi mỗi khác nhau, không thể gọi bằng gì để có thể so sánh với công đức của Đức Di Đà được cả, nên gọi là Siêu Nhựt Nguyệt Quang Như Lai.

Đây là 12 Quang Phật, mỗi một vị có tên đều theo cái đức để gọi, không có biệt thể gì cả. Như vậy thì đây là cái đức của Quang Minh vậy, thật là bất khả tư nghì; đồng thời làm lợi ích cho tất cả chúng sanh. Gọi sự lợi ích kia chính là sự nhiếp thủ chúng sanh qua việc niệm Phật, không gì khác, chắc chắn sẽ sanh về được nơi cõi Tịnh Độ. Đối với Quảng Kinh thì cho rằng: "Quang minh biến chiếu thập phương thế giới, niệm Phật chúng sanh nhiếp thủ bất xả" (Ánh sáng chiếu khắp 10 phương thế giới; gìn giữ chẳng bỏ chúng sanh niệm Phật) Ngài Thiện Đạo Hòa Thượng trong Vãng Sanh Lễ Tán cho rằng: "Duy quán niệm Phật chúng sanh, nhiếp thủ bất xả, cố danh A Di Đà" (chỉ quán niệm Phật của chúng sanh, hay giữ gìn chẳng bỏ, nên gọi là A Di Đà). Từ điều nầy ví dụ như ánh quang minh ấy không bị ngăn trở trong 10 phương. Nếu sự lợi ích của sự nhiếp thủ không có, thì chắc chắn rằng Đức Phật sẽ không gọi là Đức Phật A Di Đà; nếu đối với chúng sanh không được vãng sanh. Đương nhiên đối với ánh sáng nầy, người niệm Phật được chiếu đến và nhiếp thủ, chắc chắn sẽ được cứu vớt để được vãng sanh. Hành giả khi xưng niệm danh hiệu và quy về Phật nguyện, thì Như Lai sẽ quan sát và rõ biết điều nầy, tạo nên sự lợi ích của việc nhiếp thủ. Đây là sự lợi ích to lớn của việc niệm Phật. Đối với người trí của giải đệ nhất nghĩa cũng không sánh bằng; những kẻ trì kinh khi đọc tụng kinh điển Đại Thừa cũng không nhiếp bằng; những người có cơ duyên trì giới tu từ bi cũng không thể bằng; kẻ hiếu dưỡng với cha mẹ cũng không so sánh được. Cái lý của nhơn quả nhận ra bởi người ngu si, nhưng nếu có niệm đến danh hiệu Phật, thì điều nầy nếu được tìm đến và tâm Bồ đề kia sẽ đánh thức kẻ ngu muội kia, thì việc niệm Phật đối với người ấy sẽ được tìm đến để nhiếp thủ. Cho nên Ngài Thiện Đạo Hòa Thượng đã giải thích ở nhiều nơi như đã thấy; hoặc giả theo Quán Niệm phần Pháp Môn, Ngài bảo rằng: "Bỉ Phật tâm quang thường chiếu thị nhơn, nhiếp hộ bất xả, dư tạp nghiệp hành giả" (tâm quang của Phật kia, thường chiếu đến người nầy, ngoài những kẻ thực hành tạp nghiệp). Hoặc giả Ngài cũng đã giải thích trong Lễ Tán rằng: "Duy hữu niệm Phật mông quang nhiếp, đương tri bổ nguyện tối vi cường" (chỉ có niệm Phật, mới đầy đủ ánh sáng nhiếp, nên biết bổn nguyện là chỗ cao mạnh nhất). Hoặc giả theo Bát Đơn Tán, Ngài cũng viết rằng: "Bất vi dư duyên quang phổ chiếu, duy cánh niệm Phật văng sanh nhơn" (chẳng vì ngoài duyên, quang phổ chiếu; chỉ đủ niệm Phật, người ấy văng sanh). Hoặc cũng theo Bát Đơn Tán, Ngài viết: "Mạc luận Di Đà nhiếp bất nhiếp, ý tại chuyên tâm hồi bất hồi" (chẳng luận Di Đà nhiếp hay không nhiếp, ý tại tâm chuyên có quay lại hay không).

Tất cả những điều nầy của hành nhơn so với các việc làm đều nhận được ánh sáng chiếu đến. Niệm Phật hành giả sẽ được nhiếp thủ và ánh sáng chiếu đến; nên dịch ánh sáng ấy theo IV-0649 Di Đà là vô lượng vậy. Đây chính là cái đức của quang minh đã chiếu lên. Ở trong danh hiệu nầy được sự lợi ích của nhiếp thủ bất xả. Nếu niệm Nam Mô A Di Đà Phật thì quyết định sẽ được văng sanh.

Phần đầu hết

Ưng Vĩnh năm thứ 31 (1424) ngày 22 tháng 12 viết cuốn sách là công nhỏ, tức vì tánh thuận thọ của việc đã xong.

Tín Châu Thủy Nội quận, Thái Đa Ấp, Trường Chiếu Tịnh Hưng tự, trụ lữ.

Thường Lạc đài ngự chơn bút giả, nhưng bất khả tha nhơn tương tục thủ, khả phụng quý kính v.v...

(Ở nơi đài thường vui thật viết vậy, luôn luôn chẳng thể vì người khác mà tiếp tục để có thể cung phụng, quý kính v.v...).

Dịch xong phần trên đây vào ngày 28 tháng 6 năm 2024 kỷ niệm Sinh Nhật lần thứ 75 tại Phương Trượng Đường của Tổ Đình Viên Giác Hannover, Đức quốc.

HIỂN DANH SAO (II)

Tiếp theo là nói về các đức của Thọ Mệnh Vô Lượng. Ở lời nguyện thứ 13 theo Đại Kinh quyển thượng có ghi rằng: "Thiết ngã đắc Phật, thọ mệnh hữu năng hạn lượng, hạ chí bách thiên Ức Na Do Tha kiếp giả, bất thủ Chánh Giác" (giả sử khi ta thành Phật, thọ mạng nếu có hạn lượng, cho đến trăm ngàn Ức Na Do Tha kiếp, thì ta sẽ không giữ ngôi Chánh Giác). Cũng giống như câu văn của Nguyện Thành Tựu trong Đại Kinh quyển thượng chép như sau: "Phật ngữ A Nan, hựu vô Lượng Phật thọ mệnh trường cửu bất khả xưng kế. Nhữ ninh tri hồ. Giả sử thập phương thế giới vô lượng chúng sanh, giai đắc nhơn thân, tất lệnh thành tựu Thanh Văn, Duyên Giác, đô cộng tập hội, thiền tư nhất tâm, kiệt kỳ trí lực, ư bách thiên vạn kiếp tất cộng thôi toán kế kỳ thọ mệnh trường viễn chi số, bất năng cùng tận tri kỳ hạn cực" (Phật bảo A Nan, lại nữa Vô Lượng Thọ Phật thọ mệnh dài lâu chẳng thể tính đếm. Ngươi nên rõ biết. Giả sử 10 phương thế giới vô lượng chúng sanh, đều được thân người liền làm cho thành tựu Thanh Văn, Duyên Giác, tất cả cùng vân tập, định ý nhứt tâm, hết cả trí lực, ở trong trăm ngàn vạn kiếp, tức chẳng cùng tính đếm số lượng Thọ Mệnh dài lâu nầy được. Chẳng thể cùng tận rõ biết hạn cực nầy được). Lại nữa đối với Đức Giáo Chủ cũng không hạn định về thọ mệnh vô lượng của Bồ Tát Thánh Chúng tại Cực Lạc. Trong Đại Kinh quyển thượng cũng có chép rằng: "Thanh Văn, Bồ Tát, Thiên, nhơn chi chúng, thọ mệnh trường đoản diệc phục như thị, phi toán số, thí dụ sở năng tri dã" (Thanh Văn, Bồ Tát, Trời, Người thọ mệnh dài ngắn lại chẳng như vậy. Chẳng thể tính đếm, thí dụ, hãy nên rõ biết như vậy). Lại nữa đối với Kinh A Di Đà thì chép rằng: "Bỉ Phật thọ mệnh cập kỳ nhơn dân vô lượng vô biên A Tăng Kỳ Kiếp. Cố danh A Di Đà" (Thọ mệnh của Đức Phật kia cùng nhân dân nước đó, vô lượng vô biên A Tăng Kỳ Kiếp, cho nên gọi A Di Đà). Như vậy thì việc năng hóa cũng như chỗ sở hóa Thánh Chúng của Phật vô số, không thể thí dụ được. Đối với thọ mệnh vô lượng sẽ làm lợi ích cho ba đời để hóa độ chúng sanh, không hề bị giới hạn. Thọ mệnh của chư Phật cũng tùy theo cơ duyên dài ngắn của chúng sanh mà tạo ra sự lợi ích. Thọ mệnh ấy hợp theo sự mong đợi của chúng sanh vì việc ngắn hạn. Đức Thích Tôn ở lại đời 80 năm và chia thời gian hóa độ ra làm 50 năm. Ở giữa đó vì sự lợi ích của chúng sanh theo cơ duyên lúc còn tại thế, nên cũng có nhiều sự chia cắt ra. Sự phàm cảm về việc chẳng ngộ sau khi tịch diệt mở ra không ít việc sai khác về: chánh, tượng, mạt của ba thời kỳ và sự chứng ngộ ấy theo sự suy giảm lần lượt. Điều nầy cũng lại một lần nữa căn cứ theo cơ duyên lúc tại thế lâu dài ấy. Bậc Đại Thánh đã trở thành quá xa, dẫu sao đi nữa cũng có sai phạm, thọ mệnh của Trụ Vô Trụ Phật chỉ trong một ngày một đêm, pháp môn của việc nói ra đó gần đây không tuân thủ. Thọ mệnh của Nguyệt Diệu Như Lai thỉnh thoảng đối với một ngày; ngày mai ra đời rồi tối lại nhập diệt.

Riêng đối với Đức Di Đà ở trong quá khứ, kể từ khi thành Phật đến nay, kiếp số không thể tính đếm được. Theo Kinh Song Quyển, quyển thượng cho rằng: "Kinh A Di Đà nói là 10 kiếp; còn Đại A Di Đà Kinh quyển thượng cho là 10 tiểu kiếp. Lại nữa Kinh Pháp Hoa nói là vô số kiếp; ở trong các vị cổ Phật với 3.000 vi trần điểm. Kinh Bát Nhã thì nói không tính đếm được để trở thành Đức Bổn Sư của ba đời chư Phật. Quá khứ không thể lường, vị lai thì không hạn lượng. Một ngàn kiếp, một vạn kiếp, hằng hà kiếp, triệu tải vĩnh kiếp, cùng cho đến vô lượng số kiếp. Tuy nhiên ví dụ như một đời, hai đời đối với sự lợi ích thì Như Lai thường ở đời theo sự thưa thỉnh, nhằm tế độ các chúng sanh. Ở trong Kinh A Di Đà, phần ý có chép rằng:

"Dĩ phát nguyện, kim phát nguyện, đương phát nguyện, tất cả đều được vãng sanh" (đã phát nguyện, đương phát nguyện, sẽ phát nguyện, tất cả đều được vãng sanh) để trở thành tâm điểm của việc nầy. Ở lời nguyện thứ 20 về quả toại nguyện, lại trở thành ý nghĩa nầy. Đối với sự tu hành nếu có việc thật, giả thì sự vãng sanh cũng có chậm nhanh; hoặc giả theo thứ tự vãng sanh, hay hai đời, ba đời rồi mới vãng sanh, luôn tiếp nối như thế. Khi niệm đến danh hiệu của Di Đà, suy nghĩ được về cõi Tịnh Sát An Dưỡng. Ta Bà một quốc độ sẽ thành vô lượng. Tha phương thế giới lại cũng có vô số. Quá khứ, hiện tại cũng vô lượng, vị lai cũng vô cùng. Nếu thọ mạng của Như Lai giới hạn thì không có đáp ứng được sự lợi ích cho chúng sanh và chúng hữu tình trong 10 phương, quần sanh trong 3 đời không được lợi lạc; mọi người nếu có thể đều sanh về Tịnh Độ Cực Lạc thì Phật trí của Vô Lượng Thọ sẽ được khế hợp, thọ mệnh của Như Lai không có giới hạn. Đối với việc nầy kinh Niết Bàn đã tường thuật theo "Bắc bổn quyển tam thọ mệnh phẩm ý; Nam bổn quyển tam thọ mệnh phẩm ý" rằng: "A Nậu Đạt trì xuất tứ đại hà, Như Lai diệc nhĩ, xuất nhứt thiết thọ, nhứt thiết nhơn thiên thọ mệnh đại hà; lưu nhập Như Lai thọ mệnh đại hải" (ao A Nậu Đạt chảy ra bốn sông, Như Lai cũng vậy, cho ra tất cả thọ. Tất cả người trời thọ mệnh sông lớn, nhập vào biển lớn thọ mệnh của Như Lai). Như vậy Đức A Di Đà Như Lai, giác thể của xa xôi thật thành, cực lý không có bắt đầu. Mê ngộ, nhiễm tịnh, đối với tất cả vạn pháp đều nhiếp tại 3 chữ A Di Đà. Tuy nhiên chúng sanh căn cứ vào sự mê vọng của một niệm mà bị mê mờ chơn như rồi lưu chuyển trong đời sống của phàm phu, nhiễm vào trần lao phiền não, quên đi lý tánh bổn hữu. Nếu ở trong thời gian ấy chẳng có lời thệ nguyện, vô duyên đối với lòng từ kia, trải qua không biết bao nhiêu quần loại, vì sự mê tình đó, nên Ngài Pháp Tạng Tỳ Kheo mới phát ra 48 lời Đại Nguyện.

Trên hết là đối với sự thệ nguyện của thập niệm vãng sanh. Phương tiện đóng cửa 10 kiếp thành đạo, hành giả nếu nhứt tâm chuyên niệm lời nguyện thứ 18 về sự nhiếp thọ, hành nhơn ấy nếu tu các công đức thì ở nguyện thứ 19 sẽ được nhiếp thủ, cho đến ngược lại cũng niệm mà không được kết quả, theo lời nguyện thứ 20 thì theo cơ duyên ấy cũng được về nước Ngài, đối với sự phát tâm trước sau nếu được vãng sanh thì lại có xa gần, tuy nhiên đối với sự sanh tử trong lục đạo thì được nhiếp lấy thọ mệnh của sự vô thường; tất cả đều nhứt thật chơn như, lưu nhập vào Phật trí của Bổn Hữu Vô Lượng Thọ. Trong chư Phật chỉ có một vị Phật hiệu là Vô Lượng Thọ. Thọ mệnh là căn nguyên để trở thành tất cả. Tất cả chư Phật cũng đều được lưu xuất trí tuệ từ Đức Phật Di Đà. Chúng sanh lại ở trong thọ mạng ấy trở về với thọ mạng của Như Lai, lưu nhập vào đó. Bây giờ ở Kinh Niết Bàn (Bắc Bổn quyển thứ 3, thọ mệnh phẩm ý; Nam Bổn quyển thứ ba thọ mệnh phẩm ý) cho rằng: "Thọ mệnh của Như Lai" nghĩa là thọ mệnh của Di Đà, ở trong thọ mệnh nầy trở thành Vô Lượng Thọ. Cho nên đối với lời dạy của Chơn Ngôn cho rằng Vô Lượng Thọ Phật cũng là Đại Nhựt pháp thân thường trụ của Thọ Mệnh, không có luận bàn. Nếu trở thành thọ mệnh của pháp thân thì từ đó trở thành thọ mệnh của tất cả. Nương vào nhau, không phân biệt sự khác nhau.

Đối với Thiên Thai, Đức Phật Di Đà cũng gọi là chủ của Pháp môn. Nếu là pháp môn chủ thì tất cả chư Phật đối với Đức Di Đà không thể sánh được, có tính cách toàn thể. Đức Phật như vậy gọi là Vô Lượng Thọ, hiệu nước là Cực Lạc, là tên của Như Lai, qua nhân duyên cầu nguyện sẽ được cái quả thường trú ở Vô Lượng Thọ; đó là tên của quốc độ, giác ngộ Niết Bàn thường lạc, khai mở nương tựa nhau. Hơn thế nữa đối với việc sanh thì tất cả phải chết, nhưng vì thọ nên nghiệp dời đi, tất cả sự khổ sẽ biến mất, chỉ còn lạc. Ở Quán Kinh phần sớ giải nơi "tự phần nghĩa" theo Kinh Niết Bàn thì: "Nhứt thiết chư chúng sanh vô bất ái thọ mệnh, vật sát, vật hành trượng, nộ hỷ khả ví dụ" (tất cả các chúng sanh, chẳng yêu thích thọ mệnh, chớ giết, chớ đánh đập, giận dữ nầy có thể làm ví dụ). Tất cả những vật đang sinh sống, nếu có người thấy, lo sợ, chạy trốn, ẩn nấp hay tìm cách thoát chỉ vì mong muốn thọ mệnh không gặp những ác duyên nầy; trở thành loài súc sanh hay yêu chuộng thân người. Hãy chớ như con người sanh ra, yêu đương rồi chết đi lẩn quẩn. Hầu như nếu chết đi, không đem theo được thất trân vạn bảo; vinh hoa, vinh diệu cũng chẳng theo cùng. Cuộc sống của chư Thiên tuy thọ mạng dài lâu hơn nhơn gian; ở cõi trời cũng có lục dục thiên, tứ thiền, tứ vô sắc; lần lượt đến với cõi trời sung sướng như vậy, nhưng quả báo cũng theo việc tu nhơn trước sau. Từ đó gọi là thuận theo quả báo, dẫu cho sinh mệnh có được sống lâu, khi mất đi, tiếp theo nương vào hữu tình chỉ toàn là khổ, khó tìm thấy được sự an lạc.

Đọc nơi Đại Luận thuộc "Đại Trí Độ Luận quyển 7 phẩm đầu" phê bình rằng: "Nhứt thiết chúng sanh, giai nguyện đắc lạc, vô nguyện khổ não" (Tất cả chúng sanh, đều nguyện được lạc, không nguyện sẽ khổ não). Điều nầy một lần nữa hãy nên dừng lại đường sanh, lìa xa tham lam hay yêu mến phước đức, tất cả cũng đều nằm trong sự khổ, cho đến sự vui cũng giới hạn. Cho đến khi bịnh phải tìm thuốc, đói khát tìm đồ ăn uống, lúc nóng chờ đợi gió, lúc lạnh tìm cách gom lửa lại, không có lúc nào là không tìm đến sự an vui trong cái khổ ấy. Tuy nhiên chúng sanh đối với sự chết vẫn còn yêu thích thân mạng nầy, tìm cách sanh về nơi có thọ mệnh dài lâu ở cõi khác. Ví như 1.000 năm ở Bắc (Cu lô) Châu đi nữa khi đến kỳ hạn, không muốn thọ mạng ở cõi nhơn gian nữa, hay đầu thai sống 8 vạn kiếp ở cõi Phi Tưởng đi nữa thì thọ mệnh ở trên cõi trời cũng giới hạn, vẫn bị vô thường sanh diệt của quả báo theo cùng; nên hướng đến kết quả của nơi thường trụ vô vi; nơi đất nước của Ngài Vô Lượng Thọ. Lại nữa chúng sanh, khổ ấy sẽ biến thành niềm vui, chẳng thoái chuyển và hưởng sự khoái lạc nơi đó, rời xa cái lạc của nhơn thiên giống như ánh điện chớp, dẫu núi Tu Di có hiện hữu thì cũng phải trở lại thọ khổ trong thời gian phải vào lại trong ba đường ác; điều nầy lại không thể không bị dính mắc.

Ngoài ra do từ nghiệp mỏng hay dày mà lần lượt trải qua sự khổ hay vui, mà nếu dẫu cho có cực điểm đi nữa thì không bằng mong sinh về ở cõi Cực Lạc Tịnh Độ. Nơi đây trong ba đời chư Phật có vị Vô Lượng Thọ; trong 10 phương cõi Tịnh Độ thì Cực Lạc được tạo nên; tất cả chúng sanh nếu niệm đến danh hiệu và nguyện sanh về Tịnh Độ thì tất cả đều quy nhập vào thọ mệnh của Vô Lượng Thọ. Tất cả đều thọ nhận pháp lạc của Cực Lạc Vô Vi kia. Như vậy thì khi niệm lên các chữ Nam Mô A Di Đà Phật, trong đó là mang ý nghĩa quy mệnh về Đức Vô Lượng Quang rồi. Đối với Vô Lượng Quang hai chữ Nam Mô biểu hiện sự quy kính. Nếu nhớ nghĩ đến ánh sáng kia thì sẽ được sự lợi ích nhiếp thủ bất xả. Nếu nhớ nghĩ đến Thọ Mệnh thì sẽ được lưu nhập vào Thọ Mệnh của Đức Như Lai; cũng đồng nghĩa với sự đón mời việc tỏ ngộ cảnh giới Niết Bàn. Mặc dẫu tất cả đều nhờ vào công đức của Đức Như Lai, như quang minh, thọ mệnh, công đức ấy không có gì hơn được. Ở trong hai loại công đức nầy đều có chứa cả vạn đức, mà vạn đức nầy chính là nhứt hạnh của việc niệm danh hiệu, nếu chẳng chú tâm sẽ trở thành tạp hạnh. Công việc nhứt hạnh nầy chính là hình thể trợ nghiệp của tất cả các loại, cũng có nghĩa là nhứt tâm nữa. Đây chính là sự giải thích từ kinh điển. Hãy chí thành tin tưởng vậy.

Hỏi rằng: Lạc ấy đối nghĩa với khổ. Khổ ấy sẽ trở thành lạc. Lạc đồng thời cũng có cái khổ trong đó. Nếu tìm cái thể của nó thì không có thật thể. Nếu vậy thì đối với khổ không có, có phải lạc ấy do sự xả thọ mà có chăng phải từ bỏ lạc ấy? Như ở trong cảnh sắc giới của tứ thiền, đạt đến tam thiền thì Lạc thọ, tứ thiền thì Xả thọ. Như vậy thì quả báo của tam giới hữu lậu, ở nơi địa hạ vẫn có lạc thọ và địa thượng thì xả thọ. Còn bây giờ đối với cảnh giới của Tịnh Độ vô vi, tại sao lạc ấy lại không đề cập đến tánh tuyệt đối. Nếu nói lạc đó không tuyệt đối thì trở lại với quả báo của hữu lậu giống nhau chăng?

Trả lời rằng: Theo Ngài Đàm Loan Hòa Thượng nơi "Chú Luận" phần quyển hạ có viết: "Lạc hữu tam chủng; nhứt giả ngoại lạc; vị ngũ thức sở sanh lạc. Nhị giả nội lạc; vị sơ thiền, nhị thiền, tam thiền ý thức sở sanh lạc. Tam giả pháp lạc lạc; vị trí tuệ sở sanh lạc. Thử trí tuệ sở sanh lạc, tòng ái Phật công đức khởi" (Lạc có 3 loại: Một là ngoại lạc; nghĩa là 5 thức sinh ra lạc. Hai là nội lạc; nghĩa là sơ thiền, nhị thiền, tam thiền ý thức sanh ra lạc. Ba là pháp lạc; nghĩa là trí tuệ sở sanh lạc. Trí huệ sở sanh lạc nầy khởi lên từ công đức ái Phật).

Ở trong nầy ngoại lạc có thể nói là cái lạc từ cõi dục. Nội lạc là niềm an vui ba cảnh giới thiền ở Sắc Giới. Xả thọ của đệ tứ thiền là từ cái lạc của tam thiền được an vui hơn. Chỉ trong tam giới thì có hơn kém, rồi sẽ trở thành cái lạc của Tịnh Độ. Vì vậy cho nên Thiện Đạo Hòa Thượng mới giải thích về sự khổ lạc của tam giới theo Định Thiện Nghĩa như sau: "Khổ tắc tam đồ, bát nạn đẳng. Lạc tắc nhơn thiên ngũ dục, phóng dật, phồn phượt đẳng lạc. Duy thị đại khổ. Tất cả vô hữu nhứt niệm chơn thật lạc dã" (khổ tức tam đồ, bát nạn v.v… Lạc tức người, trời ngũ dục, phóng dật trói chặt với lạc. Tuy nói là lạc, nhưng là đại khổ. Cuối cùng không có một niệm chân thật nào về lạc cả). Niềm vui trong ba cõi là niềm vui hầu như còn giới hạn. Pháp lạc chính là những hành giả niệm Phật. Tuy bây giờ ở nơi uế độ với phàm thân, nhưng bên trong tương ưng với trí tuệ, không có hư ngụy, không có điên đảo. So với niềm an lạc nơi cõi Tịnh Độ là sự tùy thuận pháp tánh, trở thành niềm an lạc chơn thật vô vi. Theo Đại Kinh quyển thượng thì: "Đản hữu tự nhiên khoái lạc chi âm, thị cố kỳ quốc danh viết An Lạc" (thường hay có âm thanh tự nhiên khoái lạc; cho nên nước nầy gọi là An Dưỡng). Nơi kinh A Di Đà thì nói: "Đản thọ chư lạc, cố danh Cực Lạc" (thường thọ các lạc, nên gọi Cực Lạc). Với luận "Tịnh Độ Luận" thì cho rằng: "Thọ lạc thường vô gián" (Thọ lạc thường không gián đoạn). "Xúc giả sanh thắng lạc" (gặp nhau sanh thắng lạc) theo Tịnh Độ tán thán như vậy, tất cả đều trở thành lạc nầy. Với việc nầy được giải thích cách khác là: "Pháp tánh của thường lạc" (Huyền Nghĩa phần) gọi như thế. Hoặc giả theo Định Thiện Nghiệp thì gọi là: "Tịnh tịnh vô vi của lạc". Việc nầy với kinh Niết Bàn cũng gọi là đại lạc của Niết Bàn. Trong Kinh (Bắc bổn quyển 23, phẩm Đức Vương. Nam bổn quyển 21, phẩm Đức Vương) thì viết rằng: "Niết Bàn chi tánh, vô khổ vô lạc; thị cố Niết Bàn danh vi đại lạc" (Tánh của Niết Bàn là không khổ, chẳng lạc. Cho nên Niết Bàn gọi là Đại Lạc). Lạc của Niết Bàn và lạc của Tịnh Độ chính là một, không có gì để bàn. Theo Pháp sự tán quyển hạ giải thích rằng: "Diệu quả của Di Đà là cách gọi về Vô Thượng Niết Bàn". Cũng pháp sự tán quyển hạ giải thích rằng: "Cực Lạc là cảnh giới của Vô Vi Niết Bàn. Như trước đây đã đề cập đến rằng chúng sanh khi cầu nguyện nơi sự an lạc, gọi tên là Cực Lạc; điều nầy qua sự cầu nguyện như Lễ Tán nói: "Nguyện sanh hà ý thiết, chánh vi lạc vô cùng" (ý nguyện sanh thật chí thiết, chính là lạc không cùng). Để trở thành tâm nầy, vì sự mong mỏi cầu nguyện khoái lạc, nên tìm đến với sự cầu nguyện là sanh nhơn; tìm cách quay về với việc niệm Phật, quy ấy là sanh nơi Tịnh Độ; sanh chính là chứng vô sanh. Cánh cửa giác ngộ ở Niết Bàn mở rộng để trở thành kẻ giác ngộ, gần với sự vô khổ, vô lạc; lại nữa đây được gọi là Đại Lạc. Đại Lạc và cực Lạc nghĩa nầy giống nhau vậy.

Hỏi rằng: Chúng sanh cũng từ trong vô Lượng Thọ đó, trở về và không nhập vào Phật Trí của Vô Lượng Thọ, xa lìa khổ vui của 6 đường 3 cõi theo cái lý là nói trở về với Niết Bàn Đại Lạc và nói theo tâm tư của nghĩa môn là chỗ đáng bàn luận của Thánh Đạo Môn. Do ngu muội mà tìm cầu, không rõ biết, thì việc vãng sanh không thể so sánh phân biệt được chăng?

Đáp rằng: Theo kinh Niết Bàn nói rằng: "Nhất thiết chúng sanh, tất hữu Phật tánh" (tất cả chúng sanh đều có Phật tánh) hay đời nhà Tấn dịch kinh Hoa Nghiêm quyển 10 phần Dạ Ma nói phẩm kệ rằng: "Tâm Phật cập chúng sanh, thị tam vô sai biệt" (Tâm Phật và chúng sanh, là cả ba không sai biệt) cũng từ kinh văn mà ta tin điều nầy. Tuy vậy đối với Thánh Đạo thì cho rằng từ nguyên sơ tâm tánh nầy quan đạt (quan sát đạt đến); tức thân ấy là cái lý chỉ rõ cho việc nầy. Còn đối với Tịnh Độ môn theo Huyền Nghĩa phần thì "Dã dĩ cấu chướng phúc thâm, tịnh thể vô do hiển chiếu" (thường bị cấu chướng che khuất sâu xa, nên tịnh thể không do từ đó mà hiển chiếu). Đối với vô minh phiền não lâu dài che lấp chúng sanh; nên Phật tánh không hiển lộ. Vì cơ duyên ấy mà nếu thực hành theo lời dạy của Đức Di Đà sẽ được vãng sanh về Cực Lạc ở nơi Phật trí; sự sáng tỏ ấy là biểu hiện cho Phật tánh, không phải luận bàn. Chỉ cần xưng tụng danh hiệu Nam Mô A Di Đà Phật sẽ trở thành chánh nghiệp của việc vãng sanh. Ở trong danh hiệu nầy bao gồm cái đức vô lượng của quang minh thọ mệnh, làm cho người người được lợi ích

Với chúng sanh từ việc nầy, chỉ ra cho thấy cái đức được đón nhận từ Niết Bàn. Như thế ở đó giác ngộ diệu lý của Phật tánh thường trụ, liền thân nầy sự quán giải trở thành sanh Phật (thân Phật) nhứt thể, không có gì để bàn. Vì sự biểu hiện Phật tánh ấy không có giới hạn, không có chủng tử, chỉ cần tin và quay về với danh hiệu tha lực bất tư nghì Phật trí ấy, tâm thức chẳng rời khỏi sự dạy bảo kia, nếu nhứt hạnh nhứt tâm tín hạnh việc nầy, với danh hiệu ấy sẽ là gia hiệu (hiệu tốt đẹp) của sự viên dung chí đức, trở thành công đức của pháp thân đồng thế, không rõ hết được với sự thâm áo của pháp tánh với ý nghĩa quan đạt, mau được vãng sanh về Cực Lạc; rõ biết được những sự mê vọng từ vô thỉ, trở lại nhà cũ của Di Đà, giác ngộ được lý vô sanh. Đây chính là tha lực bất tư nghì vậy.

Hỏi rằng: Chúng sanh và Phật trở thành một thể. Như vậy thì tự tâm ấy đã xa rời Phật đạo, không trở về lại chốn xưa, làm sao tha lực có thể giúp được? Thường hay đề cập đến tha lực, nhưng tâm nầy theo đó như thế nào?

Đáp rằng: Vạn pháp đều không thể rời khỏi tâm; tâm ấy chính sẽ thành Phật, cũng còn gọi là tâm pháp; khi giác ngộ gọi là Phật, lúc mê thì gọi là chúng sanh. Giống như tánh của ngọc vậy, căn cứ theo sự mài giũa, chất quý ấy hiện ra từ đá cũng giống như vậy. Căn cứ vào điều nầy Phật chính là sự mài giũa ngọc của Phật tánh được thể hiện qua sự huân tu của vạn hạnh; còn chúng sanh thì bị bùn nhơ sanh tử che lấp, nhưng nếu dùi mài thì tánh Phật sẽ hiện ra, rõ biết được sự mê ngộ. Tuy nhiên khoảng thời gian ấy, kẻ phàm phu quay trở lại như chúng ta sẽ được tỏ ngộ thì nếu quay về với Phật trí, từ năng lực ấy, xa hơn là pháp tánh sẽ hiện ra Phật tánh của tự tâm vốn đã xa lìa lâu nay. Đối với Bổn Nguyện của Đức Di Đà thì con đường vãng sanh tha lực sẽ dẫn tâm ấy vượt qua khỏi vô thỉ quãng kiếp mà tâm ấy vốn bị tam độc phiền não trói chặt lưu chuyển giữa lục đạo luân hồi, thân thì bị nghiệp nhơn của thập ác che mờ; nếu phiền não cũng đoạn diệt, tội chướng theo đó cũng diệt theo, đối với thân nầy không luận là tịnh hay bất tịnh, không nhớ nghĩ đến thiện ác, chỉ lo tu nhứt hạnh niệm Phật mong mỏi Phật lực sẽ nhiếp thủ phàm phu, đối với con người sẽ được ủy thác qua duyên mạng của Phật nguyện nan tư ấy sẽ đưa về vãng sanh ở Tây phương. Điều nầy lại một lần nữa chính là cái đức của danh hiệu bất tư nghì kia vậy. Đây chính là sự lợi ích. Sự bất tư nghì ấy chính là sự phá tối để trở thành sáng; từ không mà có, từ đất tài bồi thêm, từ nước sanh nhuận trạch, từ lửa thành tan hoại. Nếu pháp ấy được gội nhuần mài giũa qua cách dụng của đức mà thế gian thường đối đãi, thì pháp nhĩ nầy chính là đạo lý. Không chối cãi vào đâu, đây chính là năng lực Phật pháp bất tư nghì, đối với việc vãng sanh của phàm phu, phải cần đến sự hỗ tương của việc nầy; nếu cái đức của sự diệt tội có thì kẻ ác của tội nặng sẽ lìa xa được sanh tử. Nếu cái đức sanh thiện thì vô thiện của phàm phu sẽ theo đó mà được vãng sanh. Đây gọi là tha lực. Ở trong Thánh giáo, đối với công năng của việc niệm Phật thì sự biểu hiện bất khả tư nghì qua tha lực. Hãy nhớ điều nầy. Bây giờ mỗi mỗi việc nầy đã từng mỏi mệt.

Một là "cả ngàn năm không có ánh sáng chiếu đến, nhưng nếu có một ngày rọi chiếu không ngừng thì sẽ trở nên sáng tỏ" (Luận chú quyển thượng, ý). Bóng tối cả ngàn năm, nếu có ánh sáng mặt trời dọi đến thì bóng tối không còn nữa. Việc niệm Phật cũng thế, chúng sanh từ vô thỉ ở trong vô minh không lối thoát, thân mạng đầy tội chướng bủa vây cả ngàn năm. Thế nhưng chỉ cần ra công nhứt xưng nhứt niệm thì một khoảnh khắc nào đó ánh sáng mặt trời sẽ dọi đến, để chỉ ra con đường vãng sanh của chúng sanh, rời khỏi sự si ám kia.

Một là: "Khi có người bị mũi tên độc bắn trúng, trên mũi tên có nhiều chất độc. Nếu có người gióng trống để tìm thuốc diệt trừ, mong được lấy mũi tên độc ấy ra" (theo luận chú - quyển trên, ý). "Tiếng trống của việc tìm thuốc diệt trừ" ấy có nghĩa là khi ra chiến đấu phải đánh trống để tìm thuốc giải độc, sẽ có người nghe được tiếng kêu ấy. Độc tiễn có nghĩa là tội ác của chúng sanh. Còn cái trống đó là danh hiệu của Đức Di Đà. Kể từ vô thỉ mũi tên của tam độc đã ngấm sâu vào thân, bây giờ phải cầu cứu đến danh hiệu diệt tội để chữa trị tội độc kia.

Một là: "Chung quanh bức tường vây kín mười phương trong đó nhốt cả ngàn người, không thể biết hết. Tuy nhiên trong đó nếu có một người kêu gọi đứng lên, rồi hai người tiếp theo" (theo lược luận ý). Phiền não nghiệp trói chặt, phải tìm cách ra khỏi, có thể cả ngàn người cũng không giúp được; nhưng nếu thực hành với cái tâm thiện như bên trên với các thiện và các hạnh, thì sức lực không đủ, nếu dùng nhất niệm danh hiệu như một lưỡi kiếm lợi hại để cắt đứt đi, thì không còn là vấn đề không thể cắt đứt được.

Một là "việc đi thuyền. Nếu lên thuyền, chính từ sức lực của con thuyền đó mà bị gió thổi đi cách xa mỗi ngày cả ngàn dặm" (lược luận ý); người bị trôi nổi ấy, tự sức mình không thể chèo chống được. Cũng giống như hành nghiệp của người kia không đủ, phải tìm cầu đến trí tuệ. Nếu leo lên được con thuyền của Đại Nguyện thì mau ra khỏi biển sanh tử lớn kia; so với tự lực của chính mình thì không thể nào mau đến bờ giác ngộ được. Đây chính là việc niệm Phật đốn giáo vậy.

Một là "nếu không có việc leo lên con lừa của người chồng yếu đuối, tuy là cũng có thể cách xa mặt đất, như xe kéo của Chuyển Luân Vương kéo theo nương vào, tự tại nơi hư không" (luận chú - quyển hạ, ý). Thông thường kẻ phàm phu yếu kém trong đất của lục đạo tứ sanh, xa rời pháp tánh của Hư Không, không nương tựa vào năng lực của Đức Di Đà Pháp Vương sẽ kéo ta về Tịnh Độ. Do với năng lực của chính mình không thể xa lìa được sanh tử; với nhơn duyên tha lực kia liền được vãng sanh. Với ví dụ nầy lại một lần nữa theo luận chú - quyển thượng, ý có ghi rằng: "Con Chậm (một loài chim rất độc) nếu vào nước để tắm thì những con cá trong đó chết hết. Nhưng nếu là con tê giác vào tắm thì việc chết kia không xảy ra; tất cả đều do nhơn hết".

Lại nữa ở An Lạc Tập - quyển thượng, ý cũng có chép rằng: "Thầy trò gần nhau; đàn thì có dây, con người thỉnh thoảng đàn lên, tất cả sợi dây không thừa". Đối với pháp thế gian, một lần nữa lại xảy ra việc, cọ xát với năm loại bất tư nghì pháp trở thành bất tư nghì; tội nghiệp của chúng sanh dẫu có nói đến thì so với Phật lực điều nầy có thể đối trị được. Sự tự lực của phàm phu nếu không nương tựa vào sự lợi sanh của Phật thì trở thành vô vọng. Gọi là năm bất tư nghì gồm: một là chúng sanh nhiều ít bất khả tư nghì; hai là đối với nghiệp lực bất khả tư nghì; ba là năng lực của rồng bất khả tư nghì; bốn là thiền định lực bất khả tư nghì; năm là Phật pháp lực bất khả tư nghì. Đây gọi là bất khả tư nghì, không có sự suy nghĩ về có không nữa, chỉ có huynh đệ tâm thức không có Phật trí của bất tư nghì, sâu xa hơn là trí thức luôn tin tưởng vào đó; một phần là ta không đủ năng lực; nhưng nếu không nghi ngờ, không lo toan chỉ tìm đến nương vào để lên thuyền tha lực, thì điều nầy là cơ duyên quyết định sẽ vãng sanh. Nếu được an toàn thì chính đời nầy, không cần đợi đâu xa, với việc nầy không mang theo sự chấp trước thì đời sau vĩnh viễn sẽ được sanh về nơi kết quả an vui. Ở đó không mang theo thân mình, tiền tài, của cải. Tâm tin theo Phật nguyện nếu hoàn toàn được như vậy, xưng danh hiệu không ngừng nghỉ. Nếu xưng danh hiệu không chấm dứt và tín tâm càng tăng trưởng thêm lên. Hành giả ấy có nguyện vui cầu nơi Tịnh Độ, thực hành việc niệm Phật xưng danh thì sự lợi ích ấy chính là sự nhiếp thủ bất xả, theo nguyện của phàm phu mà tiếp dẫn, hạnh nguyện cứu độ là cơ cảm tương ưng, con người lại quay về, mọi người vượt qua khỏi sanh tử, là do niềm tin thực hành sâu xa, sẽ mau được thọ nhận sự vãng sanh.

Hỏi rằng: Khi hành Phật đạo muốn cầu Bồ đề, mà chẳng lìa sanh tử. Tuy là theo lời nguyện vãng sanh nhưng không dính mắc vào sự sanh ấy thì điều nầy có phải là vọng kiến chăng? Điều nầy như thế nào?

Đáp rằng: Long Thọ Bồ Tát có đề cập trong con đường dị hành theo Thập Trụ Luận quyển 5 - dị hành phẩm, ý rằng: "Tiện đắc vãng sanh, bỉ thanh Tịnh Độ" (liền được vãng sanh, cõi tịnh độ kia). Thiện Thân Bồ Tát có viết về việc thực hành Ngũ Niệm Môn như trong Tịnh Độ Luận phê phán rằng: "Nguyện sanh An Dưỡng quốc" (nguyện sanh về nước An Dưỡng). Từ đây trở đi Tổ Sư 3 nước cao Tăng các tông phái, tất cả đều phát nguyện vãng sanh. Nếu Tịnh Độ chỉ nói suông, không có nghĩa là lìa xa sanh tử thì những bậc Đại Sĩ ở ngôi vị cao xa, trí đức cao dày qua việc hành trì; nhưng tại sao lại nguyện vãng sanh. Đạo tục ở đời cuối vô trí nầy chỉ có tin vào Đức Như Lai, ta chỉ theo gót các bậc tiên hiền, cùng tu niệm Phật với người khác để cầu nguyện vãng sanh. Nếu mang theo sự hủy báng. Đó chỉ là ý nghĩa của sự không thích. Nhìn vào nơi Chú Luận của Ngài

Đàm Loan, qua sự giải thích và phê bình ấy có ngày theo Luận Chú thì "phi như phàm phu vị hữu thật chúng sanh, thật sanh tử" (không phải như phàm phu; nghĩa là có thật chúng sanh, thật sanh tử). Hoặc lúc nói nơi Luận Chú quyển hạ rằng: "Bỉ Tịnh Độ thị A Di Đà Như Lai thanh tịnh bổn nguyện Vô sanh chi sanh; phi như tam hữu hư vọng sanh dã. Hà dĩ ngôn chi? Phù pháp tánh thanh tịnh, cứu cánh vô sanh. Ngôn sanh giả thị đắc sanh giả chi tình nhĩ?" (Nước Tịnh Độ kia là A Di Đà Như Lai thanh tịnh bổn nguyện vô sanh của sanh. Chẳng phải như ba cõi hư vọng sanh vậy. Vì sao nói như thế? Phàm là pháp tánh thanh tịnh thì cứu cánh vô sanh. Nói sanh đây là được sanh của cái tình vậy). Như vậy gọi là vãng sanh, đối với tình lượng của phàm phu mà đặt để, việc nầy dùng ngôn từ là cái thật của sanh tử không lìa khỏi; nêu lên Bản Nguyện của Tha Lực, niệm danh hiệu để được vô sanh. Nếu được vãng sanh về cõi Nhứt Thừa Tịnh Độ thì ở nơi cõi ấy sẽ trở thành pháp tánh vô sanh; không nghĩ đến cách sanh của phàm tình nữa. Đối với việc tự nhiên, đây trở thành cái lý của vô sanh vậy. Những nghĩa nầy đã được giải thích rõ ràng; nên xem lại kỹ.

HIỂN DANH SAO (Phần sau)
HẾT

Lại viết. Nương vào quang minh đại đức viết vội để xong. Vu thời năm Kiến Vũ thứ 4 (1337) ngày Mùng 8 năm Đinh Sửu; ngày nầy mùa xuân đã qua làm cho thời gian nhanh chóng.

Năm nầy là thời gian ở tại Bị Châu, lấy bút viết vậy.

Cả hai tờ nầy tuy là tài liệu mật, Tánh Thuận Tấn Trí mong ở thời gian nầy. Và lại biểu hiện tín tâm của sự khẩn cầu đốc thúc cho nên thọ lãnh cùng vậy.

Vu thời năm Ứng Vĩnh thứ 32 (1425) nhằm ngày 13 tháng Giêng năm Ất Ty, viết xong sách để làm chỗ chấm dứt với công nhỏ.

Dịch xong hai tài liệu mật nầy (của Nhật Bản) vào ngày 3 tháng 7 năm 2024 nhân khóa xuất gia gieo duyên 10 ngày tại Phương Trượng Đường Tổ Đình Viên Giác Hannover, Đức quốc.

PHÁ TÀ HIỂN CHÁNH SAO
(QUYỂN THƯỢNG)

DÙNG CHO NHỮNG HÀNH NHƠN CHUYÊN TU NIỆM PHẬT
(Xin thưa như thế)

*Bắt đầu dịch từ ngày 4 .7.2024 tại Phương Trượng Đường
Tổ Đình Viên Giác Hannover, Đức quốc*

Chư Tăng của sơn tự Thánh Đạo cùng với sơn ngọa (nằm ở núi), vu nữ (đồng cốt), âm dương sư v.v… nên đình chỉ sớm, vì chẳng biết đâu là thật hay giả về những việc sàm ngôn, lạm phương (gây phương hại) ấy. Đặc biệt lo lắng có tính cách khẩn cấp đối với những người quy Phật, tin Pháp. Riêng việc tư lân (lo lắng) của trị quốc phủ dân (giữ nước an dân) phải được nhìn nhận, trở về lại với ngôi nhà chính để sinh sống và siêng tu niệm Phật. Đây là công việc cần tài bồi và hứa hẹn rất là chi tiết, gần gũi.

Bên trái của thắng nghiệp về việc chuyên tu niệm Phật để trở thành chánh nhơn cho việc quyết định vãng sanh. Đối với sự an lạc của bậc Năng Nhơn như hằng năm vẫn xảy ra mang theo sự tiếp cận với hóa chủ của Ta Bà. Không phải do dự gì cả với lời dạy của chư Phật khi chứng thành đã được truyền lại của sáu phương chư Phật; tất cả những Bồ Tát đã nhận được sự hộ trì (niệm) cho hành giả. Điều nầy nếu thực hành thì vị nầy sẽ được Đức Phật nạp thọ; với tâm nguyện rộng lớn nơi Phật địa, việc niệm kia lưu chảy vào biển pháp khó nghĩ lường. Tâm không nương vào việc khác, sự khát ngưỡng, suy tư không dư thừa khi nghĩ đến. Việc nầy đặc biệt là trong đời mạt tận, tội lỗi của sự ngu muội (đốn) mà tờ IV-0582 đã cho thấy được hằng sa sự việc của người tại gia vô trí; nên chỉ một hạnh hướng về Đức Di Đà; một đường tiến về Tây Phương. Thế nhưng giữa kinh thành, làng mạc, xa nơi thị tứ, ở các nơi hẻo lánh ... trong đó bao gồm nhiều việc khác nhau. Với những người như vậy phải tinh tế. Chúng ta phải tùy theo đó vậy.

Bây giờ để cập đến việc khuyến hóa lúc đương thời. Các vị nếu là những người xả gia thí dục (bỏ nhà, quên sự ham muốn) với hình hài ấy theo nghi lễ phát tâm xuất gia, cũng làm nông và tiếp tục làm việc như vậy. Với người làm quan tin vào việc nầy. Nhưng nếu không chịu sở dịch (làm xâu) trong hạn định của công vụ thì chẳng thế được. Không có bổn phận đối với quốc gia, điều đó không chấp nhận được. Chỉ việc những kẻ ngu si ám độn vào đạo rồi tu hành theo Thánh Đạo các Tông, tu theo dị hành, nhai phân tương ứng (chia theo khả năng), chỉ riêng thời kỳ văng sanh theo thứ lớp. Đây một lần nữa là thời cơ đã đến, kèm theo Phật pháp, kèm theo thế gian, đồng thời không có gì cản trở. Chỉ có đầu tiên là Tăng đồ nơi sơn tự Thánh Đạo, nên có biệt giải, dị học, biên chấp, tà kiến xen tạp với nhau, phát hiện ra đủ loại tạp nhạp, đủ loại tên xấu theo cùng, gọi đó là thượng tố (tố cáo ở chỗ cao) rồi quên đi, chạy trốn, bỏ nơi sở tại rồi than thở... Đối với việc nầy Đại Tổ Thiện Đạo của Tịnh Độ gọi là: "kiến hữu tu hành khởi sân độc, phương tiện phá hoại, cạnh sanh oán" (theo Pháp sự tác - quyển hạ) (thấy có tu hành, khởi sân độc, tìm phương tiện để phá hoại, ganh tị nhau sanh ra oán thù). Đầu tiên khởi tâm sân hại, rồi tạo ra tà ác, tuy rằng nói tái hưng chánh pháp, nhưng tai nghe, mắt thấy thì chẳng phải vậy; trong đó hàm chứa việc phi trần (chia rẽ, tố nhau). Thủ đoạn, chỉ muốn làm hại kẻ khác nhiều hơn. Đầy đủ tất cả những việc như vậy đã bay đến Cao văn (những bậc bên trên nghe được; nên mới ẩn tài (ra ơn xét lựa) những việc như bên trên.

(1)
Chỉ một hướng chuyên tu niệm Phật gọi là Phật pháp. Nếu y cứ vào pháp của ngoại đạo thì nên đình chỉ. Điều nầy không thể không trách móc.

Việc nầy tùy theo kinh điển để giải thích, nhằm giải quyết chuyện của người thì được vậy. Ngoài ra, gọi là một hướng, theo chúng ta thì chữ ấy không thể hiện hết được, để trở thành những kinh điển dạy thẳng. Trong kinh Vô Lượng Thọ quyển hạ có đề cập đến sự vãng sanh của tam bối (ba bậc): một là tất cả để nói về "nhứt hướng chuyên niệm Vô Lượng Thọ Phật". Tất cả nguyên thủy là từ thuyết chơn thành như Cao Tổ Thiện Đạo Hòa Thượng đã bình luận về ý nghĩa của việc nầy. Lại nữa ở Quán Kinh theo câu văn giải thích rằng: "Nhữ hảo trì thị ngữ" (Người hay trì lời nầy). Ở Tán Thiện Nghĩa cũng có giải thích rằng: "Vọng Phật bổn nguyện, ý tại chúng sanh, nhứt hướng chuyên xưng A Di Đà danh" (Ngưỡng vọng về bổn nguyện của Phật, ý ở nơi chúng sanh một lòng hướng về danh hiệu Phật chuyên niệm Di Đà). Chính là điều nầy ở đây đối với Ngài Nguyên Không Thánh Nhơn gọi là 3 loại của 5 trúc ở nơi Song quyển, thành tựu ý nghĩa của nhất hướng. Rõ ràng hơn về thần Phật nói, nếu đợi cho đến sự giải thích đầy đủ của tiên đức thì lấy chứng cứ từ câu văn làm gốc tỏ rõ vậy. Không phải chỉ qua việc thấy nghe. Nếu là thấy nghe thì có bao nhiêu danh ngôn của nhất hướng cũng là nói hủy báng. Nếu cũng lại là thấy nghe thì điều nầy phải nên nghiêm cấm. Ở đó có sự sai lệnh. Giáo Môn của 8 vạn 4 ngàn ấy là con đường cần yếu để chúng sanh nhập Thánh. Đồng thời Đức Thích Ca là một vị Phật đã nói ra điều đó, thì đó chính là không thể nói là chẳng phải. Ngoài ra Ngài Thiện Đạo Hòa Thượng cũng đã giải thích nơi Huyền Nghĩa Phần rằng: "Tùy duyên giả tức giai mông giải thoát" (Tùy duyên mà liền đều được giải thoát). Hoặc giả ở nơi Bát Đơn Tán cũng có bình luận là: "Phật giáo đa môn bát vạn tứ, chánh vi chúng sanh cơ bất đồng" (Phật dạy nhiều loại 84.000; chính vì căn cơ của chúng sanh không giống nhau). Cơ đây chính là căn cơ hành trì để ra khỏi sanh tử. Đối với duyên, suy nghĩ và nếu tu tập sẽ đạt đến Bồ Đề. Bây giờ đối với người chuyên tu là có cơ duyên với Di Đà, thực hành việc niệm Phật để cầu vãng sanh. Trong đó những học giả của Thánh Đạo muốn có nhân duyên với những lời dạy kia thì họ tu tập thực hành và sẽ có thời kỳ thành Phật. Như vậy đối với họ, ta chính là người cũng có duyên với việc thực hành cần yếu đó, rồi chỉ cho người khác việc thực dụng khi hành trì. Như vậy theo Kinh Bổn Nguyện Dược Sư gọi là: "Tự thị phi tha, hiểm báng chánh pháp, vi ma bạn đẳng" (chính mình không phải người khác, hủy báng chánh pháp, là bạn cùng với ma). Ở nơi Trí Độ Luận quyển 1 - phẩm sơ cũng phê phán rằng: "Tự pháp ái nhiễm cố, hủy thử tha nhơn pháp, duy trì giới hành nhơn, bất thoát địa ngục khổ" (Pháp mình đã nhiễm rồi, hủy báng pháp người kia, tuy người ấy trì giới, chẳng thoát khổ địa ngục). Ở trong đó việc hủy báng chánh pháp đối với Bổn Nguyện của Đức Di Đà từ khước, thấy điều nầy lo sợ. Theo Ngài Thiện Đạo như trong Bát Đơn Tán có viết rằng: "Kẻ có duyên với giáo hạnh mà khinh báng, tán dương về pháp yếu việc hữu duyên của chính mình; nhưng đồng thời cũng phá hoại pháp nhãn của chư Phật. Nếu pháp nhãn ấy bị diệt mất, thì Bồ Đề Chánh Đạo bị che khuất không còn đầy đủ nữa. Tịnh Độ Môn. IV-0585 gọi việc nầy là duyên". Căn cứ theo việc nầy ở đây đối với người nhứt hướng chuyên niệm, thì theo cái lý của câu văn việc thực hành dư ra đó không phải là sự hủy báng, cũng không phải là của các Tông khác, chỉ ở trong Tông đồ, hình tướng thì tu hành theo Phật pháp đánh động việc nầy, cũng có thể nói rằng tâm thức ấy giống như là đánh phá không có nhơn quả. Ngoài ra đối với các nơi việc phá hoại đường xá (chỗ thờ Phật) của những người niệm Phật, việc nầy vẫn tiếp diễn, mà hành giả của Tịnh Độ Môn lại a tòng theo đảng ấy. Hình tượng Đức Di Đà bằng gỗ trở thành hình tượng của ngoại đạo. Chân đạp lên việc nầy để giày xéo, xưng tán chỗ nói của ngoại đạo đối với pháp môn Thánh giáo của Chơn Tông. Tiếp theo đó là hủy báng phá hoại. Với những sách kinh chính của Tịnh Độ là ba kinh, kể từ Ngũ Tổ trở đi giải thích thành 10 tờ. Việc nầy như một sự cướp đoạt tài vật quý báu của thế gian, trở thành giống như kẻ phạm tội trộm cướp vậy. Lúc ấy giống như ở các chùa hướng dẫn lôi kéo nhơn thế ác đồ hướng đến nhà của những hành giả niệm Phật, hành giả ấy thành chỗ sai phạm, giống như những kẻ ăn cướp chúng ta. Đồng thời lấy danh nghĩa tu hành, nhưng tang vật ấy gọi là niệm Phật nhứt hạnh sao? Ngôn ngữ tùy hứng trở thành chỗ thực hiện.

Đối với sự thể ấy giống như việc giải thoát phiên tướng (lật mặt tướng giải thoát) như bên trên, không thể kể hết việc phóng dật (buông thả) mang theo cùng. Khi nhận việc xuống tóc cho đến bây giờ bị nhiễm trước bởi tà kiến. Hông đeo cung tên và dao kiếm, huyên thiên trước mắt mọi người, không kể trời cao đất dày gì cả, vượt hết mọi nơi. Chẳng khác nào thế lực của cõi Đại Thiên cũng không bằng. Chẳng khác gì quân đội của Tu La. Thật là muốn nói rằng ngoài ra với chúng ta có nên hợp chiến với trọng phạm ở trước mặt chăng? Ở đây thì rời khỏi việc lớn, đời sau sẽ khổ thân buồn tủi. Một phần không để lại sự ân hận, một lời nói không có câu đối đáp, mau chóng ở chỗ luôn tố tụng nhau. Bây giờ Tăng Đồ trở thành chỗ uế độ không khác. Rồi năm qua tiếp tục ở chỗ kia với chúng ta thì ba đời chư Phật có nhắm mắt tùy hỷ theo chăng? Mười phương Tát Đỏa có nạp thọ cho chăng? Có thể nói rằng đây là đời mạt pháp vậy. Mặt trời mặt trăng ở trên trời, dẫu nói rằng thuộc cõi thế ngũ trược, nhưng Phật pháp cho đến bây giờ không thể rơi xuống đất được. Bây giờ chỗ thực hành thường thay đổi. Xin soi rọi nơi tối tăm đó. Hãy chấm dứt nạn phỉ báng người khác. Đối với những hành giả chuyên niệm hãy xem như thân nầy bên trên bị nạn lửa cháy không phòng ngừa. Không thể được, chính mình không quan tân đến việc kia và trên hết là từ bây giờ trở đi những việc làm ác kia phải nên từ bỏ. Đối với thân nầy chấm dứt không còn những điều trên. Những việc nầy nên mang trở lại dấu tích xưa vậy.

(2)

Pháp Hoa, Chơn Ngôn của Đại Thừa gọi là tạp hạnh. Đây là một việc không thể không trách móc.

Về điều nầy hãy lắng tâm để nghe sự giải thích của Hòa Thượng Thiện Đạo vậy. Thỉnh thoảng được biết đâu đó cho hay về sự phế lập của Tịnh Độ nhất gia, Di Đà nhứt Phật để xưng tán chánh hạnh, thực hành thể thức quay về nương tựa. Việc kinh Phật ngoài tự chính mình ra tiếp tục thực hành tạp hạnh và danh hiệu. Ví dụ như Pháp Hoa, Chơn Ngôn v.v... dẫu là giáo lý sâu xa đi nữa thì cũng còn những chữ gọi là tạp hạnh. Việc nầy tất cả đối với Bổn Nguyện vãng sanh của Đức Di Đà Như Lai. Tuy nhiên không luận về lời dạy cao thấp, cũng chẳng đề cập đến hay so sánh việc thực hành ưu liệt. Đắc đạo của thế giới nầy làm sáng tỏ lời dạy của Thánh Đạo Môn, việc được sanh ở thế giới kia là cánh cửa chờ đợi của Tịnh Độ Tông. Mặc dầu chung là Đại Thừa, nhưng việc tức thân đốn ngộ ấy thường thì có khác biệt, để trở thành giáo môn của Thánh Giáo. Như vậy nên, ví dụ như điều nầy tu tập đối với việc hồi hướng về Tây Phương, theo tất cả Bổn Nguyện của Đức Di Đà Như Lai, việc nầy cũng trở thành vãng sanh bất định đối với những ai thực hành tu tập. Tịnh Độ Chánh Hạnh có nghĩa là từ nguyên thủy thực hành lễ bái là cái nhơn để nhập vào Tây Phương, gọi là Chánh Hạnh. Giáo tướng của mỗi Tông không có cho thấy chỗ nầy. Sự sai biệt của hai hạnh, lại cũng chẳng làm hỗn loạn. Căn cứ theo việc nầy tiên đức Huệ Tâm nơi Vãng Sanh Yếu Tập cho biết trong thập môn rằng: Các nghiệp môn vãng sanh của môn thứ 9 như Pháp Hoa, Chơn Ngôn v.v... thỉnh thoảng vẫn thực hành Đại Thừa. Các nghiệp được gọi là tạp hạnh. Tuy là tiếng gọi như vậy nhưng thể của nó giống nhau. Thiện Đạo Hòa Thượng là hóa thân ca Đức Di Đà, là tái đản sanh của Đức

Thích Tôn; là cổ Phật ở trong những kiếp xa xôi của Nguyên Tín Tăng Đồ, trở thành thính chúng trong pháp hội Linh Sơn. Hãy thấy hãy xem những điều khó phá hoại về việc giải thích của hai Đại Sư.

(3)
Niệm Phật đối với Thiên Thai, Pháp Tướng v.v... không có trong 8 Tông. Tịnh Độ Tông là Tông lấy hiệu làm Tông một cách tự do, việc nầy cần đề cập đến.

Về việc nầy căn cứ từ gốc rễ cách dùng tên để đặt cho Tông mình mà không phải do Phật nói. Sau khi Phật diệt độ, chư Tổ căn cứ theo kinh luận để đặt tên. Hiện tại trong thế gian được lưu bố đây đó gồm có 8 Tông như: Chơn Ngôn, Thiên Thai, Hoa Nghiêm, Tam Luận, Pháp Tướng, Luật Tông, Câu Xá, Thành Thật. Những Tông nầy do chính sắc nguyện của Thánh Vũ Thiên Hoàng đặt ra cho Đông Đại Tự; với ngôi chùa nầy kiêm học (gồm các môn học) của 8 Tông trên. Trong quyết định đó trở thành danh hiệu của 8 Tông. Thế nhưng các chùa các sơn môn học những điều nầy khi hành trì theo triều đình thì Nam Kinh, Bắc Kinh (của Nhật Bản) không giống nhau. Chính thức công nhận theo sự thỉnh cầu gọi là 8 Tông. Tịnh Độ là một Tông nhưng thuở ấy không qua triều đình; khi Hoàn Vũ Thiên Hoàng cầm quyền thì Trí Chứng Đại Sư đến thỉnh cầu thì Tông nầy cũng không được gọi là công thỉnh (chính thức công nhận), không vì danh lợi, lại chỉ vì tu hành theo lời dạy để chứng được vô thượng Bồ Đề, vẫn không nằm chung hàng với những Tông kia. Dẫu nói như vậy, ngoài 8 Tông nầy ra không phải là không có những Tông khác nữa. Đó chính là Phật Tâm Tông, mà lúc đó triều đình cũng không công nhận qua IV-0589 như 8 Tông kia. Tuy những Tông nầy được triều đình công nhận nhưng trong sự thỉnh cầu được gọi là Tông thứ 9; Tịnh Độ Tông là Tông thứ 10, điều đó không chạy trốn được. Đối với Chấn Đán (Trung Quốc) ngoài 8 Tông kia ra còn nhiều Tông khác nữa như: Tứ Luận Tông, Niết Bàn Tông, Địa Luận Tông và Nhiếp Luận Tông v.v... Tất cả những Tông nầy đều nương vào Kinh điển và tu hành theo ý nghĩa của luận chính để luận giải. Vì sao mà nhứt môn của Tịnh Độ bị giới hạn không được gọi tên của một Tông. Tuy vậy không kể Ngài Thiện Đạo còn có các Sư như: Nguyên Hiếu, Ca Tài, Từ Ân v.v... Các vị Sư nầy vẫn dùng tên của Tông làm môn niệm Phật. Đầu tiên đây là điều gọi là khó phá bỏ được.

(4)
Niệm Phật trở thành pháp của Tiểu Thừa. Việc thực hành biểu hiện cho việc chơn thật xuất ly.

Về việc nầy An Dưỡng chính là Diệu Độ của Đại Thừa Thiện Căn; niệm Phật chính là thắng hạnh của Đại Thừa Vô Thượng. Làm sao mà sự tu hành của Tiểu Thừa mang vào quốc độ của Đại Thừa được. Riêng ở Kinh Bát Đơn, một quyển bổn - khuyến trợ phẩm, ý có dạy rằng: "Tam thế chư Phật thành được Chánh giác là do từ niệm Phật Tam Muội cả". Còn kinh Di Đà thì nói rằng: "Đức Thích Ca Như Lai đã hành trì niệm Phật Tam Muội nầy mà chứng được A Nậu Bồ Đề". Những pháp yếu của chư Phật thành đạo không phải là sự thực hành nhỏ nhoi của Tiểu Thừa. Bốn hạnh của Thế Tôn nơi phàm địa nầy những việc nhỏ nhất cũng không có đến nửa chữ. Tuy vậy ở Song Quyển của Đại Kinh - quyển hạ, ý thì cho rằng: "Công đức của vô thượng đại lợi" và ở Tịnh Độ luận phê phán là: "Tướng của chơn thật công đức". Những điều nầy chứng minh cho ý nghĩa của Đại Thừa biểu hiện. Đối với việc này Ngài Thiện Đạo Hòa Thượng phán rằng: "Đây là giáo tướng của nhứt tông", Bồ Tát Tạng đốn giáo (Huyền Nghĩa phần) cũng giải thích như thế. Như thế có thể gọi là lời dạy của Tiểu Thừa chăng? Riêng Ngài Hòa Thượng Thiện Đạo giải thích không chỉ nhằm những điểm như đã giải thích. Sự giải thích của các vị Sư khác đã đầy đủ ý nghĩa rồi. Nếu muốn rõ biết hơn thì nên tìm hiểu vậy. Ở đây chỉ lược nói một ít vậy thôi. Nói theo Thiên Thai Đại sư rằng: Quán Kinh chính là thuộc về Phương Đẳng Đại Thừa. Ngài Tổ Sư Gia Tường của Tam Luận lại một lần nữa giải thích thành tựu với Bồ Tát Tạng mà qua kinh điển, Hòa Thượng đã đơn giản hóa lại như thế. Tổ Sư Từ Ân, Đại sư của Pháp Tướng thì giải thích về niệm Phật là đại thiện. Tổ Sư Đại Trí, Luật sư của Luật Tông theo Tiểu Kinh – nghi số thì cho rằng: "Pháp Đại Thừa Viên Đốn Thành Phật". Giáo Hạnh của niệm Phật Tam Muội là những điều kiện để trở thành pháp yếu của Đại Thừa, Đại Thiện, qua những lời văn giải thích rõ ràng như vậy. Thỉnh thoảng ta lại nghe Đàm Loan Pháp Sư trở thành hiền triết của Tứ Luận Tông nói trong giảng thuyết rằng, tất cả đều quy về nhứt hướng Tịnh Độ. Đạo Xước Thiền sư trở thành học sinh của Niết Bàn Tông trong việc chỉ ra nghĩa rộng và mở ra cho người thực hành hướng về Tây Phương. Lại có những bậc cổ đức của Huệ Tâm trở thành Thạc Tài (tài năng lỗi lạc) của Thiên Thai Tông mở ra cánh cửa Tam Đế tướng tức cho tâm thức dễ dàng trong việc thuận theo việc vãng sanh. Vĩnh Quán Luật sư trở thành Minh Tượng của Tam Luận Tông. Những lời dạy trong bát bất chỉ quán hướng dẫn rõ về Tây Phương. Thực hành việc niệm Phật nếu là Tiểu Thừa thì những bậc danh đức tu hành theo Đại Thừa làm sao có thể hợp với giáo môn của Tiểu Thừa được. Những nạn hủy báng đó thường là không đủ lời nói để chứng minh. Các vị Cao Tổ đối với những việc của tự Tông và tha Tông như ở Chấn Đán (Trung Quốc), Nhật Vực (Nhật Bản) của các vị Sư nói hay phê phán việc niệm Phật là thuộc về Tiểu Thừa, cho đến bây giờ chưa thấy một câu văn nào hết. Nếu nạn phá ấy mà mọi người nghĩ đến thì đoan chắc rằng không là chứng cớ thành thật được. Nếu không căn cứ theo thuyết văn của kinh luận để làm chứng cứ giải thích, thì đó chỉ là sự tự do của loạn ngôn mà thôi. Hoặc giả đó là pháp của ngoại đạo muốn phá hoại Phật Giáo, nên mới hủy báng vậy. Hay là tiếng tăm của Tịnh Độ Tông nổi lên làm rường cột nên chẳng thể là cái nạn của việc nầy chăng? Hay là lời dạy của Tiểu Thừa đối với pháp của Đại Thừa khó sánh bằng, nên đã tạo ra việc ấy, thật là trở thành việc lần lượt khó nói đến. Ý nghĩa của sự hủy báng đối với cột trụ kia, tất cả trở thành đại tội của việc hủy báng pháp. Theo sự báo cáo thì ở Nại Lạc sự báng phá (hủy báng phá hoại) đang diễn ra. Hãy sớm ngày làm cho không còn nữa, kẻo tương lai trở thành tội khổ nếu không sám hối.

(5)

Niệm Phật vì thế gian, mà là pháp chẳng lành thì hãy mau mau đình chỉ việc nầy.

Đây là một sự kiện lần lượt xảy ra ở bên ngoài. Thực hành việc niệm Phật gọi là pháp chẳng lành đối với thế gian nầy. Nếu nói là do nghiệp mà quyết định cho sự vãng sanh thì điều nầy nếu không ngăn cấm sẽ sinh ra chắc chắn sự hủy diệt, sẽ trở thành việc lớn vậy. Cuộc đời nầy như phù sanh trong một chốc, ra khỏi đời nầy trở thành lạc quả của muôn kiếp, chẳng vui sao? Thực hành việc niệm Phật sẽ có lợi ích trong đời hiện tại, sự lợi ích không cùng. Đức Di Đà là vị Bổn Sư của chư Phật; niệm Phật trở thành tổng thể của vạn điều lành. Ở đó với việc niệm Phật nầy nếu hành trì thì việc vãng sanh về Tịnh Độ là điều có thể. Lại nữa ở đời nầy tai nạn tránh xa. Căn cứ vào việc nầy theo Kinh Kim Quang Minh phẩm Thọ Lượng nói rằng Đức Di Đà Như Lai là giáo chủ của tiêu tai diên mệnh (kéo dài tuổi thọ). Truyền Giáo Đại Sư dạy cho rằng chỉ có danh hiệu 6 chữ khi đọc tụng câu văn ấy sẽ tiêu diệt được bảy nạn. Chẳng phải vậy sao? Ở nơi Quán Niệm Pháp Môn phần ý cho rằng những hành giả niệm Phật sẽ đạt đến tăng thượng duyên của năm loại như trong các kinh điển giải thích về Hộ Niệm Tăng Thượng Duyên qua câu văn. Ở trong đó Kinh Thí Dụ, Kinh Duy Vô Tam Muội, Kinh Tịnh Độ Tam Muội v.v... căn cứ theo tâm thức được giải thích rằng: "Hành nhơn niệm Phật có được sự hộ niệm của Bồ Tát Thánh Chúng, cốt làm thay đổi, sống lâu an lạc". Sống lâu chính là nghiệp nhơn, chẳng có gì gọi là chẳng tốt của việc làm yếu kém cả. Căn cốt mà sự hủy báng, không nên thể hiện qua ngôn ngữ nữa.

Hết phần trên của Phá Tà Hiển (kiến) Chánh Sao.

Đại Cốc Bổn Nguyện tự Thân Loan Thượng Nhơn chi ngự lưu chi chánh lý dã.

Bổn Nguyện tự Trụ Trì Tồn Như (Hoa Giáp)

PHÁ TÀ HIỂN CHÁNH SAO
(QUYỂN TRUNG)

(6)
Bảo Tồn giới hạnh chính là biểu hiện sự tu hành của Phật pháp. Việc nầy đình chỉ, khuyến khích việc nầy nên giành lại.

Việc nầy là thực hành việc trì giới, trì trai để chỉ lo việc tu hành của Phật pháp; nói ra những điều chính đáng; trở thành những ngôn từ chỉ đạo bất khả thuyết. Giới đây chính là đại địa của Phật pháp, trở thành nền tảng căn bản của chúng sanh. Thọ trì giới nầy sẽ trở thành uy nghi của Phật pháp. Tất cả những điều nầy chẳng phải vậy chăng? Chỉ có người tại gia ngu đốn về việc đạo tục nên khi đề cập đến việc thực hành một pháp của sự chuyên tu niệm Phật, điều cần thiết là phải giữ giới, nên khuyến khích về việc nầy. Ngoài ra ở Đại Tập Kinh, quyển 50 phần Nguyệt Tạng – Diêm Phù Đề phẩm, ý có nêu ra như sau. "Thế Tôn sau khi tịch diệt được chia ra 5 lần 500 năm. Lần thứ nhất của 500 năm gọi là Giải Thoát kiên cố; lần thứ 2 của 500 năm gọi là Thiền Định kiên cố; lần thứ 3 của 500 năm là Trì Giới kiên cố; lần thứ 4 của 500 năm là Đa Văn kiên cố; lần thứ 5 của 500 năm là Đấu Tranh kiên cố". Trọng điểm của Kinh nầy là nói về ý nghĩa của Chánh Pháp 500 năm; nhưng cũng có thuyết nói là 1.000 năm; đồng thời thực hành trì giới thuộc về Tượng Pháp. Lại nữa ở kinh Tượng Pháp Quyết Nghi cũng có chỗ nói rằng: Chánh Pháp 500 năm trở thành Trì Giới kiên cố. Tượng Pháp 1.000 năm trở thành Tọa Thiền kiên cố. Mạt Pháp 1.000 năm trở thành Niệm Phật kiên cố. Căn cứ vào thuyết của hai kinh nầy thì Chánh Pháp tức là lúc có thực hành; còn Tượng Pháp là pháp đã mệt mỏi. Bây giờ đây là thời kỳ mạt pháp, không còn mang ý nghĩa trì giới kiên cố nữa. Căn cứ vào điều nầy Truyền Giáo Đại Sư đã trình bày trong Mạt Pháp Đăng Minh Ký (Ý) rằng: "Chánh Pháp tức là thời kỳ chư Tăng giữ giới; Tượng Pháp là thời kỳ chư Tăng phá giới và Mạt Pháp chính là thời kỳ các Tỳ Kheo chỉ còn là Vô Giới danh tự vậy. Nếu trong thời Mạt Pháp mà có kẻ giữ giới thì sẽ trở thành sự kinh dị; đối với vị trí kia sẽ trở thành giới hạn". Nếu suy nghĩ về những giải thuyết nầy thì đối với những người cạo đầu, đắp y hoại sắc với hình thức trì giới, trì luật qua các oai nghi ít nhiều như thế; người mang lại sự chơn thật kiên cố. Nếu có được những người nầy thì trong thời mạt pháp ít lắm. Ở trong đó chỉ ở như tại gia, không còn những người gìn giữ nữa. Điều nầy có nghĩa là đã trở thành yếu pháp tương ứng với mạt pháp rồi, nương theo bổn nguyện của hạ căn dễ hành trì, nếu người đó muốn cầu nguyện một nơi ở cõi An Dưỡng, chỉ có nhứt hạnh của việc niệm Phật mà thôi; chính tự mỗi người phải tin sâu việc nầy, hướng dẫn người khác thực hành. Đối với người thực hành trì giới cũng có một phần hiện hữu giữa đó. Điều nầy cũng có thể gọi là lạc hạnh (thực hành việc an lạc), được kính trọng mà nguyên là khó có. Dẫu sao đi nữa đối với Phật pháp điều có thể nên dừng lại lời ác. Ở trong thời mạt pháp chỉ còn sót lại danh tự Tỳ Kheo; nhưng dẫu cho ở đời mạt, nếu có người giữ được thì việc nầy đáng quý; chớ sinh ra tư tưởng khinh mạn. Trên thực tế đã đi xa điều nầy quá nhiều rồi.

(7)
So sánh Kinh A Di Đà phần Lễ Tán thì lời dạy của ngoại đạo cũng có tên nghiệp nơi địa ngục. Với chúng ta được truyền qua Hòa Tán về nghiệp mà được vãng sanh do niệm danh hiệu. Đây là một sự việc.

Về điều nầy trở thành việc hư đản của việc bất khả tư nghì. Theo Tứ Chỉ Tiểu Kinh thì gọi là thật ngữ của chư Phật chứng thành. Còn theo Lục Thời Lễ Tán trở thành tùy nhứt của 5 bộ 9 quyển. Điều nầy riêng biệt không để cập đến công năng của việc niệm Phật. Điều nầy thể hiện qua bốn nguyện của sự vãng sanh không được cứu độ. Đây trở thành lời dạy của ngoại đạo. Họ là những người theo ngoại đạo. Nếu xưng là nghiệp của địa ngục được thoát khỏi thì chỉ có tụng kinh, lễ tán v.v... mà Hòa Thượng Thiện Đạo đã căn cứ vào chánh hạnh, tạp hạnh để phân biệt ra. Chánh hạnh không tồn tại nơi tạp hạnh. Chánh nghiệp, trợ nghiệp và khi chọn lựa thì đối với trợ nghiệp không còn biểu hiện nơi Chánh Nghiệp; khi thực hành Tịnh Độ thì có 5 loại. Theo IV-0596 thì một là đọc tụng, hai là quan sát, ba là lễ bái, bốn là xưng danh và năm là tán thán cúng dường. Ở trong nầy phần thứ tư gọi là xưng danh đối với nghiệp của Chánh Định; ngoài ra 4 loại kia trở thành trợ nghiệp. Theo Quán Kinh Nghĩa phần thứ 4 về Tán Thiện Nghĩa thì giải thích rằng: "Nhứt tâm chuyên niệm Di Đà danh hiệu, hành trụ tọa ngọa bất vấn thời tiết cửu cận niệm niệm bất xả giả, thị danh Chánh Định chi nghiệp, thuận bỉ Phật nguyện cố. Nhược y lễ tụng đẳng tức danh vi trợ nghiệp" (Một lòng chuyên niệm danh hiệu Di Đà, đi, đứng, nằm, ngồi, thời gian xa gần, niệm niệm chẳng lìa vậy. Đây gọi là nghiệp của Chánh Định thuận theo lời nguyện của Phật vậy. Nếu nương vào lễ tụng v.v... tức gọi là trợ nghiệp). Đạo nầy để cập đến việc xưng danh để nhắc lại nghiệp của Chánh Định, ngoài ra thì nghiệp của Chánh Định ấy cũng có thể nghe nói đến. Nếu giải thích sự thuận theo Bổn Nguyện của Phật cố gắng niệm Phật, ngoài ra đối với Bổn Nguyện nếu biết thuận theo. Kể cả phần đọc kinh hay người thực hành lễ tán, việc nầy thực hành theo chánh hạnh của Tịnh Độ thì ngược lại; đây sẽ trở thành trợ nghiệp của việc vãng sanh. Ví dụ như điều nầy tuy có thể nói là không hành trì, nhưng đối với nghiệp của sự vãng sanh thì niệm Phật lấy làm gốc cũng không phải là chẳng đủ. Tuy vậy một câu văn cũng không thông mà vào đạo rồi chỉ đọc tụng kinh A Di Đà, rồi khuyến khích thực hành lục thời lễ tán không đầy đủ. Ví dụ lại chẳng rõ ràng đen trắng; hoặc giả người chủ lôi kéo theo để giúp công việc; hoặc giả những người buôn bán ngang qua đường đời; nếu với 6 chữ nầy luôn trì tụng không dừng nghỉ, cả ngày lẫn đêm đều trì tụng kinh A Di Đà, thực hành lễ Tán sáu thời, thì việc mong cầu về Tịnh Độ chắc hẳn sẽ được.

Đối với việc trên đây Tổ Sư Thân Loan Thánh Nhơn căn cứ từ xa xưa đối với chúng sanh hạ căn luôn hướng họ đến ý thú của Bổn Nguyện; tâm chỉ chuyên sâu vào việc 4 loại trợ nghiệp; sự thực hành 4 loại chánh nghiệp đó phải nguyên vẹn. Việc nầy sẽ trở thành nơi chốn để tiến hành. Đây chính là Bổn Thệ của Đức Như Lai vậy. Lại nữa qua sự giải thích về ý nghĩa của Hòa Thượng giúp cho rõ nghĩa.

Tiếp theo là việc Hòa Tán. Một câu văn cũng chẳng rõ đối với Thần Thánh thì không thể hiểu được lời dạy trong kinh sâu sắc được. Ý nghĩa sâu xa của việc giải thích ấy cần phải am tường. Rất nhiều kinh điển giải thích; nhưng với tâm vô trí ấy sẽ đóng cửa lại, thỉnh thoảng mới niệm Phật, rồi trì tụng, đón nhận đúng cách. Đây chính là biểu hiện đối với chánh nghiệp của sự vãng sanh chỉ sẽ trở thành trợ hạnh của sự niệm Phật. Nếu phối hợp với 5 loại Chánh Hạnh thì phần thứ 5 của Lễ Tán chính là sự nhiếp giữ vậy. Khi luận đến sự sai biệt đối với tụng kinh, hầu như hoàn toàn mù mờ, không phân biệt được đầy đủ. Sự đọc tụng kinh điển như thế nào cho thành tựu cũng như Hòa Tán v.v… học hỏi dễ dàng. Nếu việc xưng danh không thể được thì âm thanh nên dừng lại để hưởng trọn vẹn pháp vị ấy. Điều đó chỉ cho trở thành sự nhẹ nhàng. Đương nhiên gọi việc nầy là sự tụng đọc được thể hiện. Chánh Nghiệp của sự vãng sanh chính là sự trở thành nhất hạnh của câu Nam Mô A Di Đà Phật vậy.

(8)
Việc Thần Minh chiếm giữ quá nhiều.

Việc này trở thành hư ảo phát sanh về sau. Đó là việc đề cập đến sự không giống nhau giữa quyền và thật đối với Thần Minh. Có phải vị nầy do chư Phật, chư Bồ Tát biến hóa mà thành và vì sự lợi ích của chúng sanh, quần loại để hóa độ họ chăng? Nhưng ngược lại đối với sự cảm nhận của người phàm thì mê mờ chẳng tỏ. Thỉnh thoảng có sự phán đoán về việc hiện ra. Việc nầy đối với Phật pháp để chỉ cho các nhơn thiện đối với việc vô duyên vô hỗ (không có nhân duyên, không có nơi nhờ cậy). Nếu có được lòng tin thì nhân duyên sẽ được mang đến. Thường thì đối với ba cõi như bị đóng chặt trong nhà lửa, hãy mau mau dùng lưỡi kiếm báu chơn thật để đoạn trừ.

Bây giờ đối với hành giả niệm Phật với bổn ý của việc nghĩ đến dấu tích sâu xa hơn, có thể do ân trí của lòng đại bi mà được giác ngộ, hãy chuyên tâm tu tập nhất hướng niệm Phật để một lòng hướng về sự vãng sanh. Theo luật định của Đức Thích Ca thì Đức Di Đà so với 6 phương hằng sa chư Phật cùng với tất cả các vị Bồ Tát v.v... thì đó chính là bổn hoài. Bổn Hoài của Phật và chư vị Bồ Tát là cứu độ, mà dấu tích chỉ lòng thương ấy là các vị Thần Minh, đồng thời lại là sự tùy hỷ với tất cả mọi việc. Điều đó đã trở thành đạo lý tất nhiên vậy. Căn cứ vào điều nầy, đầu tiên là Thần Phạm Thiên, Đế Thích, Tứ Đại Thiên Vương, rồi đến Diệm Ma Pháp Vương, Ngũ Đạo Minh Quang cho đến ngoài 60 châu Phổ Thiên Xuất Độ, Đại Tiểu quyền thật Thần Kỳ Minh Đạo. Những việc nẩy tùy theo hành giả ảnh hưởng hộ trì. Ngoài ra đối với những vị Thần Minh thì việc ủng hộ đối với hành nhơn nhứt hướng chuyên tu và những hành nhơn tôn kính những minh đức của tất cả những vị Thần theo đó. Những hành giả tứ phương hân cầu (vui cầu) thì đối với những vị Thần Minh không sao lãng. Cũng có người nói lời sàm sở thì các vị Thần sẽ không hề chiếu giám đến.

(9)
Gặp chuyện xấu rồi xem ngày tốt, xấu v.v... là một sự kiện, việc nầy cho đến chỗ chí cực của bất pháp vậy.

Việc nầy ở trong Phật pháp sự sanh tử phiền não gọi là uế (dơ nhớp); còn tịnh (sạch sẽ) chính là công đức thiện căn. Điều nầy lại một lần nữa chính là sự an vui với lời dạy của Phật Đà, trở thành con đường lợi sanh của các Bồ Tát. Đối với nghi thức của thế gian thì sự sanh tử chính là sự cấm kỵ, mang theo sự dơ nhớp. Việc nầy nếu muốn thực hiện cho sạch thì phải có pháp của các Thần Minh giúp cho con người. Sự chế định của Vương Pháp sẽ định ra cách thức, nhẹ nhàng mang đến cho tục trần (người thế gian), tận nơi núi non, công việc của thế nhân, nếu người ta thực hành Phật pháp, ví dụ như sự dơ nhớp của tử sanh phải chịu đựng, chung quanh việc nầy sẽ học hỏi được gì nơi Phật Đà vậy? Tuy vậy bây giờ khi những hành giả nhứt hướng chuyên tu nghe đến thì không thể rời bỏ công việc của thế tục được. Tuy trong nội tâm thì cũng muốn nương tựa vào Phật đạo; hoặc giả đối với thần thức phải có nơi nương tựa, hay là phải phụng cúng vào việc công. Cùng làm những việc như thế; nhưng đối với trong việc sinh tử của Phật pháp, thì không có sự sai biệt giữa tịnh và uế v.v... Hãy quên đi những phong tục của thế gian, hãy chạy khỏi quan niệm va chạm việc ô uế kia. Chẳng có pháp nào mang đến sự tốt đẹp. Đó là điều cần quan tâm, không tìm cầu cách phủi lông, mà tất cả đều là chuyện chẳng phải vậy.

Tiếp theo là việc xem ngày tháng tốt xấu. Theo Kinh Niết Bàn (Bắc bản, quyển 20 phẩm Phạm Hạnh – Nam bản, quyển 18 phẩm Phạm Hạnh) có nói rằng: "Trong giáo pháp của Như Lai, không có chọn lựa ngày tốt xấu". Hơn nữa, theo lệ thường hay lúc lâm chung nên khuyến khích niệm Phật và làm việc thiện. Không nói đến ngày tốt xấu. Bởi lẽ điều nầy đối với mọi người không tồn tại một cách trung thành; với người khác thì ngược lại chẳng biểu hiện cho pháp. Tăng đồ phải khiển trách như thế nào đây? Nếu trong giáo pháp của Như Lai có đề cập đến việc cát hung (tốt, xấu) thì điều đó phải được rõ biết. Nếu chỉ hướng theo sự chiếu giám của Thần Phật một cách tà kiến thì không đón nhận vì Thần là phi thế. Bởi lẽ đối với Phật chất trực diện thì hình phạt đối với tự thân. Việc nầy không ảnh hưởng đến người khác. Như vậy thì không hề có sự cấm đoán cản ngăn, đối với con người lại làm chuyện can ngăn sao? Chẳng hề có việc ấy. Nếu khi phải thi hành việc công liên quan đến việc Thần thì hãy hướng việc ấy về pháp, dĩ nhiên nên theo nghi thức. Hãy tùy theo việc tốt trong ngày mà gìn giữ. Chỉ có điều cần thiết là đối với việc tốt xấu kia chỉ giữ tâm bình lặng, với lễ nghi bình thường đừng cho sai trái là được. Mọi người không nên mang nặng vào tâm việc nầy.

(10)
Với Phật pháp thì phá hoại và Vương pháp lại sao nhãng.

Về việc nầy Phật pháp, Vương pháp là hai pháp song hành với nhau; chia hai pháp ra không được. Chiếc xe phải có hai bánh; nếu chỉ có một bánh thì không thể. Chính Phật pháp là chỗ bảo hộ cho Vương pháp. Đối với Vương pháp thì Phật pháp được tôn sùng. Việc nầy từ xưa cho đến nay vẫn vậy. Đất nước cần đến bậc minh chủ (minh quân); tất cả sự hưng thịnh của Phật pháp qua sự nguyện ước của vua chúa; gọi là Thánh Đạo hay Tịnh Độ thì chư Tăng học Phật giáo cũng không ngoài công việc là cầu nguyện cho thiên hạ được an ổn. Cùng nhau nhứt hướng chuyên niệm, không nên quên đi điều nầy. Tựu trung là giữa nhiều kiếp lưu chuyển đó, đa sanh trầm một (trôi nổi nhiều đời) căn lành ít ỏi, bây giờ vẫn còn ở trong nhà lửa, bất chợt lại được làm thân người, sanh về chốn Nam Phù (Nam Diêm Phù Đề); hạnh phúc thay được nghe lời dạy về cõi Tây Phương. Hơn tất cả đời đời sanh ra trong 6 đường, được làm thân người là một điều quá vui sướng, đời đời thọ nhận ân từ

Quốc Vương; đây chính là Hoàng Ân vậy. Kẻ ở trong thế gian hay người xuất thế thì ân ấy chính là cái đức. Như thế làm sao có thể sao nhãng việc Vương Pháp được. Chỉ riêng đối với những hành giả niệm Phật, nơi nơi xứ xứ, dẫu uống một giọt nước, ăn một bữa ăn; tất cả đều do công sức của mọi người. Phải tin vào ân đức đó của Kanto (Quan Đông); riêng đối với những lãnh chủ, địa đầu ân trí ấy cũng phải nhớ đến. Nghi thức đối với việc công tư không có chỗ sai khác. Chỉ có điều vì chính mình tu hành để thành đạo là cần yếu. Tuy vậy điều nầy đối với thời mạt pháp nếu bị nhiễm bởi thế trần thì trí mục (con mắt trí tuệ), hành túc (sự thực hành đầy đủ) sẽ rời khỏi ý nghĩa IV-0602 đối với cánh cửa tại gia vô trí, cái quả xấu ác của đời sau sợ rằng cũng có thể nói điều đó; các hành của chính mình dư thừa đối với việc tu tập mang đến; với người ta thì nghĩ về một con đường dị hành; đó chính là sự cầu nguyện vãng sanh về cõi Tây Phương. Việc nầy có thuộc về Vương Pháp chăng? hay điều nầy chính là sự phá hoại Phật pháp. Sự sao nhãng đó đối với Trung Quốc đã trở thành bị truy đuổi ra khỏi, chẳng thể diễn ra tiếp tục. Như vậy Vương Pháp đối với sự cầu nguyện của Phật pháp được xưng tán tôn sùng theo các Tăng đồ (Tăng Ni và tín đồ) của Sơn tự Thánh Đạo chẳng phải là chỗ an ổn tiện lợi (ổn tiện). Chủ trương nhứt thiên tứ hải (một trời bốn biển) với chốn công quyền, vũ đạo của người dân đầy khắp, nên người đời sau tin vào sự nương tựa với Phật pháp, nhưng mà những điều đó là gì? Điều nầy chỉ mang theo chất liệu nặng nề qua cách gọi; điều nầy cũng có thể gọi là một đại tội; hoặc giả chỗ sở tại bị phát hiện và hướng đến việc truy cứu ra khỏi (truy xuất). Hoặc giả nhà cửa bị phá hủy, kêu ca rầu rĩ. Ràn rụa thổi bay (lạm xuy) đi tất cả, trở thành sự thị phi của người đời. Chỉ còn là sự chẳng học hỏi được gì. Hoặc giả chỉ thực hành việc niệm Phật; viết khởi thỉnh văn về sự khổ sở hoạn nạn của ba cõi (tam đồ) lo lắng. Hoặc giả thường hay truy phóng theo Trung Quốc. Lời Vua phán được gọi là tự do hư đản (sinh ra sự hư đốn tự do); hoặc giả chẳng khác gì đạo thương đinh đóng khắp nơi, sỉ nhục (xấu hổ) hoặc tìm cách chạy trốn khỏi ngục tù, mỗi mỗi việc nầy đàng sau đối với sơn lâm (chùa chiền nơi núi rừng), là sự trả lời cho việc thường thiên (hay thiên vị) nầy. Đối với người dân thì phiền não đối với vương pháp, lại phương hại việc niệm Phật, trở thành sự hủy diệt Phật pháp. Như vậy thì Vương pháp còn lại gì và Phật pháp theo IV-0603 sẽ được gọi ra sao? Việc nầy chính ta với tha nhân là việc nhượng bộ. Thật là một việc cực gian xảo.

(11)
Hành giả niệm Phật chỉ ra con đường sau khi chết, cuối cùng trở thành tà kiến.

Nói về việc nầy; chỉ riêng việc nầy. Với hành giả nhứt hướng chuyên niệm với con đường của người chết, là một sự việc; ngoài ra không gì khác. Đúng hơn là chỉ ra những tà kiến đã xảy ra mà lý luận thì không cùng; nên đã viết thành thân trạng (văn thư trình lên quan chức). Ngoài ra đối với những nơi nhà quê gọi là phẫn uất. Đối với việc tác pháp của các Đạo Sư về vô thường là tâm điểm đối với việc nầy. Chỉ ra phương pháp, khía cạnh trong lục đạo được hướng dẫn đến chốn Cực Lạc. Tuy vậy việc niệm Phật cho người vãng sanh, điều nầy phải được hướng dẫn, để không bị mê lầm nơi lục đạo u đồ (6 cõi tối tăm). Hướng dẫn về cảnh giới của Tây Phương Tịnh Độ. Đó chính là việc vãng sanh; mà điều nầy không giải thích rõ ràng. Ở đây căn cứ vào con đường nầy để cho người muốn vãng sanh được rõ biết. Ngoài ra u đồ (cảnh giới tối tăm) chán ngán, hãy tìm phương pháp ra khỏi; mà nguyên thủy theo lời Phật dạy là ngôn ngữ chân thật hãy tin tưởng vào những lời dạy của Thánh giáo. Tuy nhiên với người chết vấn đề là sau khi chết 6 con đường ấy ra sao là một việc, mà bây giờ chẳng căn cứ theo Kinh luận đã giải thích một cách đứng đắn. Việc nghe theo lời người khác chỉ dẫn, nên mang đến việc nầy đây vậy. Cái nầy làm được, cái nầy làm không được, cầu cứu đến người khác. Người khác thì có nhiều kiểu khác nhau. Ví dụ như sau khi lâm chung nên làm việc thiện. Ví dụ như tán Phật, đọc kinh tu hành là những công đức thù thắng để hồi hướng; nhưng trong 7 phần đó chỉ có một phần thấu đến cõi u đồ (nơi người mất). Như vậy thì qua lời Phật dạy theo ý xảo đó phải nên biết rõ ràng trong lục đạo ấy thông qua ra sao? cũng như sự lợi ích. Tuy vậy theo hành giả niệm Phật việc thực hành pháp sự nầy nên mang ra khỏi. Tựu chung nói theo lời dạy của Quán Phật Tam Muội kinh thì niệm Phật Tam Muội là kim chỉ nam của sự lạc đường đó. Với con đường tối tăm sẽ đốt lên ngọn đèn tỏa sáng. Như vậy thì đối với 6 đường không thể lầm lạc được, mà khi còn ở trong tam hữu (ba cõi) phải được đến con đường an lạc, với việc tu niệm Phật nầy, rõ biết về chỗ sanh và theo con đường đó, luôn được thắp sáng; đó chính là theo lời Phật dạy vậy. Có cảm ứng được việc nầy hay không, thì đối với kẻ chuyên tu tin theo lời dạy chơn thật của Phật, sẽ rõ biết được ý xảo của người ngu kia.

Phá Tà Kiến (Hiển) Chánh Sao
Hết quyển trung
Đại Cốc Bổn Nguyện tự Thân Loan Thượng Nhơn
Chi Ngự
lưu chi chánh lý dã.
Bổn Nguyện tự Trụ Trì Tồn Như (Hoa Giáp)

PHÁ TÀ HIỂN CHÁNH
(QUYỂN HẠ)

(12)
Đối trước Đức Phật, sơn dã (nơi núi rừng) Giang Hà (nơi sông hồ) có các loại chẳng tịnh. Nói về việc núi, vị thịt của chúng.

Về điều nầy sự thật nếu nói một cách thượng ngôn thì đúng với việc hư đản (sanh ra chuyện hư đốn). Đồng thời theo Ngư Thôi Lượng (chọn ra các loại) thì không đầy đủ. Ngoài ra việc băng nhẫn của An Dưỡng Tịnh Độ của Đức A Di Đà Như Lai, trở thành vị giáo chủ vượt qua khỏi ba cõi; đó chính là cảnh giới không bị dính mắc vào sắc, thanh, hương, vị. Chính từ hương vị cõi Pháp thiện thiền duyệt đã được nếm. Đối với việc cúng dường của tam giới uế độ, để cho thanh tịnh thì gọi đó là phụng hiến; nhưng bây giờ thì thường hay hướng về vị Trụ Trì của Tam Bảo để cúng dường như rải hoa, thiêu hương, đốt đèn, huyền phan (viết lên trên một miếng gỗ) v.v... được thường hay thấy như vậy. Điều nầy chính là vì sự lợi ích của người phàm phu cúng dường qua hình thể đó. Đó là sự cúng dường nơi uế độ. Ngoài những điều trên ra còn cúng dường trước Phật những loại như đồ dùng nữa, mà đối với Tịnh Độ Môn thì cho đến bây giờ điều nầy không có. Ngay cả mang đến chùa nào là sơn cầm, dã thú, kể cả mùi vị thịt thà nữa, để thể hiện về lòng tin của mình, nhằm cùng chung với mọi người, đạo tục không khác vị. Điều đó mọi người muốn như vậy. Thường dễ dàng tìm thấy việc nầy không khó lắm. Nếu trong vạn nhứt rõ biết đó là việc phi pháp thì lại thay đổi tên họ. Việc nầy nếu là thật thì đó chính là sự phá diệt Phật pháp. Việc nầy trở thành sự phóng dật tà kiến. Môn đồ mau dẫn đến chỗ sa đọa (truy phóng). Chỉ có điều là dùng phù ngôn (lời nói phù phiếm) của sự thay đổi qua lòng tin biên chấp của việc tố cáo lên bên trên; điều nầy trở thành hoang lãng (suy tàn và lãng phí). Điều nầy trở thành gian mưu (gian dối mưu đồ). Ở đây rõ ràng là nên sa thải (bãi bỏ) về việc nầy.

(13)
Đặt tên riêng cho các loại cá chim; trong lúc khuyên thực hành việc niệm Phật ở các đạo tràng và kế đó là việc thọ dụng những món nầy.

Về việc nầy không thể trích dẫn hết được. Bây giờ đối với những hành giả chuyên tu, ngay cả điều nầy đối với những người tu tại gia. Ngoài ra hoặc giả đối với vợ con còn liên hệ về vấn đề ái dục; hoặc giả phải mang cung tên cho người chủ; hoặc giả làm nông canh tác liên quan đến việc cày bừa; hoặc giả liên hệ đến việc bán buôn sớm tối vì sự nghiệp. Đối với Đức Di Đà Như Lai đã trải qua 5 kiếp tư duy về bốn nguyện sâu dày siêu tuyệt chư Phật ưu tiên, trải qua nhiều kiếp số lâu dài vì sự tu hành bất khả tư nghì đối với việc lợi lạc cho quần sanh. Ví dụ như thập ác, ngũ nghịch, tứ trọng IV-0607, báng pháp, xiển đề, phá giới, phá kiến v.v... tuy đó là những việc của tội nhơn; nhưng nếu có hồi tâm niệm Phật, việc nầy nếu không đón nhận được. Nếu có sự tin vui, chắc chắn sẽ được cứu độ. Ngay cả những người phá giới không biết xấu hổ, người tại gia không có trí tuệ, thật là khó thực hành, được người trí thức khuyến tấn, một lòng khẩn nguyện, chỉ duy nhất một hướng hành trì. Ngay cả phiền não lâu đời cũng được đoạn diệt, những người ở núi rừng nếu có căn cơ siêng năng, không ăn thịt chúng sanh như cá chim, chỉ chuyên tu niệm Phật trong ngày và chia ra ở các đạo tràng. Mỗi tháng có một lần lễ lớn. Nếu làm vậy trong thời gian dài không dùng đến thịt cá chim thì làm sao mà không có thay đổi? Làm thinh với tên khác, rồi khuyến khích thực hành niệm Phật giữa một ít thời gian, nếu vẫn giữ đều như vậy thì sẽ được tin tưởng dùng đến một phần nào.

(14)
Đối với việc khuyến khích thực hành niệm Phật ở trước bàn thờ Phật không tồn tại lễ nghi với vợ con; chính vợ mình cũng không; đối với việc nẩy cho phép mang đến một sự việc khác.

Về việc nẩy nói cho rõ ràng cũng giống như trước; người còn sinh sống với gia đình cả ngày lẫn đêm nào vợ con chung quanh tự thân, có thể lặng yên được với điều nẩy chăng? Khi niệm Phật, đến trước bàn thờ Phật thì những việc làm không đứng đắn (tà hạnh) tựu chung như việc hành dâm thuộc về ái dục; dục ấy phải xa lìa, không tạo ra cơ hội dâm dục trái phép. Bao nhiêu tật đố phải xa rời với người khác; ngoài vợ mình ra thì không nên phá hoại người khác. Những dấu vết hư đốn đó nên chừa bỏ. Chúng ta kể từ trong nhiều kiếp xa xôi đã bị trôi lăn trong lục đạo tứ sanh (6 đường, 4 loại), phạm vào không biết bao nhiêu thứ như thập ác, tam độc. Trong nhiều đời như vậy ta đã là cha con với nhau; mỗi mỗi ân ái như vậy đều có sự vui buồn chia cách rồi quên đi. Chư Phật xuất hiện trong ba đời với lòng từ bi không mệt mỏi. Kể từ bây giờ cho đến khi chết đi mọi người ở trong đêm dài, kẻ thì bị lôi kéo vào lao ngục; người thì chạy trốn. Việc nẩy vốn dĩ đau buồn. Thân nẩy nên yếm ly (mong xa lìa) ra khỏi uế độ, vui cầu nơi cõi Tịnh Độ. Lần nẩy gặp được Phật pháp là việc hy hữu nên thân nẩy mong muốn ra khỏi; làm sao bay liệng giống như chim rừng, giống như con thú kia, lúc đó không còn gì hơn nữa. Bay cao hơn nữa để quan sát.

(15)
Hành giả của việc nhứt hướng chuyên tu như đốt lên ngọn

đèn sáng làm chỗ nương tựa cho việc bị sa thải tựa như tiền bạc, Thầy Tổ việc nầy liên hệ với tà pháp.

Về việc nầy chính là sự quy y nơi Phật giáo. Đây là điều bị sa thải trước ngọn đèn sáng trước bàn Phật. Chính đây là đạo lý vậy. Đối với pháp tu hành Phật pháp có nghĩa là thực hành việc cúng Phật thí Tăng (cúng dường Phật, bố thí Tăng), là việc cần cầu Phật đạo, chẳng tiếc thân mình cho việc căn bản nầy. Tuân mệnh còn không quan tâm thì tài vật chẳng kể đến. Đối với việc nầy những hành nhơn nhứt hướng chuyên tu thì vì báo tạ thâm ân mà làm; ngoài ra còn vì minh gia (ở cõi âm) của tự thân nữa; nên chong đèn trước bàn Phật; làm tư lương cho người đời sau. Chúng ta đã mong đến nơi nầy những hoạt kế thượng phần (kế hoạch cao kiến, phân chia ra) mà lặp lại nơi ấy của Thầy mình (Sư phạm). Việc nầy trở thành niềm tin. Ngoài ra đối với người khác thì không ảnh hưởng. Với năng lực của chúng ta, nếu giảm bớt khi phải mang đến cho công đường, mà việc cấm đoán Thần Thánh thì không thể. Chúng ta phải nên vì đất nước mà hiệp lực, phải cùng với người khác nương tựa vào nhau. Như vậy sẽ có được ít nhiều việc lợi ích đã được định ra là việc thái quá sao? Đối với việc nầy theo Quan niệm Pháp môn, phần ý có đề cập đến trong Kinh Ban Chu Tam Muội rằng: "Niệm Phật Tam Muội đối với tứ sự cúng dường như thức ăn, y phục, đồ nằm, thuốc thang; những loại nầy giúp cho hoan hỷ. Ba đời tất cả chư Phật đều niệm A Di Đà Phật Tam Muội, tứ sự giúp cho hoan hỷ, trước khi thành Phật". Lại nữa khi gặp Tư Ha Đế Phật của Vua Tự Kim thì Phạm Ma đã mang đến cho các vị Tỳ Kheo đồ trân bảo; tất cả đều dùng vào việc tứ sự cúng dường qua danh hiệu 6 chữ, trở thành sự lợi ích. Nếu đúng như thuyết nầy thì hành giả niệm Phật năng lực sẽ tăng thêm để tiếp tục cúng dường Thầy Tổ, dâng lên với hết cả tấm lòng không kể tài bảo để phát triển Phật đạo. Tuy thế ở đời mạt pháp con người trở nên keo kiệt tham lam, hầu như những việc trên rất khó thực hiện, lại tùy theo từng sự việc mà thôi. Tất cả điều nầy đều tùy hỷ. Những việc như thế có phải là sự hủy nhục chăng?

(16)
Nếu là nghiệp mà vãng sanh theo cách niệm Phật thì chính điều nầy là niệm lên để vãng sanh. Điều cần yếu đối với trí thức chính là việc đứng lên gìn giữ việc Sư tư tương thừa (việc truyền lại từ Thầy qua trò).

Về việc nầy một cách tổng quát là nhìn thấy pháp của những người tu hành Phật pháp, tất cả đều qua sự truyền thừa giữa Thầy và trò. Hầu như tất cả đều là huyết mạch của một nhà theo Tịnh Độ. Tựu chung là khi nghe đến Bổn Nguyện của Đức Di Đà thì phát sanh tín tâm về việc vãng sanh. Việc nghe nầy trở thành ân nghĩa của tri thức, thế nào đi nữa với tri thức đầy đủ, đối với việc nầy mà nói thì tốt hơn nên nương theo huyết mạch. Theo Đại Kinh quyển hạ trong đó dạy rằng: "Gặp thiện tri thức, nghe pháp hay làm". Tri thức ở đây chính là sự nghe pháp; cũng có nghĩa là tương thừa. Căn cứ vào điều nầy Ngài Thiện Đạo Hòa Thượng trong sự giải thích về các nơi phê phán rằng: sự chỉ dạy của tri thức không dễ gặp để tìm đến sự vãng sanh. Bây giờ tác nhân kích thích ấy xin lược bớt. Việc quan trọng đối với cánh cửa của Phật giáo, vào con đường đó để ra khỏi; hoặc giả căn cứ từ các quyển kinh, hay tiến đến nơi những vị trí thức. Tuy nhiên với sự ngu độn một câu văn cũng không thông, thì với lời dạy trong kinh cũng bị đóng chặt lại chính bởi lời dạy của Phật. Chỉ vì căn cứ vào năng lực của tri thức, nên qua lời dạy nương tựa vào lời Phật cũng không tin tưởng nghĩ đến thì lời dạy ấy quy về lại với kinh điển để ở nơi ấy. Có bao nhiêu ân đức thọ nhận cũng quên đi. Có bao nhiêu huyết mạch của khẩu quyết là đầy đủ. Tuy vậy Hắc Cốc Nguyên Không Thánh Nhơn đối với Tịnh Độ Tông đã phê phán về ý nghĩa của việc sư tư tương thừa nầy. Ngũ Tổ đã khai phá ra huyết mạch nầy. Kể từ thượng cổ xa xưa đã có huyết mạch nầy. Đến đời mạt pháp thì chẳng thành sự tương thừa nữa.

(17)
Nếu vì sự tự tu hành theo lối tu niệm Phật thì điều nầy thực hiện việc nương tựa để vãng sanh. Đây là việc giáo hóa cho những người mang thân vô trí. Đây là việc đương nhiên.

Việc nầy chính là hạnh nguyện của Bồ Tát, là trên cầu giác ngộ, dưới hóa độ chúng sanh. Đối với những hành giả của Tịnh Độ Môn thì tâm nầy không gì cả; nói là nguyện tác Phật tâm, trở thành tâm độ chúng sanh. Tuy nhiên đối với Thiện Tri Thức chúng ta có tín tâm vãng sanh mà ít có sự tinh tấn hoan hỷ, đối với người tại gia vô trí khuyên ta nên tu theo lối dị hành thì tương ưng với thời mạt pháp. Đây chính là điều do nhân duyên hòa hợp vậy. Phải hiểu rõ đại ý của sự tu hành Phật pháp vậy. Đang cái thân vô trí được dạy dỗ bởi người có trí thì đó thật là một sự ứng báo vậy. Dẫu nói là thân của sự vô trí, nhưng người vô trí đó phát tâm niệm Phật, cầu nguyện nương tựa vào bổn hoài của Như Lai. Căn cứ vào điều nầy IV-0612 Ngài Thiện Đạo Hòa Thượng đã giải thích như sau theo "Quán Kinh Nghĩa phần Định Thiện – nghĩa ý". Ở trong đó: "Một người với sự sống chết đã hết, thật muốn báo ân Phật thì điều nầy, lúc nầy là hữu duyên, có thể gần được sanh về Tịnh Độ. Lại nữa tâm ấy cũng chính là bổn nguyện của chư Phật". Theo Vãng Sanh Lễ Tán thì cho rằng: "Chính mình tin và dạy cho người khác tin theo. Ở trong đó kẻ thù hoành hành, nhưng với lòng bi mẫn muốn hóa độ, đáng ra sẽ trở thành việc báo đáp Phật ân. Nương tựa năng lực vào nhau, bất kể thân sơ thì đó là cái duyên của đạo tục vậy. Đối với Bổn Ý nầy của Nhị Tôn là năng lực đã thuận theo phương tiện của chư Phật. Đương nhiên khó có thể phá được. Điều nầy hãy nên rõ biết.

Như những việc ở trước nói qua cách phong văn (nghe qua gió) từng việc rõ ràng và với sự đè nén đã nói ở trên. Còn đối với Niệm Phật Tam Muội thì qua Bổn nguyện tuyển trạch của

Đức Di Đà phụ thuộc vào thắng hạnh của Thế tôn. Chư Phật chứng thành những lời nói chân thật, trở thành Chánh Môn của chúng ta được thoát khỏi. Trong 84.000 hạnh nguyện đều từ Tam Muội nầy mà thành tựu. Mười phương ba đời chư Phật qua 6 chữ mà sanh ra. Tựu chung với người đời sau, vô trí đạo tục, đối với việc thực hành này thể hiện việc sanh tử. Đối với pháp nầy thể hiện thành tựu được Bồ đề. Nói cách khác là sau khi Như Lai tịch diệt cả 3 thời chánh, tượng và mạt không đồng nhau. Căn tánh của chúng sanh cũng có 3 loại sai biệt là thượng, trung và hạ căn. Cho nên Như Lai khi đó mới dùng đến ánh quang minh là cơ duyên chiếu tỏ theo pháp IV-0813. Lại nữa chúng sanh theo cơ duyên chiếu rọi của quang minh đó và nếu thực hành thì điều nầy cả Chánh, Tượng 2 thời ấy trở thành kiên cố với tam học giới, định, tuệ nên dễ đắc đạo. Với thời mạt pháp trọc loạn bây giờ việc đắc đạo qua Niệm Phật Tam Muội thường khó tìm ra được. Tuy nhiên ba thời (Chánh, Tượng, Mạt) đó nếu phân phối cho ba căn thì thời Chánh Pháp để cho thượng căn. Thời Tượng Pháp để cho trung căn và thời Mạt Pháp để cho hạ căn. Tuy vậy Chánh, Tượng 2 thời ấy là căn cơ của thượng và trung, theo lời dạy của Thánh Đạo thực hành việc giải thoát ra khỏi sự sanh tử. Thời mạt pháp 1.000 năm là tối hạ đối với quần loại, nếu thực hành theo Tịnh Độ, sẽ chứng được Bồ đề. Nếu gặp được thời cơ tương ưng thì có thể nói là việc tu hành thành tựu. Cơ giáo đã không mở ra thì sự lợi ích sẽ không đến được mau chóng. Nếu điều nầy tồn tại như là rường cột thì khi sự tu hành của Chánh Pháp mang đến cơ duyên cho tượng pháp. Khi sự tu hành qua thời kỳ tượng pháp thì cũng là cơ hội tiến tới mạt pháp. Tùy theo cơ duyên mà có sự sai khác vậy. Cơ và pháp nếu không tương ưng thì hiếm gặp được thắng lợi. Lại nữa đối với căn cơ riêng biệt của thượng, trung, hạ kia có ý nghĩa thì tại gia, xuất gia hai chúng tách rời nhau; khi Phật còn tại thế chỗ ở đều riêng biệt. Đầu tiên gọi là chúng tại gia vì còn tiếp tục tham cầu ngũ dục. Ví dụ như tâm có thanh tịnh đi nữa, nhưng sự ràng buộc vẫn còn. Chúng nầy nam nữ vẫn còn qua lại với nhau, uống rượu, ăn thịt v.v...

Tiếp đến gọi là người xuất gia, vì họ quên thân mình, đoạn dục trở về chơn; tâm họ như Kim Cang tròn đầy giống như tấm kiếng. Hy vọng cầu nguyện nơi đất Phật, làm lợi ích cho kẻ khác. Nếu hiêu trần (sự tự đắc ở đời) không tuyệt ly thì không chứng được cái đức. Chúng nầy dâm tửu, ăn thịt v.v... bấy giờ phải đóng chặt lại. Ở đây nếu không rõ biết lòng đại bi của Như Lai mang đến cho mọi người, tùy theo từng thời điểm hoặc giả hoan hỷ hoặc giả hạn chế. Tuy nhiên qua sự giải thích của Ngài Truyền Giáo Đại Sư theo Mạt Pháp Đăng – Minh Ký ý thì: "Đối với việc chế định câu văn ra lúc Chánh Pháp và trong thời Mạt Pháp thì chế ra danh tự Tỳ Kheo; người và pháp trộn vào nhau. Căn cứ vào việc nầy ở trong Luật cho rằng: Nếu chế tức là chẳng chế. Tam Minh không đoạn, ghi lại điều nói ấy chỉ tội cho nơi ấy". Nhẹ nhàng đoạn tục quy chơn, người ấy nếu xuất gia thanh tịnh, thì đối với việc nầy không luận bàn. Các học giả của Thánh Đạo Môn sẽ so sánh việc nầy vậy. Đúng hơn nếu nhìn theo cái nhìn thời kỳ mạt pháp bây giờ tuy nói là cạo đầu mặc áo hoại sắc; nhưng chỉ là công việc tác pháp xuất gia của tại gia. Hầu như người đó chẳng quên thân mình, trở thành việc hy hữu. Đúng ra đó chính là trụ xứ của tại gia, không gọi là xuất gia. Cũng giống nhau với vọng niệm ái trần, cũng bị dục trần lôi kéo. Tuy nói là cao cả nhưng cũng mang theo cung nỏ của tục gia, đeo kiếm v.v... Tuy rằng y áo nhưng cũng vợ con nhà cửa ruộng nương cùng với việc bán rượu, mổ giết súc vật. Trong những người xuất gia, lại chẳng phải giống như thế. Được bao nhiêu người như vậy, nếu bây giờ chúng ta kể ra thì ngay từ xa xưa cũng là tại gia chỉ trụ, nếu có những người nhập đạo toàn là ngu si vô trí, tham lam ngũ dục sớm tối nặng lòng; tiếp xúc với tam độc cả ngày đêm thì đây là cơ hội, căn cứ vào pháp để tuyệt đường sanh tử, một lòng quy y hướng về khuyến khích sự tu tập. Việc nầy một lần nữa dấu cho phàm phu mà theo Bổn

Nguyện của Di Đà thì Như Lai vì lòng đại bi đối với tội nhơn nầy được cứu vớt, lại học hỏi chỗ tu hành Phật pháp, tự chính mình thực hiện, giá như không còn dư nghiệp, đồng thời nếu việc hành trì ấy đủ duyên thì tất cả sẽ được giải thoát. Giới hạn đối với hành nhơn của nhứt hướng chuyên tu, cái gì đó là sự cấu tạo chứng thật của nhiều loại, nhiều điều ác khác xảy ra tại chỗ rồi bỏ trốn, việc niệm Phật bị đình chỉ. Nếu em út có can ngăn thì chế ra việc ấy không ảnh hưởng, rồi chỉ cho việc hối cải. Đây trở thành bổn ý của các học giả của tự tha Tông. Tuy nhiên việc nầy đối với tả hữu thì gom lại tung hoành; đây chính là điều chướng ngại đối với sự tu hành Phật đạo, trở thành chỗ thực hành ngôn ngữ đạo đoạn. Đây chính là pháp trong đời mạt pháp, trở thành tà kiến quá đỗi. Hòa Thượng đã vì vị lai mà ghi lại để làm cho tỏ rõ. Buồn thay, buồn thay; nhưng không chối cãi đâu được. Như vậy thì hãy mau mau thương xót đối với chư Tăng của sơn tự Thánh Đạo cùng với sơn ngọa (Thầy xem ngày tháng) Vu nữ (bà đồng cốt), Thầy âm dương v.v… chính họ là những người hủy báng việc niệm Phật. Đối với những hành giả của việc nhứt hướng chuyên niệm và quyết định cả hai, xưng danh niệm Phật thắng hạnh, thể hiện pháp của ngoại đạo tà kiến. Yếu lộ của Tây Phương vãng sanh là điều dạy dỗ (chỉ bày) cho thời cơ tương ưng. Quyết định theo tiêu nguyện của lý trí. Nguyên ủy khuyên thực hành theo lối chuyên tu niệm Phật hoàn trụ ở tại nhà. Nếu có việc thành bại thì chẳng mấy chốc cũng không thiên lệch với hiến pháp của chính phủ. Cuối cùng nghĩ rằng thật là sự lợi ích to lớn của Chơn Tông. Xin thưa như trên. Đó là những việc đã trình bày.

PHÁ TÀ HIỂN CHÁNH SAO
Hết quyển hạ
Bổn Nguyện tự Trụ Trì Tồn Như (Hoa Giáp)

Dịch xong 3 phần thượng, trung, hạ vào ngày 10.07.2024 tại Phương Trượng Đường Tổ Đình Viên Giác Hannover, Đức quốc.

THẤT CÁ ĐIỀU CHẾ THÀNH CỦA NGÀI NGUYÊN KHÔNG

Tất cả do môn nhơn của ta và tự đặt tên lấy để khuyên người niệm Phật mà Thượng Nhơn đã đưa ra.

(1)

Bây giờ đối với một câu mà là Thầy của cả Chơn Ngôn Tông và Thiên Thai Tông, không thể không học cách tu theo lời dạy ấy. Nếu hiểu sai về lời dạy ấy chính là phá hoại vậy. Việc liên quan đến Đức Phật, ngoài Đức Phật A Di Đà ra, các vị Bồ Tát thì nên sớm chấm dứt.

Nếu nói theo điều nầy thì từ chính lập trường chủ trương việc phê phán, trải qua nhiều năm dài về việc tìm cầu học vấn thấy ít có người, không dạy cho những người ngu ngốc. Chỉ chuyên chú vào Kinh Vô Lượng Thọ ở lời nguyện thứ 18 về việc niệm Phật vãng sanh đồng thời cũng ghi lại rằng: "Giáo pháp của Đức Phật nếu làm như những kẻ phạm tội ác thì việc nầy không có giới hạn". Đối tượng của sự vãng sanh trừ ra. Rồi người đó, với quả báo kia, phải rơi xuống địa ngục sao? Vì sao vậy? Điều nầy những kẻ ngu si có hiểu được chăng? Việc như thế nào cần phải làm sao đây?

(2)

Người không có tri thức mà đối với người đầy đủ 10 phần tri thức gặp nhau ngoài việc niệm Phật ra thì họ luôn luôn tranh về việc ưu liệt (tốt, kém). Việc nầy hãy chấm dứt.

Nếu nói về việc nầy thì theo nội dung của Phật giáo (lời dạy của Phật) liên quan về nghị luận. Đối với những vị có đầy đủ 10 phần tri thức thì tất cả người ngu chẳng phải như thế. Sự quá đà của người kia khiến việc ấy trở thành sự tranh luận. Dẫu cho là người có tâm xấu thì người đó cũng phải làm việc. Còn đối với những người đầy đủ 10 phần tri thức luôn suy nghĩ rằng tốt nhất là tìm cách xa rời. Khi làm vậy đối với người tu hành niệm Phật là người ngu thì việc kia không thể được vậy.

(3)
Để riêng việc kiến giải ra, đối với việc thực hành giáo pháp của con người khác nhau với Thánh Đạo Môn. Sự vật không tranh luận, mang theo sự suy nghĩ của từng người, việc dừng lại qua lời dạy của Thánh Đạo Môn, không khiêm nhường với nhau là một việc làm trò cười. Hãy dừng việc nầy lại.

Nếu dựa theo việc nầy để nói, nếu hợp với việc tu hành theo Phật đạo thì chính mình tự thực hành ý nghĩa của việc thực hành chuyện nầy hay chuyện kia. Nói như vậy về người khác đối với công việc hành trì, chắc hẳn cũng không phải là không có sự dị nghị, Ngài Khuy Cơ đã dạy trong Tây Phương Yếu Quyết Thích Nghi Thông Quy rằng: "Đối với sự khác nhau qua kiến giải của những người thực hành các pháp khác nhau, nếu có thể được thì hãy dùng tâm cung kính nhau. Được như vậy nếu có việc gì xảy đến thì đối với việc kia mang tội có tính cách lâu dài không tiêu diệt được". Tại sao vậy? Giới nầy đối với mặt trái có thể được như thế chăng hay không thể được? Chỉ riêng việc nầy Hòa Thượng Thiện Đạo cho rằng việc giống nhau như thế hầu như không gặp. Với giới, sự giữ giới của các vị Tổ Sư đối với việc xao lãng đó, hay vì ngu muội cũng như đối với đạo lý mà mình mờ ám là điều chẳng thể nói được.

(4)
Với môn niệm Phật thì việc giữ giới tu hành cũng có nơi nói là không cần thiết, ngay cả việc dâm dục hay uống

rượu; lại còn khuyến khích ăn thịt nữa; nếu nhìn lại những người nghiêm giữ giới luật thì tùy theo từng người quyết định lấy việc hành trì của mình, khi nghĩ về việc mong muốn vãng sanh về Tịnh Độ theo Bổn Nguyện của Đức A Di Đà thì nói rằng dẫu cho có làm việc ác đi chăng nữa cũng chẳng sợ. Hãy dừng ngay sự suy nghĩ như cách đó.

Nếu nói theo việc nầy thì giới luật chính là lời dạy của Đức Phật, mục đích dưỡng thành căn bản cho những người đang tu hành theo pháp với phương pháp đó, dẫu cho có nhiều đi chăng nữa thì ai cũng phải nên tuân thủ việc giữ giới luật đó. Do vậy người giữ giới luật như Hòa Thượng Thiện Đạo không bao giờ dùng mắt để nhìn đến nữ giới, quanh mình của Hòa Thượng, luôn tuân thủ theo giới luật; nhưng đối với người nguyện được vãng sanh về Tịnh Độ mà không thực hành như Hòa Thượng, thì sai với lời dạy của Đức Thích Tôn, lần nữa sẽ dẫn dắt đến dấu vết đổ vỡ. Dẫu thế nào đi chăng nữa thì người tu hành điều cần yếu là phải nên giữ giới, chẳng phải cần nêu chứng cứ gì cả.

(5)
Những kẻ ngu muội chưa rõ biết hết cả 10 phần nên có người nói là Phật không dạy trong giáo điển; nên sẽ không giữ đúng như lời dạy của Sư. Chính mình suy nghĩ rồi lướt qua; nếu có thuật lại ý kiến của chính mình thì sự suy nghĩ chia chẻ nội dung của Phật dạy để trả lời và bàn luận. Từ đó những người có trí tuệ sẽ cười cho. Nghĩ rằng những người khác ngu muội là sự mê lầm. Vì lẽ tâm ấy sẽ loạn động. Hãy dừng lại việc nầy.

Nếu nói về việc nầy thì hợp với trí tuệ của Đại Thiên của Ấn Độ, với người sanh ra tại Nhật Bản thay đổi cách nhìn là điều ngộ nhận để tường thuật lại kiến giải trên. Hiểu nhầm về thuyết lý Ấn Độ của 95 loại dị kiến khác, nên chẳng có một chút hiểu biết gì cả. Thật là một việc đáng buồn.

(6)
Suy nghĩ về người ngu thiển cận như vậy nên thích nói hay dạy gì thì cứ làm, nhưng chính họ trên thực tế cũng chẳng hiểu đúng lời Phật dạy nữa. Người người vượt quá về lời dạy rồi. Đối với những người như vậy gọi là trí tuệ để dạy dỗ và hướng dẫn người khác; nên hãy dừng lại ngay.

Nếu nói về việc nầy, ngộ ra được thì ít có người, mà người làm Thầy ấy phải bị cấm như trong kinh Phạm Võng đã dạy rằng: Nếu người không thực hành đúng thì chính tự thân dẫu cho người ấy có tài năng đi nữa thì đối với việc vãng sanh về Tịnh Độ chỉ là lời dạy bày ra theo kỹ năng (nghệ năng) mà thôi; chỉ chú trọng về danh dự và sự lợi ích đối với Đàn Việt (Đàn gia và tín đồ), chính họ suy nghĩ thông qua có mục đích. Tự do ngộ nhận rồi suy nghĩ thuật lại; ở trong đời nầy có nhiều người điên cuồng như vậy, dạy cho người khác sự suy nghĩ điên cuồng như thế. Điều nầy tội thật là nặng. Đây có thể nói là tương đương với người làm loạn trật tự của đất nước.

(7)
So với Đức Thích Tôn dạy thì hoàn toàn trái ngược. Sư nói điều nầy điều kia đúng, nhưng những việc như vậy nên chừa ngay.

Nếu đề cập đến việc nầy theo cách nói nầy, nói kia đối với mọi người, ví dụ như chỉ nói với một người, cũng sẽ kéo theo việc riêng đó làm cho nhiều người phạm vào tội lỗi. Dựa vào lời dạy của Đức Phật A Di Đà để viết thành văn chương ô nhiễm, thì cả Thầy lẫn trò sẽ mang tiếng xấu vào đời. Dẫu cho việc lành cũng không có; cho nên không nên làm những điều như bên trên.

Dựa theo những vấn đề trong cuộc đời, tuần tự sẽ thuật lại như sau. Như bên trên đã nói về 7 điều rồi. Dẫu là ít ỏi đi nữa thì cũng nên dạy cho đệ tử biết, theo trong tâm tôi (Nguyên

Không) mong muốn như thế. Với tôi cả một thời gian dài tôi đã tu hành theo lối niệm Phật; nhưng khi theo lời dạy của Đức Thích Tôn cho đến nay, chưa bao giờ làm cho tâm của người khác chao đảo. Đồng thời cũng không làm cho người nghe phải kinh động. Vì chỉ giảng thuyết như vậy. Cho đến bây giờ là 30 năm trôi qua mà đã chẳng xảy ra điều gì với đất trời hết.

Về sự phê phán thì gần đây đã xảy ra, chuyện xảy ra cả 10 năm rồi; người không có trí thức cũng chẳng làm việc thiện, thỉnh thoảng lại hiện ra rồi chỉ có việc phê phán đối với sự vãng sanh về Tịnh Độ qua lời dạy của Đức Phật A Di Đà; đã làm ô nhiễm qua lời dạy của Đức Thế Tôn. Tại sao vậy? Hãy thông hiểu việc nầy và đồng thời làm sáng tỏ việc giữ giới, không thêm lên được chút nào chăng? Hãy nên giữ gìn giới luật vậy.

Theo như bảy điều nầy chỉ đưa ra đạo lý vào vài việc lớn nhỏ cho những người chưa rõ biết nội dung mà mỗi mỗi không thể tường thuật nhiều được. Duy chỉ về pháp, giống như những việc trên thì mong rằng không nên phạm phải. Từ đây về sau nếu muốn truyền đạt đến người khác, nếu người đó chẳng phải là môn nhơn (học trò) của mình, chính đó là kẻ theo ma vương vậy. Lại nữa kẻ đó cũng đừng đến thảo am của tôi nữa. Từ đây trở đi nếu có nghe đến việc nói sai pháp của người khác, thì mong rằng hãy cho biết. Lại nữa với những người như vậy thì không nên gặp gỡ, hãy chú tâm như thế! Nếu không là như vậy, dẫu cho có thấy người đồng ý đó thì cũng không nên gặp gỡ.

Những người đã lầm lỡ như vậy nếu trong hiện tại mà có thì buồn cho người đồng pháp (cùng tu một pháp), Thầy trò không được chiếm giữ. Tất cả đều do nghiệp lành dữ của chính mỗi người vậy. Tự mỗi người phải nhận quả báo nơi thân; đó chính là đạo lý vậy. Nguyên nhân căn bản vẫn là chính tự tâm của mình vậy.

Cho nên việc nầy cho đến ngày nay ở tại các nơi những

người chuyên tu niệm Phật thường tập họp ở một phòng, rồi giải bày việc suy nghĩ của tôi (Nguyên Không), chế pháp đối với những người sai quấy. Điều nầy thì chỉ có thể như làn gió tùy theo trình độ. Đúng hơn thì điều nầy ai đó có làm cũng không cần biết, chẳng nên suy nghĩ. Việc tốt đẹp ca ngợi tán thán rồi cũng trải qua ngày tháng. Thế nhưng những việc như bên trên làm thinh, không nói ra thì cũng là điều không nên. Do vậy đầu tiên là kêu gọi theo năng lực để nghiêm cấm những việc nầy và lý do như thế nào để nghiêm cấm như đã viết. Các môn đệ hãy chỉ bày cho nhau. Đây chính là lá thơ vậy.

**Nguyên cửu nguyên niên (1204) ngày Mùng 7 tháng 11.
Sa Môn Nguyên Không (Hoa Giáp)**

NHẬP XUẤT NHỊ MÔN KỆ TỤNG

(Hán văn nguyên điển) Thân Loan soạn
Đại Chánh Tân Tu Đại Tạng Kinh
Kinh văn số 2649 (từ trang 654 – 655) Tập thứ 83 về Tục chư Tông bộ 14

"Nhập xuất nhị môn tụng kệ" lược xưng "Nhị Môn kệ" lại xưng "Vãng hoàn kệ" lúc Thân Loan Thánh Nhơn 84 tuổi, dùng Hán văn để viết:

"Nhập môn" chỉ "Vãng sanh Tịnh Độ, cứu cánh thành Phật".

"Xuất môn" chỉ "Trở lại từ Tịnh Độ, nhập vào lại tam giới, độ cho chúng sanh".

Kệ tụng nầy gồm 7 chữ trong 1 câu cộng chung thành 156 câu. Tán thán yếu nghĩa của việc tín thọ về tha lực. Do Ngài Thiên Thân, Đàm Loan, Đạo Xước, Thiện Đạo gồm 4 Chương do các Tổ tạo thành.

Thiên Thân, Đàm Loan 2 chương: Nghĩa lý khó hiểu về tự lợi lợi tha, lần lượt vào ra hai cửa. Đây hoàn toàn chính là do việc hồi hướng của Đức Phật A Di Đà.

Chương của Đạo Xước: Hiển bày cho biết chỉ có một cửa vào Tịnh Độ, có thể qua con đường ấy.

Chương của Thiện Đạo: Thuật về việc niệm Phật thành Phật của Chơn Tông.

Chương THIÊN THÂN (Thế Thân)

Vô Lượng Thọ Kinh 1 quyển – Nguyên Ngụy Thiên Trúc Tam Tạng. Bồ Đề Lưu Chi dịch (từ tiếng Phạn sang Hán văn). Bà Số Bàn Đậu Bồ Tát tạo. Bà Số Bàn Đậu dùng Phạn ngữ theo lối cựu dịch. Ngài Thiên Thân hóa điều nầy, tân dịch Thế Thân đúng là chánh. "Ưu Bà Đề Xá nguyện sanh kệ" Tông sư là tên "Tịnh Độ Luận". Luận nầy cũng còn gọi là "Vãng sanh luận", "Nhập xuất nhị môn" từ đây mà ra.

Thế Thân Bồ Tát nương Đại Thừa
Tu Đa La (Kinh) chơn thật công đức
Nhứt tâm quy mạng khắp mười phương
Bất khả tư nghì quang Như Lai.

Vô Ngại quang minh đại từ bi
Tư quang minh tức chư Phật trí
Quán bỉ thế giới vô biên tế
Cứu cánh quảng đại như hư không.

Năm là Phật Pháp bất tư nghì
Trong nầy Phật độ bất tư nghì
Có hai loại lực bất tư nghì
Riêng chỉ chí đức của An Lạc (cõi Tây Phương)

Một là nghiệp lực nghĩa Pháp Tạng
Đại Nguyện nghiệp lực chỗ thành tựu
Hai là Chánh Giác A Di Đà
Pháp Vương thiện lực chỗ nhiếp trì.

Người nữ căn khuyết hai loại thừa
An Lạc Tịnh Độ chẳng thể sanh
Như Lai tịnh hoa vì Thánh Chúng
Pháp Tạng Chánh Giác từ Hoa sanh.

Các cơ bổn tắc ba lần ba (tức là chín phương)
Khiến chẳng một hai sự thù dị
Đồng nhứt niệm Phật không đường riêng
Giống như Chung Thẳng (tên con sông) một vị vậy.
Quán kia Như Lai Bổn Nguyện lực
Phàm ngu gặp vô không quá giả
Một lòng chuyên niệm mau đầy đủ
Chơn thật công đức biển đại bảo.

Bồ Tát vào ra năm loại cửa
Tự lợi lợi tha việc thành tựu
Bất khả tư nghì hằng triệu kiếp
Dần dần thành tựu năm loại cửa.

Thế nào là tên của Ngũ Niệm Môn?
Lễ, Tán, Tác, Nguyện, Quan sát, hồi
Thế nào là lễ bái thân nghiệp lễ?
A Di Đà Phật chánh biến tri
Thiện xảo phương tiện chư quần sanh
Vì sanh An Lạc quốc ý vậy

Tức là tên vào cửa thứ nhất
Lại là tên vì nhập "Cận môn"

Vận nhà tán thán khẩu nghiệp tán ?
Vì sao tán thán về khẩu nghiệp ?
Tùy thuận danh nghĩa xưng Phật danh
Nương Như Lai quang minh trí tướng
Muốn như thật tu tương ưng vậy
Tức bèn Vô Ngại Quang Như Lai
Nhiếp thủ tuyển trạch bổn nguyện vậy
Đây gọi là vào cửa thứ hai

Liền rộng vào "Đại Hội Chúng số".

Vân hà tác nguyện tâm thường nguyện ?
Vì sao tác nguyện tâm hay nguyện ?

Một lòng chuyên niệm nguyện sanh kia
Được vào liên hoa tạng thế giới
Muốn như thật tu Xa Ma Tha (thiền chỉ)
Đây gọi là vào cửa thứ ba
Lại còn gọi là vào "trạch môn".

Vân hà quan sát trí huệ quán ?
Vì sao quan sát quán trí huệ ?

Chánh niệm quán kia muốn hư thật
Tu hành Tỳ Bà Xá Na (Thiền quán) vậy
Được đến chỗ kia liền thọ dụng
Đầy đủ Vô Lượng Pháp vị vui
Đây gọi là vào cửa thứ tư.
Lại còn gọi là vào "ốc môn"
Bồ Tát tu hành thành tựu ấy.
Bốn loại thành tựu vào công đức
Tự lợi hành thành tựu nên rõ
Thứ năm thành tựu xuất công đức
Bồ Tát xuất cửa thứ năm đó.

Vân hà hồi hướng tâm tác nguyện ?
Vì sao hồi hướng tâm tác nguyện ?

Chẳng rời khổ não tất cả chúng
Hồi hướng làm đầu được thành tựu
Đại bi tâm nên thí công đức
Sanh nước kia rồi mau chứng được

Xa Ma Tha, Tỳ Bà Xá Na
Xảo phương tiện lực thành tựu rồi
Vào sanh tử đầy rừng phiền não
Chỉ ứng, hóa thân du thần thông
Đến giáo hóa địa lợi quần sanh
Tức là gọi ra cửa thứ năm
Vào „Viên lâm du hí địa môn".

Dùng bốn nguyện lực hồi hướng vậy
Lợi tha hành thành tựu nên rõ
Vô Ngại Quang Phật lúc nhơn địa
Phát riêng hoẳng thệ tạo nguyện nầy
Bồ Tát thành rồi, tâm trí tuệ
Thành tâm phương tiện, tâm không chướng
Thành tựu diệu lạc thắng chơn tâm
Mau được thành tựu vô thượng đạo
Thành tựu lợi, lợi tha công đức
Liền đây gọi là nhập xuất môn.

Chương ĐÀM LOAN

Đàm Loan Hòa Thượng - Đại Nham tự

Bà Tẩu Bàn Đậu Bồ Tát luận
Bổn Sư Đàm Loan Hòa Thượng chú
Nguyện lực thành tựu gọi ngũ niệm
Phật mà nói: tuyên ngôn lợi tha
Chúng sanh mà nói: ngôn tha lợi
Nên rõ kim tướng đàm Phật lực.

Như thật tu hành tương ưng giả
Tùy thuận danh nghĩa cùng quang minh
Dùng riêng tín tâm, gọi nhứt tâm

Phiền não thành tựu, người phàm phu
Bất đoạn phiền não, được Niết Bàn
Liền riêng an lạc đức tự nhiên
Đọng bùn hoa ấy, kinh nói rằng
Cao nguyên, lục địa chẳng sanh sen
Chỗ thấp đọng bùn sanh hoa sen
Đây dụ phàm phu tại phiền não
Trong bùn sanh Phật, hoa chánh giác
Riêng chỉ Như Lai bổn hoằng thệ
Bất khả tư nghì lực là đây
Nhập xuất nhị môn gọi tha lực.

Chương ĐẠO XƯỚC

Đạo Xước Thiền Sư - Huyền Trung tự

Đạo Xước Hòa Thượng giải thích rằng
Đại Tập Kinh nói ta mạt pháp
Khởi hành tu đạo tất cả chúng
Chưa có một ngược rộng được đó
Tại đây khởi tâm lập hạnh vậy
Liền đây Thánh Đạo tên "tự lực"

Nay thời mạt pháp là ngũ trược
Duy có Tịnh Độ có thể vào
Nay thời khởi ác tạo nhiều tội
Hằng thường như gió mạnh, mưa nhanh
Bổn hoằng thệ nguyện khiến xưng gọi
Là vì uế trược chúng sanh ác
Chư Phật lấy đây, khuyên Tịnh Độ
Từng khiến một đời tạo ác ấy
Tam tín tương ưng là nhứt tâm
Nhứt tâm thuần tâm gọi như thật
Nếu kẻ chúng sanh, không nơi nầy

Liền được vãng sanh nước An Lạc
Sanh tử tức là Đại Niết Bàn
Tức gọi Dị hành đạo "Tha lực".

Chương THIỆN ĐẠO

Thiện Đạo Thiền Sư - Quang Minh tự

Thiện Đạo Hòa Thượng giải nghĩa rằng
Niệm Phật thành Phật là chơn tông
Liền đó gọi là nhứt thừa tâm
Tức là còn tên Bồ Đề Tạng
Tức là Viên Giáo trong Viên Giáo
Tức là đốn giáo trong đốn giáo
Chơn Tông bèn gặp, khó được tin
Trong khó của khó, không nghĩ hơn
Thích Ca chư Phật là chơn thật
Từ bi phụ mẫu dùng đủ loại
Thiện xảo phương tiện khiến phát khởi
Chúng ta vô Thượng chơn thật tin.
Đầy đủ phiền não người phàm phu
Do Phật nguyện lực rộng nhiếp thủ
Riêng người tức chẳng phàm số nhiếp
Là người giữa hoa Phân Đà Lợi (hoa sen)
Riêng tin tối thắng, người hy hữu
Riêng tin diệu hảo, thượng thượng nhơn
Đến nước An Lạc tất tự nhiên
Liền chứng pháp tánh của thường lạc.

Kiến Trường năm thứ 8 (1256) ngày 23 tháng 3 năm Bính Thìn viết điều nầy.

TỊNH ĐỘ VĂN LOẠI TỤ SAO

(Thân Loan Thánh Nhơn, Hán văn nguyên điển)
Đại Chánh Tân Tu Đại Tạng Kinh, tập thứ 83 – Kinh văn số
2647 từ trang 644 – 6469
Thân Loan Thánh Nhơn năm Ngài 80 tuổi, tuyển chọn từ
Hán văn, viết thuật lại về "Tịnh Độ Văn Loại Tụ Sao" (1252)
Ngu ngốc Thích Thân Loan tác

Phù: Vô ngại nan tư quang diệu, diệt khổ chứng lạc, vạn hạnh viên bị gia hiệu, tiêu chướng trừ nghi. Mạt đợi giáo kỳ, chuyên ư tu thử; trọc thế mục túc, tất khả khuyến tư.

Nhĩ giả: Thọ hành tối thắng hoằng thệ, nhi xả uế hân tịnh; phụng trì Như Lai giáo sắc, nhi báo ân tạ đức.

Viên Phiến Châu Ngu Ngốc: quy Ấn Độ Tây Phan luận thuyết, ngưỡng Hoa Hán Nhựt vức sư thích; kính tín Chơn Tông giáo hạnh chứng, đặc trí Phật ân phả cùng tận. Minh dụng Tịnh Độ văn loại tụ hỉ.

Dịch sang tiếng Việt: Phàm: Vô Ngại Nan Tư Nghì quang diệu (Ánh sáng diệu kỳ khó nghĩ bàn vô ngại), diệt khổ chứng lạc; muôn hạnh thêm hiệu đầy đủ, tiêu chướng trừ nghi. Đời sau dạy làm, chuyên nên tu việc nầy, đời trược thấy đủ, liền nên khuyên vậy.

Nghĩa là: Thọ nhận thực hành hoằng thệ tối thắng mà bỏ dơ vui sạch; phụng trì lời dạy Như Lai, mà báo ân tạ đức.

Viên Phiến Châu Ngu Ngốc: Trở về từ Ấn Độ, phía Tây luận nói: mong các Sư ở Hoa Hán Nhựt dịch giải; kính tin Chơn Tông giáo hạnh chứng, riêng rõ Phật ân, không thể cùng tận.

Mới dùng Tịnh Độ văn loại tụ vậy.

Rồi nói "giáo" đó tức là "Đại Vô Lượng Thọ Kinh" vậy.

Riêng đại ý của kinh là: Di Đà phát thệ nguyện rộng lớn, rộng mở pháp tạng; cho đến thương kẻ phàm nhỏ; tuyển ra cho công đức quý báu; Đức Thích Ca ra đời, mở ánh sáng đạo giáo, để cứu vớt quần manh, làm lợi ích trí huệ chơn thật.

Sự thật là: Đức Như Lai lúc ở đời nói điều chơn thật, riêng biệt tối thắng diệu điển; nói ra điều nhứt thừa cứu cánh, mười phương xưng tán chánh giáo vậy.

Nói "Như Lai bổn nguyện" là kinh "Tông Chí" tức là lấy "Danh hiệu Phật" làm "thể" của kinh vậy.

Nói "hạnh" tức là "lợi tha viên mãn đại hạnh vậy", tức là từ đây mở ra "chư Phật tư ta chi nguyện" (lời nguyện than thở với chư Phật). Lại có tên là : "Chư Phật xưng danh chi nguyện" (nguyện xưng danh hiệu của chư Phật) lại cũng còn có tên là: "Vãng tướng chánh nghiệp chi nguyện (lời nguyện của Chánh nghiệp vãng tướng).

Rồi "Bổn Nguyện lực hồi hướng" có hai loại tướng: Một là vãng tướng; hai là hoàn tướng. Nói vãng tướng: Có "Đại hạnh" lại có "tịnh tín". Đại Hạnh tức là "Xưng Vô Ngại Quang Như Lai danh".

Tư hạnh "biến nhiếp tất cả hạnh", cực mau viên mãn; cho nên gọi là "Đại Hạnh"; cho nên "xưng danh" hay phá tất cả vô minh của chúng sanh, hay làm cho đầy đủ tất cả chí nguyện của chúng sanh.

Danh xưng tức là ức niệm; ức niệm tức là niệm Phật; niệm Phật tức là: "Nam Mô A Di Đà Phật".

"Nguyện thành tựu văn" Kinh nói rằng: "Mười phương hằng sa chư Phật Như Lai, tất cả đều hoan hỷ tán thán, Vô Lượng Thọ Phật uy thần công đức bất khả tư nghì. Có các chúng sanh nghe danh hiệu nầy, tín tâm hoan hỷ, cho đến một niệm, chí tâm hồi hướng, nguyện sanh nước kia; liền được vãng sanh, trụ bất thối chuyển".

Lại nói: Phật bảo Di Lặc: "Nghe được điều nầy, tên vị Phật kia, hoan hỷ dũng dược, cho đến một niệm nên biết người nầy, làm được việc lớn; thế là đầy đủ vô thượng công đức".

Long Thọ Bồ Tát nói trong "Thập Trụ Tỳ Bà Sa Luận" rằng: "Nếu có người muốn mau chứng, nơi bất chuyển địa kia; nên dùng tâm cung kính chấp trì xưng danh hiệu. Nếu người trồng căn lành, nghi tức hoa chẳng nở; kẻ có lòng tin thanh tịnh, hoa khai liền thấy Phật".

Thiên Thân Bồ Tát nói trong "Tịnh Độ luận" rằng: "Thế Tôn ta một lòng, quy mệnh tận 10 phương, Vô Ngại Quang Như Lai, nguyện sanh nước An Lạc, ta nương Tu Đa La (Kinh), chơn thật công đức tướng, nói kệ nguyện tổng trì, cùng Phật dạy tương ưng, quán Phật bổn nguyện lực, gặp vô không quá giả, hay khiến mau đầy đủ, công đức đại bảo hải".

Luận nói về lời Thánh nói đặc biệt tác dụng nên rõ: Chẳng phải phàm phu hồi hướng hạnh; tức là đại bi hồi hướng hạnh; cho nên gọi là chẳng hồi hướng.

Do đây nên: Tuyển trạch nhiếp thủ bổn nguyện là vô thượng siêu thế hoằng nguyện, là nhứt thừa chơn diệu chánh pháp, vạn hạnh tu tập viên mãn thắng hạnh vậy.

Kinh bảo rằng: "Nãi chí" có nghĩa là: nói lược trên, dưới, giữa.

Nói "nhứt niệm" tức là chuyên niệm; chuyên niệm tức là một tiếng; một tiếng tức là xưng danh; xưng danh tức là ức niệm; ức niệm tức là chánh niệm, chánh niệm tức là chánh nghiệp vậy.

Lại nói: "Nãi chí nhứt niệm" nghĩa là chẳng phải nói quán tướng công đức số lần của nhứt niệm. Chung quy là rộng được vãng sanh tâm hạnh thời khắc kéo dài đầy đủ. Nói "nãi chí nhất niệm" vậy. Nên rõ biết.

Nói "tịnh tín" nghĩa là: "lợi tha tín tâm rộng sâu" vậy. Tức là ra nơi "niệm Phật vãng sanh nguyện". Lại còn có tên là "chí tâm tín nhạo chi nguyện". Lại cũng còn gọi là "vãng tướng tín tâm chi nguyện".

Nơi cõi mong manh phàm phu, đệ hạ quần sanh, tịnh tín không rộng sâu, quả cao chẳng thể chứng vậy.

Chẳng phải do vãng tướng. Do nơi trần lao cột chặt, lưới nghi. Do Đức Như Lai tạo thêm uy lực. Do nguyên nhơn lòng từ rộng rãi và năng lực trí huệ rộng sâu vậy.

Rộng thanh tịnh chơn thật tín tâm là tâm chẳng điên đảo; tức là tâm chẳng lui ngụy.

Tin rõ vô thượng diệu quả khó thành; chơn thật tịnh tín thật khó được, rộng chơn thật tịnh tín, được tâm vui mừng lớn.

Đắc đại khánh hỷ tâm theo Kinh nói: "Có chí tâm nầy, nguyện sanh nước An Lạc, có thể đạt được trí huệ sáng tỏ, rộng đức thù thắng".

Lại nữa Kinh nói: "Người nầy tức là kẻ đại uy đức". Lại nói: Kẻ quảng đại thắng giải vậy.

Chơn thật là: Chính là thần phương của trừ nghi hoạch đức vậy; mau chứng được đầy đủ sự chơn thật chú giải, sống lâu chẳng chết của diệu thuật. Uy đức rộng lớn của lòng tin thanh tịnh.

Lại nói: Nếu hành, nếu tin thì không có một việc nào mà chẳng thành tựu việc hồi hướng về nguyện tâm thanh tịnh của Đức Di Đà Như Lai cả; chẳng có nguyên nhơn mà nhơn kia có vậy. Nên rõ biết !!!

Nói "chứng" có nghĩa là: "Lợi tha đầy đủ diệu quả" vậy. Tức là xuất phát từ "tất trì diệt độ của lời nguyện"; lại còn có thể gọi là :Vãng tướng chứng quả nguyện"; tức là thanh tịnh chơn thật, cho đến cuối cùng rốt ráo vô sanh vậy.

Vô Thượng Niết Bàn Nguyện thành tựu văn – Kinh nói rằng: "Có chúng sanh nấy, sanh ở nước kia, tất cả đều ở nơi đó, vào Chánh Định Tụ. Vì sao vậy? Ở trong nước của Phật kia, không có tà tụ, lại làm sao không có Định Tụ".

Lại nói: Chỉ nhơn thuận nơi nấy; cho nên gọi là của trời, người.

Sắc diện đoan chánh, siêu thế hy hữu, dung sắc vi diệu, phi thiên phi nhơn. Tất cả đều nhận được thân hư vô, với thể vô cực.

Lại nói: "Liền đến được chỗ siêu tuyệt, vãng sanh nước An (Cực) Lạc, ra khỏi ngũ ác thú, ác thú tự nhiên đóng lại, lên cao vô cùng cực, dễ vãng mà chẳng có người; nước nấy chẳng nghịch lại, tự nhiên của chỗ nói theo".

Lời Thánh rõ biết: Phiền não thành tựu phàm phu, sống chết tội trược quần manh, được vãng tướng tâm hành; tức là ở nơi Đại Thừa Chánh Định Tụ vậy. Ở Chánh Định Tụ cho đến diệt độ; đến nơi diệt độ tức là thường lạc; thường lạc tức là Đại Niết Bàn. Đại Niết Bàn tức là lợi tha giáo hóa địa quả.

Thân nấy tức là vô vi pháp thân, Vô vi pháp thân tức là cứu cánh bình đẳng thân; Cứu cánh bình đẳng thân tưc là tịch diệt; tịch diệt tức là thật tướng; thật tướng tức là pháp tánh; pháp tánh tức là chơn như; chơn như tức là nhứt như vậy.

Như vậy thì: Nếu nhơn cùng quả chẳng có một việc gì chẳng phải là chỗ hồi hướng thành tựu của A Di Đà Như Lai thanh tịnh nguyện tâm thì nhơn thanh tịnh; nên quả cũng lại thanh tịnh vậy. Nên rõ biết!

Hai là nói rằng: "Hoàn tướng hồi hướng" nghĩa là "Nguyện của Nhứt Sanh Bổ Xứ" lại cũng có tên là "Nguyện của hoàn tướng hồi hướng".

Nguyện thành tựu văn qua Kinh nói rằng: "Bồ Tát nước kia, đều sẽ cứu cánh, nhứt sanh bổ xứ".

Lời Thánh rõ biết, đại từ đại bi hoằng thệ, rộng lớn khó có thể suy nghĩ về sự lợi ích.

Nhưng bước vào rừng phiền não rậm rạp, khai mở chỉ dẫn cho hữu tình; tức là dẫn đưa đến cái đức của Phổ Hiền, thương xót dẫn dắt quần sanh.

Vậy thì: Nếu vãng (tướng) cùng với hoàn (tướng) không có một việc gì mà chẳng phải chỗ hồi hướng thành tựu của Như Lai thanh tịnh nguyện tâm vậy. Nên rõ biết!

Như vậy thì: Tịnh Độ duyên đã thuần thục rồi, Điều Đạt Đà Vương cùng nghịch hại, trược thế cơ mẫn (thương cho đời dơ xấu), nên Đức Thích Ca chỉ cho bà Vy Đề cõi An Dưỡng.

Nghĩ tốt về kia, nhớ nghĩ trong sạch ở đây: Đạt Đa, Xà Thế, rộng bố thí lòng nhơn từ; Di Đà, Thích Ca, sâu xa hiển bày mong cho tốt đẹp.

Nương vào đó luận chủ tuyên bố rộng sâu vô ngại tịnh tín, phổ biến khai hóa, tạp nhiễm kham nhẫn quần sanh. Tông sư chỉ rõ về vãng hoàn đại bi hồi hướng, vui khuyên hoằng tuyên lợi kia, lợi kia ý nghĩa thâm sâu.

Thánh quyền hóa ích, nghiêng vì sự lợi ích cho tất cả phàm ngu; quảng đại tâm hạnh; chỉ muốn dẫn dắt nghịch ác xiển đề.

Làm cho tất cả đạo tục với lòng từ bi to lớn nguyện làm chiếc thuyền, thanh tịnh tín tâm mà vì đó thuận gió; vô minh đêm tối, công đức bảo châu mà vì đó làm đèn soi lớn.

Tâm mê thức loạn, kỉnh miễn tư đạo, ác nặng chướng nhiều, lương sùng tư tín.

Ý: hoằng thệ cường duyên, đa sanh khó gặp, chơn thật tịnh tín, ức kiếp chẳng thế sống sâu. Gặp rộng tín tâm, viễn khách túc duyên (vui với duyên đời xa xưa).

Nếu vậy thì việc trở lại nầy, nghiêng để che lấy lưới nghi, liền phải trải qua nhiều kiếp sinh ra.

Chơn lý của việc nhiếp thủ bất xả là nghiêng nhanh về giáo sắc của dị văng (dễ văng sanh), việc nghe, suy nghĩ trì trệ.

Lành thay! Ngu Ngốc ngưỡng duy. Cây tâm rộng thệ đất Phật, lưu tình khó nghĩ biển pháp.

Than lên chỗ nghe, vui với chỗ rộng được. Nhặt lại gom thành chơn ngôn, chép ra việc sư giải thích.

Chuyên niệm Vô Thượng Tôn, rộng báo ân lớn kia. Như là sự lợi ích, vạch ra xem xét Đàm Loan Bồ Tát "chú luận" rằng: "Phàm Bồ Tát trở về Phật, giống như hiếu tử trở về với cha mẹ. Trung thần trở về với vua chúa.

Động tịnh chẳng ta, ra khỏi tất do rõ hiếu báo đức, lý bày trước đó".

Tin rõ Phật ân sâu nặng, tạo ra "Niệm Phật chánh tín kệ" viết rằng:

> Tây phương bất khả tư nghì tôn
> Pháp Tạng Bồ Tát nhơn vị trung
> Siêu phát thù thắng bổn hoằng thệ
> Kiến lập vô thượng đại bi nguyện
> Tư duy nhiếp thủ qua 5 kiếp
> Bồ Đề diệu quả trải thượng nguyện
> Đầy đủ bổn thệ trải mười kiếp
> Thọ mệnh dài lâu khó hay lường.
> Từ bi lương viễn như hư không
> Trí tuệ đầy đủ như biển lớn.
> Thanh tịnh vi diệu vô biên sát
> Rộng lớn trang nghiêm cùng đầy đủ
> Đủ loại công đức đều thành mãn

Siêu du mười phương của nước Phật
Phổ phóng Nan Tư Vô Ngại quang
Hay phá vô minh đêm dài tối
Trí quang minh sáng mở mắt tuệ
Danh văn không chẳng nghe mười phương
Như Lai công đức chỉ Phật rõ
Gồm Phật Pháp Tạng thí phàm ngu
Di Đà Phật nhiệt phổ chiếu diệu
Rồi hay chỉ phá vô minh ám
Tham ái sân ngờ của mây móc
Thường che trời thanh tịnh tín tâm
Thệ giống như trời, trăng, tinh tú
Tuy phủ khói, sương, mây, móc thảy
Dưới mây, móc nầy chiếu không tối
Tín rõ siêu nhựt, nguyệt quang ích
Tất đến cảnh vô thượng tịnh tín
Ba cõi sanh tử của mây rạng
Thanh tịnh vô ngại sáng chiếu diệu
Nhứt như pháp giới chơn thân hiển
Phát tin xưng danh quang nhiếp hộ
Lại rộng hiện sanh vô lượng đức
Vô biên nan tư quang chẳng dứt
Lại chẳng ngăn nơi, giờ các duyên
Chư Phật hộ niệm chơn mạt nghi
Mười phương đồng xưng tán vui thảy
Hoặc nhiễm nghịch ác cứu đều sanh
Báng pháp, xiển đề tất đều văng
Tương lai ở đời qua đường mất
Giữ ở đây qua cả trăm năm
Đại nguyện như thế riêng nghi hoặc
Chỉ tín Thích Ca nói như thật
Ấn Độ, Tây Thiên các luận gia
Trung Hạ (Trung Hoa) Nhựt Vực (Nhật Bản) những

cao Tăng
Mở Đại Thánh thế hùng chánh ý
Như Lai bổn thệ rõ ứng cơ
Thích Ca Như Lai núi Lăng Già
Vì chúng cáo mệnh Nam Thiên Trúc
Long Thọ Bồ Tát cùng ra đời
Tất hay bẻ phá, thấy có, không
Tuyên nói pháp Đại Thừa vô thượng
Chứng Hoan Hỷ địa, sanh An Lạc
Tạo Thập Trụ luận Tỳ Bà Sa
Nan Hành, kiểm lộ, đặc bi sáng
Dị Trụ đường lớn rộng khai thị
Nên dùng tâm cung kính chấp trì
Xưng danh hiệu liền được bất thối
Tín tâm thanh tịnh liền thấy Phật
Thiên Thân Bồ Tát tạo luận thuyết
Nương Tu Đa La hiển chơn thật
Sáng mở rộng cao bổn hoằng thệ
Diễn dương bất khả tư nghì nguyện
Do bổn nguyện lực nên hồi hướng
Vì độ trói chặt chướng một tâm
Quy vào công đức biểu quý lớn
Tất rộng vào đại hội số đông
Được đến liên hoa tạng thế giới
Liền chứng tịch diệt, thân bình đẳng
Qua rừng phiền não hiện thần thông
Vào vườn sanh tử, chỉ ứng hóa
Đàm Loan Đại Sư, Lương Võ Vương
Thường hướng Đàm Loan Bồ Tát lễ
Tam Tạng Lưu Chi thọ Tịnh giáo
Đốt hết kinh Tiên về Lạc Bang
Thiên Thân Bồ Tát luận chú giải
Như Lai bổn nguyện hiển xưng danh

*Vãng, hoàn hồi hướng do bổn thệ
Phiền não đầy dẫy người phàm phu
Tín tâm khai phát liền rộng nhẫn
Chứng rõ sanh tử liền Niết Bàn
Liền đến cõi Vô Lượng quang minh
Tất cả chúng sanh đều do hóa
Đạo Xước quyết Thánh Đạo khó chứng
Chỉ rõ Tịnh Độ dễ bước vào
Vạn thiện tự lực chê siêng tu
Viên mãn đức hiệu cần chuyên xưng
Tam bất, tam tín khuyên hối đủ
Tượng, mạt pháp diệt, cùng đi theo
Một đời tạo ác gặp hoằng thệ
Đến cảnh An Dưỡng chứng Diệu quả
Thiện Đạo riêng tỏ Phật chánh ý
Thâm tịch bổn nguyện cùng Chơn Tông
Xót thương Định, Tán cùng nghịch ác
Quang minh danh hiệu, chỉ nhơn duyên
Vào cửa Niết Bàn tâm chơn thật
Tất rộng nơi tín hỷ ngộ nhẫn
Được nan tư nghì người vãng sanh
Liền chứng thường lạc của Pháp tánh
Nguyên Tín rộng mở một đời dạy
Nghiêng về An Dưỡng khuyên tất cả
Nương các kinh luận, tuyển giáo hạnh
Thành điều vì đời dơ mắt đủ
Quyết phán được mất nơi chuyên tạp
Trở lại niệm Phật cửa chơn thật
Dẫu định cạn sâu nơi chấp tâm
Báo, hóa hai cõi chánh biện lập
Nguyên Không rõ rõi các Thánh điển
Lân mẫn thiện ác người phàm phu
Chơn Tông giáo chứng cùng Phiến Châu*

Tuyển trạch bổn nguyện cho đời trược
Trở lại sanh tử nhà lưu chuyển
Quyết dùng nghi tình làm chỗ dừng
Mau vào tịch tịnh vô vi lạc
Tất dùng lòng tin làm chỗ vào
Luận thuyết sư giải cùng tâm đồng
Cứu tế vô biên cả trược ác
Đạo tục các chúng đều cùng chung
Chỉ tin có thể cao Tăng nói.

Trên đây là 60 hàng gồm 120 câu kệ tụng đã xong.

Hỏi: Niệm Phật vãng sanh nguyện đã phát "ba tâm"; nhưng luận chủ vì sao nói "nhứt tâm?".

Đáp: Vì khiến cho những chúng sanh ngu độn dễ biết vậy. Luận chủ gồm 3 lại thành 1 vậy.

Nói "tam tâm": một là chí tâm, hai là tín nhạo và ba là dục sanh.

Ta lấy chữ dạy dỗ rộng luận ở ý, nên ba ấy là một.

Ý đây nghĩa là gì?

Một là "chí tâm": chữ "chí" có nghĩa là Chơn, thành. Còn "tâm" đây chính là loại, thật.

Hai là "tín nhạo": chữ Tín có nghĩa là: chơn, thật, thành, cực, thành, dụng, trọng, phiên, nghiệm; "lạc" có nghĩa là: muốn, nguyện, khánh, hỷ, lạc.

Ba là "dục sanh": chữ "dục" có nghĩa là: nguyện, lạc, giác, tri. Chữ "sanh" đó chính là: thành, cùng vậy.

Vậy thì "chí tâm" chính là cái tâm thành tựu các loại chơn thật; cho nên tâm ấy không có nghi ngờ. "Tín nhạo" tức là: tâm chân thật đầy đủ sự thành thật, là tâm cao cả, dùng đến sâu xa, tâm muốn nguyện qua sự thể nghiệm; tâm của sự vui mừng an lạc. Cho nên tâm ấy chẳng có nghi ngờ.

"Dục Sanh" tức là: tâm nguyện an lạc, tâm của giác tri cùng thành. Cho nên 3 tâm ấy tất cả cùng chơn thật, mà tâm ấy cũng chẳng có nghi ngờ. Tâm vô nghi cho nên 3 tâm ấy chính là một tâm. Chữ ấy muốn chỉ rõ điều nầy, có thể suy nghĩ tuyển ra vậy.

Lại nói "tam tâm":

Một là: "chí tâm" Tâm nầy tức là Như Lai đến công đức đầy đủ tu hành viên mãn với tâm chơn thật. A Di Đà Như Lai dùng chơn thật công đức hồi thí đến tất cả; tức là dùng danh hiệu làm cái thể của sự chí tâm. Rồi 10 phương chúng sanh, uế ác ô nhiễm, tâm chẳng thanh tịnh, hư giả tạp độc, tâm không chân thật. Đây chính là Như Lai trong chơn hạnh lúc tu hành Bồ Tát; ba nghiệp sở tu cho đến một niệm một sát na, không hề có tâm không thanh tịnh chân thật.

Như Lai dùng tâm thanh tịnh chơn thật để hồi hướng đến các chúng sanh.

Kinh nói rằng: Chẳng sanh dục giác, sân giác, hại giác, chẳng khởi dục tưởng, sân tưởng, hại tưởng; chẳng đắm sắc, thinh, hương, vị, xúc, pháp.

Nhẫn lực thành tựu
Chẳng kể các khổ
Thiểu dục tri túc
Vô nhiễm giận si
Tam muội thường tịch
Trí tuệ vô ngại
Chẳng có hư ngụy với tâm dối trá.
Nét vui, lời ái
Ý trước đã hỏi
Dũng mãnh tinh tấn
Chí nguyện không mỏi
Chuyên cầu pháp tịnh bạch. Lấy trí tuệ làm lợi lạc

quần sanh

Cung kính Tam Bảo, phụng sự sư trưởng.

Dùng đại trang nghiêm, đầy đủ các hạnh, làm cho chúng sanh, công đức thành tựu.

Thánh ngôn rõ biết; khiến cho tâm nầy chính là Như Lai thanh tịnh quảng đại chí tâm, tên nầy là chơn thật tâm; chí tâm tức là Đại Bi Tâm, cho nên không có tâm nghi ngờ.

Hai là "tín nhạo"; tức là dùng chơn thật tâm làm thể của sự tin vui.

Rồi đầy đủ sự cột trói của quần sanh, uế trọc phàm phu, tâm chẳng thanh tịnh tín, là tâm không chơn thật tín.

Cho nên khó gặp công đức chân thật; thanh tịnh tín nhạo khó có thể làm cho rộng ra được.

Nương vào ý nầy để giải thích: ái tâm thường khởi, hay làm ô uế tâm thiện. Tâm sân nhuế hay thiêu hủy pháp tài, khổ nhọc thân tâm; ngày đêm 12 giờ (mỗi một giờ có 2 tiếng đồng hồ), mau chạy mau làm như lửa đốt đầu; những loại nầy gọi là thiện tạp độc. Lại cũng còn có tên là hành những việc hư giả. Chẳng gọi là chơn thật nghiệp vậy. Dùng những tạp độc nầy của việc lành, hồi hướng về cõi Tịnh Độ kia, thì điều nầy ắt hẳn không thể vậy.

Vì sao vậy?

Chính do nơi kia Như Lai lúc hành hạnh Bồ Đề cho đến một niệm, một sát na, 3 nghiệp sở tu, tất cả đều là làm với tâm chơn thật; cho nên nghi cái không tạp.

Như Lai dùng thanh tịnh chơn thật tin vui, hồi hướng đến các chúng sanh.

Bổn Nguyện thành tựu văn theo "Kinh" nói rằng: "Các chúng sanh nầy, khi nghe danh hiệu, tín tâm hoan hỷ".

Lời Thánh rõ biết. Khiến cho riêng tâm nầy tức là bổn nguyện viên mãn thanh tịnh chơn thật tin vui. Đây là tín tâm; tín tâm tức là đại bi tâm; cho nên không có gì để sự nghi che đậy cả.

Ba là "dục sanh"; tức là dùng thanh tịnh chơn thật tín tâm làm thể của dục sanh.

Rồi lưu chuyển luân hồi phàm phu. Nhiều kiếp sanh ra trong quần sanh, chẳng có tâm thanh tịnh hồi hướng. Lại không chân thật với tâm hồi hướng. Từ đây Như Lai trong nhơn ấy lúc thực hành hạnh Bồ Tát, 3 nghiệp sở tu cho đến nhứt niệm, nhứt sát na, không có việc chẳng hồi hướng làm đầu để được thành tựu tâm đại bi. Cho nên Như Lai dùng tâm thanh tịnh chơn thật dục sanh, để hồi hướng đến những chúng sanh khác.

Bổn Nguyện thành tựu văn, theo "Kinh" nói rằng: "Chí tâm hồi hướng, nguyện sanh nước kia, liền được vãng sanh, trụ bất thối chuyển".

Lời Thánh nên rõ biết, khiến cho tâm nầy là Như Lai đại bi thay đổi sự dạy bảo cho các chúng sanh; tức dùng tâm đại bi của dục sanh. Đây gọi là "hồi hướng".

Ba tâm tất cả đều là tâm đại bi hồi hướng vậy. Thanh tịnh chân thật, nghi cái vô tạp; cho nên nhứt tâm vậy.

Nương vào sự giải thích của Đại Sư (Thiện Đạo – Tán Thiện Nghĩa) nói rằng: Tây ngạn thượng hữu nhơn hoán ngôn, "người nhứt tâm chánh niệm trực lai, ta sẽ hộ trì ngươi, những loại nầy chẳng sợ bị đọa nơi mạn nước lửa v.v…".

Lại nói: Con đường trắng ở giữa là dụ cho tham, ở giữa phiền não, hay sanh tâm thanh tịnh nguyện vãng sanh vậy.

Ngưỡng mong Đức Thích Ca phát ra, lại giẫm lên sự kêu gọi của Di Đà, chẳng quay lại với hai dòng sông nước, lửa, bước lên con đường của nguyện lực kia.

Nên rõ: "Hãy sanh tâm thanh tịnh nguyện, thị phi phàm phu tâm tự lực, tâm đại bi hồi hướng; cho nên nói "thanh tịnh nguyện tâm".

Vậy là: "Nhứt tâm chánh niệm": "Chánh niệm" tức là xưng danh; xưng danh tức là niệm Phật. "Nhứt tâm" tức là thâm tâm; thâm tâm tức là kiên cố tin sâu; kiên cố tin sâu tức là chơn tâm; chơn tâm tức là Kim Cang tâm; Kim Cang tâm tức là Vô thượng tâm; Vô thượng tâm tức là thuần nhứt tương tục tâm; thuần nhứt tương tục tâm tức là đại khánh hỷ tâm.

Hoạch đại khánh hỷ tâm, là tâm lìa ba bất, là tâm thuận 3 lòng tin.

Tâm nầy tức là tâm Đại Bồ Đề; Đại Bồ Đề tâm tức là tâm chơn thật tin; tâm chơn thật tin tức là tâm nguyện làm Phật; tâm nguyện làm Phật tức là tâm độ chúng sanh; tâm độ chúng sanh tức là tâm nhiếp thủ chúng sanh, sanh về cõi An Lạc Tịnh Độ.

Tâm nầy tức là tâm cứu cánh bình đẳng; tâm nầy tức là tâm đại bi.

Tâm nầy làm Phật; tâm nầy là Phật; tên đây gọi là; "Như thật tu hành tương ưng" vậy. Nên rõ! "Tam tâm tức nhứt tâm" đây là nghĩa đáp lại vậy.

Lại hỏi: Đại kinh tam tâm cùng Quán Kinh tam tâm; một khác ấy như thế nào?

Đáp: Cả hai kinh đều nói về ba tâm; tức là một vậy.

Làm sao rõ biết được?

Tông Sư Thiện Đạo giải thích rằng: Trong chí thành tâm nói rằng: Chữ "chí" ấy là chơn; còn "thành" ấy chính là thật.

Trong tựu nhơn, tự hạnh, lập tín nói rằng:

Nhứt tâm chuyên niệm Di Đà danh hiệu; danh hiệu nầy là nghiệp Chánh Định.

Lại nói: Thâm tâm tức là Chơn thật tín tâm.

Hồi hướng phát nguyện tâm, trong đó viết: Tâm nầy tin sâu, do đó là Kim Cang.

Nên biết: Nhứt tâm là tín tâm; chuyên niệm tức là Chánh nghiệp.

Trong nhứt tâm ấy nhiếp 2 tâm chí thành hồi hướng.

Hồi hướng câu hỏi đã đáp rồi.

Lại hỏi: Kinh nói: "chấp trì danh hiệu"; chữ "chấp" có nghĩa là: tâm cứng cỏi, chẳng di chuyển; chữ "trì" ấy nghĩa là: tên (niệm Phật) chẳng tán, chẳng mất. Cho nên gọi là "bất loạn".

Chấp trì tức là nhứt tâm; nhứt tâm tức là tín tâm.

Rồi đó tức là chấp trì danh hiệu của chơn thuyết. Nhứt tâm bất loạn của thật ngôn; liền có thể trở về; giữ gìn có thể quy ngưỡng.

Luận gia Tông sư, khai Tịnh Độ Chơn Tông, hướng dẫn cho đời ác trược, tà ngụy.

Tam kinh đại cương, tuy có ẩn hiện "nhứt tâm" là hay vào; cho nên "Kinh" từ xưa gọi là: "như thị".

Luận chủ lại nói "nhứt tâm" tức là rực rỡ; nghĩa của "như thị".

Khiến vạch ra chỗ Tông sư giải thích rằng: Nói là "như ý" tức là có 2 loại.

Một là như ý của chúng sanh; tùy theo tâm niệm kia; tất cả đều nên độ vậy.

Hai là ý như Đức Di Đà: ngũ nhãn viên chiếu, lục thông tự tại, xem cơ duyên có thể độ được; trong một niệm ấy, không trước không sau, thân tâm cùng chung, tam luân khai ngộ, sự ích lợi không giống nhau vậy.

Lại nói: Kính bạch tất cả rõ biết sự vãng sanh v.v... đầy đủ tàm quý: Thích Ca Như Lai thật là từ bi như cha mẹ, đủ loại phương tiện, làm cho chúng ta phát khởi vô thượng tín tâm.

Nên rõ: Duyên nhị tôn đại bi, hoạch nhứt tâm Phật nhơn.

Nên biết người nầy: là người khó có, là người tối thắng vậy.

Rồi lưu chuyển ngu phu, luân hồi quần sanh, tín tâm chẳng khởi, chơn tâm không khởi.

Đây dùng "Kinh" để nói: Nếu nghe kinh nầy, tin vui thọ trì, cái khó trong khó, chẳng khỏi nạn nầy.

Lại nói: Tất cả thế gian, thật khó tin pháp.

Thật rõ; Đại Thánh Thế Tôn, ra nơi cõi đời, đại sự nhân duyên.

Hiến bi nguyện chơn lợi, vì Như Lai nói rõ, chỉ cho phàm phu liên sanh, là đại bi tông chí.

Nhơn đó: Theo ý của chư Phật dạy rằng: Ba đời các Đức Như Lai, ra đời chánh bổn ý, chỉ nói A Di Đà, bất khả tư nghì nguyện.

> *Người phàm phu trôi nổi*
> *Theo nguyện lực hồi hướng*
> *Nghe chơn thật công đức*
> *Rộng vô thượng tín tâm*
> *Tức được đại khánh hỷ*
> *Rộng chẳng thối chuyển địa*
> *Chẳng khiến đoạn phiền não*
> *Mau chứng Đại Niết Bàn.*

Dịch xong đoạn văn kinh trên vào lúc 16 giờ ngày 20 tháng 7 năm 2024 nhân khóa tu học Phật Pháp Âu Châu kỳ thứ 35 tổ chức tại Liên Hoa Đạo Tràng Oslo, Na Uy, từ ngày 15 đến ngày 24 tháng 7 năm 2024.

NGU NGỐC SAO

Đại Chánh Tân Tu Đại Tạng Kinh tập thứ 83.

Kinh văn số 2648. Từ trang 647 đến trang 654
(Có cả chữ Hán và dịch cả chữ Hán lẫn tiếng Nhật sang tiếng Việt)

NGU NGỐC SAO
(QUYỂN THƯỢNG)

(1)

Hiền giả hãy nghe về chữ tín
Ngu Ngốc dùng tâm để hiển bày
Niềm tin của Hiền giả
Bên trong là hiền, đối lại bên ngoài trở thành ngu
Ngu Ngốc đối với tâm
Bên trong thì Ngu đối với bên ngoài trở thành hiền.

(2)

Thánh Đạo, Tịnh Độ giáo. Có 2 lời dạy:
A.- Đối với Đại Thừa giáo
B.- Đối với Tiểu Thừa giáo.

(3)

Đại Thừa giáo lại có 2 giáo:
A.- Đốn giáo
B.- Tiệm giáo

(4)

Đốn giáo lại có 2. 2 siêu:
2 siêu ấy là:
A.-Trở thành thật giáo của nan hành Thánh Đạo. Đó còn gọi là lời dạy của Phật tâm, Chơn Ngôn, Pháp Hoa, Hoa Nghiêm v.v…
B.-Là lời dạy của dị hành Tịnh Độ bổn nguyện chơn thật. Trở thành từ "Đại Vô Lượng Thọ kinh".

2 siêu ấy là:

A.-Thụ siêu: Tức thân là Phật; tức thân thành Phật v.v… trở thành chứng quả.

B.-Hoành siêu: Tuyển trạch bổn nguyện, Chơn Thật báo độ; tức trở thành được vãng sanh.

(5)

Đối với tiệm giáo lại có hai giáo. Nhị xuất với nhị giáo:

A.-Nam hành đạo Thánh Đạo quyền giáo Pháp Tướng v.v… Trở thành lời dạy

qua nhiều kiếp tu hành.

B.-Dị hành đạo, Tịnh Độ Yếu Môn; Ý của "Vô lượng Thọ Phật Quán kinh"; định tán, tam phước, lời dạy về chín phẩm.

Nhị Xuất đó:

A.-Thụ xuất: Thánh Đạo, trở thành chứng đạo của nhiều kiếp tu hành.

B.-Hoành xuất: Tịnh Độ, Thái Cung, kiên địa. Trở thành sự vãng sanh giải mạn.

(6)

Đối với Tiểu Thừa giáo có nhị giáo:

A.-Duyên Giác giáo

    a) Lân du độc giác

    b) Bộ hành, độc giác

B.-Thanh Văn giáo – Sơ quả, Dự lưu hướng. Đệ nhị quả, Nhứt thừa hướng. Đệ tam quả, Bất hoàn hướng. Đệ tứ quả, A La Hán hướng, trở thành bát bối.

(7)

Ngoài việc tuyển trạch bốn nguyện của Đức A Di Đà Như Lai ra, những lời dạy của đại tiểu, quyền thuật, hiển mật. Tất cả đều thuộc về nan hành đạo, trở thành Thánh Đạo Môn. Lại nữa Dị Hành Đạo chính là lời dạy của Tịnh Độ Môn. Đối với đây thì gọi là Tịnh Độ hồi hướng phát nguyện tự lực phương tiện của giả môn. Nên rõ biết như vậy.

(8)

Nơi "Đại Kinh" thì tuyển trạch có 3 loại:
A.-Pháp Tạng Bồ Tát
      Tuyển trạch bổn nguyện
      Tuyển trạch Tịnh Độ
      Tuyển trạch nhiếp sanh
      Tuyển trạch chứng quả
B.-Thế Nhiên Vương Phật
      Tuyển trạch bổn nguyện
      Tuyển trạch Tịnh Độ
      Tuyển trạch tán thán
      Tuyển trạch chứng thành.
C.-Thích Ca Như Lai
      Tuyển trạch Di Lặc phụ thuộc.

(9)

Theo "Quán Kinh" thì tuyển trạch có hai loại:
A.-Thích Ca Như Lai
      Tuyển trạch công đức
      Tuyển trạch nhiếp thủ
      Tuyển trạch tán thán
      Tuyển trạch hộ niệm
      Tuyển trạch A Nan phụ thuộc.
B.-Vi Đề phu nhơn
      Tuyển trạch Tịnh Độ
      Tuyển trạch Tịnh Độ của cơ (căn cơ)

(10)

Nơi "Tiểu Kinh" thì khuyến tín có 2; chứng thành có hai; hộ niệm có hai; tán thán có hai; nan dị cũng có hai.

Khuyến tín có 2 là:
      A.-Trở thành sự khuyến tín của Đức Thích Ca. Thích Ca

lại có hai.

    B.-Trở thành sự khuyến tín của chư Phật. Chư Phật lại có hai.

Chứng thành có hai:
    A.-Công đức chứng thành
    B.-Vãng sanh chứng thành

Hộ niệm có hai:
    A.-Chấp trì hộ niệm
        Hộ niệm của Thích Ca
    B.-Phát nguyện hộ niệm
        Trở thành hộ niệm của chư Phật

Tán thán có hai:
    A.-Thích ca tán thán có hai
    B.-Chư Phật tán thán có hai

Nan dị có hai:
    A.-Nan ấy trở thành nghi tình
    B.-Dị đó trở thành tín tâm

Chấp trì có 3 gồm: quá, hiện, tương lai

Phát nguyện có 3 gồm: quá, hiện, tương lai.

(11)

"Pháp sự tán có 3 vãng sanh.

A.-Nan tư nghì vãng sanh "Đại Kinh" của Tông.

B.-Song Thụ lâm hạ vãng sanh "Quán Kinh" của Tông.

C.-Nan tư vãng sanh "Di Đà Kinh" của Tông.

(12)

Đại Kinh (Ý) lại mở ra "bốn nguyện chứng thành, là ba thân". Đó là: Chứng thành Pháp thân.

"Kinh" (Đại Kinh phần trên) lại mở ra.

"Mở ra sự ca ngợi tán thán nơi không trung quyết định chắc chắn trở thành Vô Thượng Chánh giác". Trích từ câu văn.

Chứng thành của báo thân - trở thành mười phương

Như Lai.

Chứng thành của hóa thân – "trở thành Thế Nhiên Vương Phật".

(13)

Phật độ có 2 loại:
- A.- Với Phật
- B.- Với cõi nước.

(14)

Đối với Đức Phật có 4 loại:
- A.- Pháp thân
- B.- Báo thân
- C.- Ứng thân
- D.- Hóa thân

(15)

Pháp thân có 2 loại:
- A.- Pháp tánh pháp thân
- B.- Phương tiện pháp thân.

(16)

Báo thân có 3 loại:
- A.- Với Di Đà
- B.- Với Thích Ca
- C.- Với mười phương

(17)

Ứng, hóa có 3 loại:
- A.- Với Di Đà
- B.- Với Thích Ca.
- C.- Với mười phương

(18)

Cõi nước có 4 loại:
   A.- Cõi của Pháp thân
   B.- Cõi của báo thân
   C.- Cõi của ứng thân
   D.- Cõi của hóa thân.

(19)

Báo độ có 3 loại:
   A.- Với Di Đà
   B.- Với Thích Ca
   C.- Với mười phương

(20)

Hóa độ của Đức Di Đà có 2 loại:
   A.- Với nghi thành, thai cung
   B.- Giải đãi biên địa

(21)

Bổn nguyện nhứt thừa. Đốn cực, đốn tốc, Viên Dung, viên mãn nếu qua lời dạy, thì dạy về tuyệt đối bất nhị. Nếu trở thành con đường của Nhứt Thật Chơn Như, nên rõ biết. Trong chuyên có chuyên; trong đốn có đốn; trong chơn có chơn, trong viên có viên. Nhứt thừa nhứt thật trở thành Đại Thệ Nguyện Hải. Trở thành đệ nhứt hay hữu hành.

(22)

Chơn tâm của Kim Cang, nếu trở thành niềm tin như biển cả của Vô Ngại thì nên rõ biết.

(23)

"Sớ" (Huyền Nghĩa phần; 298) nơi đó "chúng ta căn cứ vào nơi Nhứt thừa hải và lời dạy đốn giáo của Bồ Tát Giáp Tạng.

(24)

"Tán" (Ban Chu Tán – 718) trong "Kinh An Lạc" có nói về tiệm giáo. Vạn kiếp, tu hành công đức, chứng được bất thối. "Quán Kinh" hay "Di Đà Kinh" v.v… nói. Lại nữa đây trở thành đốn giáo Bồ Đề Tạng? (Văn).

(25)

Viên Giáo nghĩa là: "Viên là viên dung, gọi là viên mãn. Đốn đây là đốn cực, gọi là đốn nhanh".

(26)

Đối với nhị giáo.

Bổn Nguyện nhứt thừa hải là Đốn Cực, đốn tốc, Viên dung, Viên mãn trở thành những lời dạy. Nên rõ biết.

Tịnh Độ Yếu Môn thì có Định Tán nhị thiện, phương tiện giả môn, tam phước cửu phẩm trở thành của những lời dạy. Nên rõ vậy.

Nan dị đối
Hoành thụ đối
Chơn giả đối
Thuận nghịch đối
Thuần tạp đối
Tà chánh đối
Thắng liệt đối
Thân sơ đối
Đại tiểu đối
Trọng khinh đối
Thông biệt đối
Kinh Vu đối
Tiệp trì đối (nhanh chậm đối)
Quảng hiệp đối
Cận viễn đối
Liễu bất liễu giáo đối

Đại lợi tiểu lợi đối

Vô thượng hữu thượng đối

Bất hồi hồi hướng đối

Tự thuyết bất thuyết đối

Hữu nguyện vô nguyện đối

Hữu thệ vô thệ đối

Tuyển bất tuyển đối

Tán bất tán đối

Chứng bất chứng đối

Hộ bất hộ đối

Nhơn minh trực biện đối

Lý tận phi lý tận đối

Vô gián hữu gián đối

Tương tục bất tục đối

Thoái bất thoái đối

Đoạn bất đoạn đối

Nhơn hạnh quả đức đối

Pháp diệt bất diệt đối

Tự lực tha lực đối

Nhiếp thủ bất xả đối

Nhập định tụ, bất nhập đối

Tư bất tư nghì đối

Báo, hóa nhị độ đối

Bên trên là 42 loại đối nhau (Đối với giáo pháp thành tựu. Nên rõ biết).

(27)

Chơn thật Tịnh tín tâm là (trở thành nội nhơn); nhiếp thủ bất xả nghĩa là (trở thành ngoại duyên).

(28)

Tín thọ Bổn Nguyện là trước niệm, rồi trở thành mệnh chung (Lại nữa vào nơi lời dạy của Chánh Định Tụ) (luận chú

– ý trên) và câu văn.

Tức thời vãng sanh có nghĩa là sau khi niệm, liền trở thành vãng sanh; (liền cùng thời gian vào tất định). (Dị hành phẩm 16) và câu văn.

Lại nữa (trở thành tên gọi của Tất Định Bồ Tát) (Địa tướng phẩm, Ý) và câu văn.

(29)

Trở thành tâm Kim Cang tha lực; nên rõ biết. Lại nữa cũng giống với Di Lặc Bồ Tát. Trở thành tự lực Kim Cang tâm. Nên rõ biết.

"Đại Kinh" (hạ) có đề cập đến "Thứ như Di Lặc".

(30)

Nhị Cơ Đối

Cơ của Nhứt thừa viên mãn
Trở thành tha lực
Cơ của tiệm giáo hồi tâm
Trở thành tự lực
Tín nghi đối
Hiền ngu đối
Thiện ác đối
Chánh tà đối
Thị phi đối
Thật hư đối
Chơn ngụy đối
Tịnh uế đối
Hảo ngụy đối
Diệu tưởng đối
Lợi độn đối
Sa sút đối
Hy thường đối

Cường nhược đối
Thượng thượng hạ hạ đối
Thắng liệt đối
Trực nhập hồi tâm đối
Minh ám đối

Bên trên là 18 loại đối nhau; thành tựu 2 cơ nên rõ.

(31)

Lại nữa 2 loại cơ ấy lại có 2 chủng tánh.
Hai cơ đó:
   A.- Thiện cơ
   B.- Ác cơ
Hai tánh ấy:
   A.- Thiện tánh
   B.- Ác tánh

(32)

Lại nữa Thiện Cơ ấy lại có 2 loại.
Lại có báng chánh nữa.
   A.- Định cơ
   B.- Tán cơ

Theo "sớ" (phần tự nghĩa 381) có cho biết rằng "Tất cả cơ của chúng sanh có 2 loại. Một là định; hai là tán, câu văn viết như vậy.

(33)

Lại nữa báng chánh có các loại:
   A.- Bồ Tát (lớn, nhỏ)
   B.- Duyên Giác
   C.- Thanh Văn, Bích Chi v.v… (trong báng cơ của Tịnh Độ).
   D.- Cõi Trời
   E.- Đối với người (trở thành chánh cơ của Tịnh Độ).

(34)

Lại nữa theo thiện tánh thì có 5 loại:

    A.- Thiện tánh

    B.- Chánh tánh

    C.- Thật tánh

    D.- Thị tánh

    E.- Trở thành Chơn Tánh

(35)

Lại nữa ác cơ lại có 7 loại:

    A.- Thập ác

    B.- Tứ trọng

    C.- Phá kiến

    D.- Phá giới

    E.- Ngũ nghịch

    F.- Báng pháp

    G.- Trở thành xiển đề.

(36)

Lại nữa ác tánh có 5 loại:

    A.- Ác tánh

    B.- Tà tánh

    C.- Hư tánh

    D.- Phi tánh

    E.- Trở thành ngụy tánh.

(37)

Hòa Thượng của chùa Quang Minh (Thiện Đạo) nói rằng (theo Huyền Nghĩa phần 297) "Các chúng Đạo Tục lúc bấy giờ mỗi mỗi đều phát tâm vô thượng. Tuy vậy sự sanh tử chán ghét, vui cầu Phật pháp. Lại cũng phát chí nguyện của Kim Cang. Đối với Hoành thì Tứ Lưu được siêu đoạn. Quán nhập vào Di Đà giới, kéo theo là sự chắp tay, lễ bái trở về. Sau việc tương ưng nhứt niệm, quả, người ấy được Niết Bàn (theo câu văn).

(38)

Nói về "Tịnh Độ luận" phần 29.

"Đức Thế Tôn, với sự nhứt tâm của chúng con, quy mệnh tận 10 phương vô Ngại Quang. Nếu nguyện sanh về nước An Dưỡng. Chúng con căn cứ vào sự chơn thật đức tướng của Tu Đà La, nguyện nói kệ tổng trì, tương ưng với lời Phật dạy" (theo câu văn).

(39)

"Phật nói Kinh Vô Lượng Thọ" phần hạ nói về "Khương Tăng Khải Tam Tạng dịch".

"Ta sau khi diệt độ, lại nữa nếu có sinh ra sự nghi hoặc về đời sau Kinh Đạo cũng diệt theo, ta mang theo lòng từ bi ai mẫn, đặc biệt đối với kinh nầy thì kinh nầy sẽ được lưu giữ lại độ 100 năm. Nếu có chúng sanh nào gặp được ngay kinh nầy, tùy theo nơi ý nguyện tất cả đều được độ. Di Lặc nói theo lời của Phật "Như Lai ở đời mà gặp thấy được, Kinh đạo của chư Phật đều được nghe đến. Thấy pháp của Bồ Tát, các Ba La Mật, khi được nghe rất là khó. Gặp được Thiện Tri Thức, nghe được pháp; thực hành siêng năng. Việc nầy cũng lại rất là khó. Nếu khi nghe kinh nầy tin vui và thọ trì thì các cái khó trong sự khó; cái khó nầy sẽ vượt qua. Ngoài ra khi chẳng nghe pháp của ta mà nói ra nhiều phương diện bị khiếm khuyết, dạy đủ loại nhưng thiếu thì phải nên đúng và tin thuận theo pháp mà tu hành" (Văn).

(40)

"Vô Lượng Thọ Như Lai Hội" (hạ) lại nói do "Bồ Đề Lưu Chí Tam Tạng dịch". "Thắng Trí của Như Lai, nghĩa ngôn của chỗ nói của Hư Không Tạng, chỉ duy nhất có ý nghĩa là ngộ như Phật. Ngoài ra phải rộng nghe những người trí mà ta đã dạy để tin về lời nói như thật đó". (Văn).

(41)

"Vô Lượng Thanh Tịnh Bình Đẳng Giác kinh" nơi phần 2 do Bạch Diên Tam Tạng dịch. "Mau được siêu thăng về đến thế giới nước An Lạc, đến được cõi Vô Lượng Quang Minh, cúng dường được vô số Phật". (Văn).

(42)

"Chư Phật A Di Đà Tam Da Tam, Phật Tát Lâu Phật Đàn Quá Độ Nhơn Đạo Kinh" (phần hạ) do "Chi Khiêm Tam Tạng dịch".

"Sau khi ta vào Bát Nê Hoàn, kinh Đạo sẽ dừng lưu chuyển sau 1.000 năm. Sau 1.000 năm ấy thì kinh Đạo không còn nữa. Chúng ta ai cũng bi ai. Với điều nầy thì kinh pháp ấy dừng lại ở đời chỉ 100 năm và trong đầy đủ 100 năm đó, thời gian bây giờ thì đã đoạn tuyệt dừng lại. Theo sở nguyện của tâm thì đã gặp được tất cả Đạo rồi" (lược ghi).

(43)

Nguyên Chiếu luật sư nói trong "nghĩa sớ của A Di Đà Kinh" (do Đại Trí luật sư biên chép). "(Chương Thế Chí) có nói về 10 phương Như Lai luôn mẫn niệm đến chúng sanh; sự nhớ nghĩ ấy như mẹ với con". Ở "Đại Luận" (Đại Trí Độ Luận) nói rằng: Ví như cá mẹ nhớ cá con vậy; và con lại cũng nhớ như vậy. A Nậu Đa La. Ở đây thì dịch là Vô Thượng. Tam Miệu gọi là Chánh Đẳng và Tam Bồ Đề gọi là Chánh Giác. Lại cũng còn gọi là Phật quả.

Phàm phu của bậc địa bị nghiệp hoặc trói buộc, bị lưu chuyển vào 5 đường trong trăm ngàn vạn kiếp, kiên nhẫn để nghe về Tịnh Độ, tìm cầu việc sanh theo chí nguyện. Một ngày xưng niệm danh hiệu sẽ qua đến nước kia.

Đối với chư Phật hộ niệm đúng ra là nơi giác ngộ. Nghĩa là hàng vạn kiếp cũng sẽ gặp được; ngàn đời một lần gặp sự thệ nguyện. Hôm nay cho đến tận đời vị lai, xưng dương tán thán nơi nầy, khuyến cáo nhiều nơi khác. Thân độ của sở cảm, cơ duyên của sở hóa cùng với A Di Đà không khác biệt, không mang theo tâm cực nầy. Chỉ có Phật chứng tri cho. Ngoài ra đối với phần ở dưới khuyến khích tin vào. Hãy tin vào lời nói của ta, trở thành tin theo sự dạy dỗ vậy. Ta đối với 10 phương chư Phật luôn tin tưởng. Với kia không có tâm hư vọng" (Lược ghi).

Ở sách bảo như vậy.

Kiến Trường năm thứ 7 (1255) Ất Mão, ngày 27 tháng 8 viết điều nầy.

(Ngu Ngốc Thân Loan lúc 83 tuổi)

NGU NGỐC SAO
(QUYỂN HẠ)

(44)

Hiền giả hãy nghe về đức tin

Ngu Ngốc muốn hiển bày tâm nầy

Niềm tin của hiền giả

Bên trong hiền thì bên ngoài trở thành ngu

Tâm đối với Ngu Ngốc

Bên trong ngu đối với bên ngoài thì trở thành hiền.

(45)

Hòa Thượng chùa Quang Minh (Thiện Đạo) vào thời Đường đã nói về "Quán Kinh Nghĩa" (phần Tán Thiện Nghĩa). Đầu tiên nói về việc sanh ở vào ngôi vị Thượng phẩm thượng sanh. Cho đến ....

Một là Phật bảo A Nan từ đây trở đi. Lại nữa; đặc biệt là ý thứ 2 nên làm mục tiêu. Thứ nhất là làm sáng tỏ chuyện cáo mệnh.

Thứ hai là làm sáng tỏ ngôi vị Biện Định. Việc nầy đối với việc tu học của phàm phu trở thành thượng thiện của Đại Thừa.

Ba là: Nhược hữu chúng sanh trở đi đến phần dưới những chữ tức liền vãng sanh; đúng ra là làm sáng tỏ để tuyển ra tất cả các loại chúng sanh. Việc nầy lại có 4 phần.

Một là làm sáng tỏ với người hay tin.

Hai là làm sáng tỏ sự cầu nguyện về việc vãng sanh.

Ba là làm sáng tỏ ít nhiều về sự phát tâm.

Bốn là làm sáng tỏ việc lợi ích được sanh.

Đối với 4 việc nầy (Hà đẳng vi tam) từ đó trở xuống cho đến "tất sanh bỉ quốc", thì người nầy đúng ra là làm sáng tỏ cái chánh nhơn mang theo Biện Định đối với ba tâm.

Một là Thế Tôn tùy theo cơ duyên hiển bày ra sự lợi ích; với mật ý ấy nên rõ biết. Chính Đức Phật tự hỏi mình nếu có những điều vi tế thì sẽ làm sáng tỏ không có lý do được giải thích.

Hai là đối với Đức Như Lai sẽ chứng minh rõ ràng trở lại ngay từ ba tâm ở trước để trả lời.

Quán Kinh cũng đề cập đến "một là nhứt thành tâm". Cho đến trở thành chơn và thành ấy trở thành thật. Tất cả chúng sanh đối với sự tu hành thân khẩu nghiệp của giải hạnh, bắt buộc trong Chơn Thật Tâm kia không còn sót lại sự chậm trễ mà làm sáng tỏ sự ham muốn. Bên ngoài thì hiện ra được tướng của Phổ Hiền tinh tấn. Bên trong thì nhớ lại việc hư giả. Tham sân, tà ngụy, gian dối hằng trăm sự ngay thẳng xâm nhập trở thành ác tánh, việc như thế giống như rắn độc. Tuy ba nghiệp khởi lên; tên gọi tạp độc đối với việc lành. Lại được gọi với những việc làm hư giả. Trở thành tên gọi nghiệp chơn thật. Nếu vai trò của việc an tâm mà không có khởi hành thì ví như thân tâm bị khổ lụy ngày đêm 12 giờ (24 tiếng), mau mau chẳng thể chạy ra khỏi, hiển nhiên sẽ được cứu giúp, tất cả tạp độc của việc lành lại được đặt tên. Những việc làm tạp độc muốn trở lại cầu sanh về Tịnh Độ của Phật. Điều nầy trở nên việc chẳng thể được. Mang theo điều gì ưu tiên, đúng ra là Đức Phật A Di Đà, khi mà trong nhơn ấy thực hành công việc của Bồ Tát. Cho đến trong một niệm, một sát na, cùng với chỗ sở tu của tam nghiệp ở trong tâm chơn thật sẽ trở thành việc chẳng có gì. Mong mỏi cho đến cõi không mong muốn. Tất cả đều trở thành sự chơn thật.

Lại nữa sự chơn thật ấy lại có 2 loại. Một là tự lợi chơn thật. Hai là lợi tha chơn thật (Văn).

(46)

Lợi tha chơn thật lại có hai:

Một là mong mỏi cho đi cõi không mong muốn, tất cả trở thành sự chơn thật.

Hai là "Ba nghiệp chẳng lành, bắt buộc trong tâm chơn thật phải đợi xả bỏ.

Nếu ba nghiệp thiện lại khởi lên thì chắc chắn trong tâm chơn thật không còn chờ đợi điều gì nữa cả; trong ngoài, sáng tối không bớt đi.

Tất cả đều chờ đợi sự chân thật tạo nên tên của tâm chí thành (Văn).

Gọi là tự lợi chơn thật lại có hai loại:

Một là trong tâm chơn thật các việc ác của lợi tha cùng với quốc độ dơ uế v.v... chế xả, khi đi đứng nằm ngồi cũng giống như sự chế xả các việc ác của tất cả các Bồ Tát. Chúng ta cũng thế, đối với các việc khổ khiến trở thành sự suy tưởng.

Hai là ở trong tâm chơn thật kia được khuyến thỉnh tu tập điều lành của tự tha phàm thánh v.v... Ở trong tâm chơn thật đối với khẩu nghiệp Đức Phật A Di Đà đang mời gọi xưng tán về y chánh nhị báo. Lại nữa ở trong tâm chơn thật đối với khẩu nghiệp sự tự tha của y chánh nhị báo của 3 cõi 6 đường v.v... sẽ hủy yếm (đầy đủ sự hủy hoại) việc các khổ ác. Lại nữa tất cả chúng sanh chỗ 3 nghiệp đã tạo nên tán thán việc lành. Nếu trường hợp không có nghiệp lành, hãy kính trọng điều nầy và xa đi, lại tùy hỷ với đó. Lại ở trong tâm chơn thật của thân nghiệp; nên chắp tay kính lễ. Hãy mang bốn việc v.v... đến để nương tựa cúng dường Đức A Di Đà với y chánh nhị báo. Lại nữa ở trong tâm chơn thật về thân nghiệp, sanh tử trong ba cõi nầy v.v... hãy đầy đủ xả bỏ tự tha việc khinh mạn của y chánh nhị báo tất cả. Lại nữa ở trong tâm chơn thật đối với ý nghiệp thì nương tựa Đức A Di Đà Phật cùng với y chánh nhị báo, khảo sát, ức niệm về tư tưởng, tất cả đều hiện ra trước mắt. Lại nữa ở trong tâm chơn thật của ý nghiệp thì trở thành sự xả bỏ đầy đủ về khinh tặc đối với sự sanh tử trong ba cõi v.v... của tự tha, của y chánh nhị báo, trở thành như thế (Văn).

(47)

Một là tâm chí thành gọi là chí sẽ trở thành chơn; còn thành sẽ trở thành thật. Lại nữa đó là sự chơn thật. Chơn thật lại có 2 loại.

Một là tự lợi chơn thật

Nam hành đạo,   Thánh Đạo Môn

Thụ Siêu, tức thân thị Phật; tức thân thành Phật; trở thành tự lực.

Thụ Siêu, tiệm giáo nằm ở trong tự lực sự tu hành trải qua nhiều kiếp số.

Hai là trở thành lợi tha chơn thật.

Dị hành đạo,   Tịnh Độ môn

Hoành siêu, trở thành thệ nguyện tha lực của Như Lai. Hoành xuất, trở thành tự lực trong tha lực. Trở thành định tán chư hành.

(48)

Về Tự Lực chơn thật, lại có hai loại:

Một là, trở thành yếm ly chơn thật.

Thánh Đạo Môn   Nan hành đạo

Thụ Siêu   Tự lực

Trở thành Trụ xuất và lời dạy của nan hành đạo, mang theo điều căn bản của yểm ly, đồng thời trở thành, tâm của tự lực.

Hai là, trở thành sự hân cầu tự lực

Tịnh Độ Môn   Dị Hành Đạo

Hoành xuất   Tha lực

Hoành xuất trở thành lời dạy của Di Hành Đạo, cái gốc là mang theo sự vui cầu, ngoài ra còn mang theo gì nữa? Đó là nương theo nguyện lực sanh tử mà trở thành sự xả bỏ tất cả.

(49)

Lại nữa theo sự chơn thật của Hoành xuất thì lại có ba loại:

Một là đối với khẩu nghiệp, hân cầu chơn thật.

Với khẩu nghiệp sẽ trở thành sự yểm ly chơn thật.

Hai là với thân nghiệp, hân cầu chơn thật.

Với thân nghiệp, trở thành yểm ly chơn thật

Ba là với ý nghiệp, hân cầu chơn thật.

Với ý nghiệp, trở thành yểm ly chơn thật.

(50)

Tông Sư (Thiện Đạo) đã giải thích hướng dẫn rằng: "Một là chơn thật trung tâm" từ dưới trở đi. Cho đến "Tự lợi phàm thánh đẳng thiện"; yểm ly đầu tiên và hân cầu ở sau cùng. Lại nữa đây chính là Nan Hành Đạo. Trở thành nghĩa của Tự Lực thụ xuất. "Chơn thật tâm trung khẩu nghiệp" từ dưới trở đi cho đến "tự tha y chánh nhị báo". Lại nữa đây là Dị Hành Đạo trở thành nghĩa của tha lực hoành xuất.

(51)

"Hai là thâm tâm. Gọi là thâm tâm, lại chính là sự trở thành tâm của sự thâm tín. Lại có hai loại.

Một là quyết định (với tự thân thì hiện ra tội ác sanh tử của phàm phu thường bị trôi nổi trong nhiều kiếp, thường hay bị lưu chuyển, nhơn duyên ra khỏi không có), nên gọi là thâm tín.

Hai là quyết định (theo Đức Di Đà với 48 lời nguyện mang đến cho chúng sanh sự nhiếp thủ, không có nghi ngờ, không phải suy nghĩ. Nếu theo lên được nguyện lực của Ngài thì mặc nhiên sẽ được vãng sanh); gọi là thâm tín". Trở thành như thế (Văn)

Bây giờ với thâm tín nầy chính là tâm Kim Cang của Tha Lực Chí Cực vậy. Trở thành chơn thật tín hải của Nhứt Thừa vô thượng.

(52)

Theo sự hướng dẫn về ý của văn thì đối với sự thâm tín (tin sâu) có 7 loại tâm tín và có 6 quyết định.

Bảy loại thâm tín là:

Thâm tín của điều thứ nhứt: "Quyết định với tự thân tin sâu". Lại nữa điều nầy trở thành tín tâm của tự lợi.

Thâm tín của điều thứ hai: "Quyết định với thâm tín nương vào nguyện lực kia". Lại nữa trở thành tín hải của tha lực nầy.

Điều thứ ba là: "Quyết định thâm tín theo Quán Kinh".

Điều thứ tư là: "Quyết định thâm tín theo Kinh Di Đà".

Điều thứ năm là: "Chỉ tin nơi lời Phật, từ đó quyết định hành trì".

Điều thứ sáu: "Kinh nầy (Quán Kinh) căn cứ vào đó tin sâu".

Điều thứ bảy: "Lại dùng thâm tín của thâm tâm để quyết định về tự tâm để được kiến lập".

Sáu quyết định, như bên trên lần lượt như sau, nên rõ biết.

(53)

Phần thứ 5 của "Chỉ tin lời Phật" gồm có: Tam khiến (3 sự phán quyết), tam tùy thuận và tam thị danh.

Tam khiến (ba sự phán quyết):

Với 1 là "Giữ theo sự phán quyết xả bỏ của Đức Phật. Lại nữa phải xả bỏ".

Với 2 là: "Nếu giữ theo sự phán quyết thực hành theo Đức Phật, lại nếu phải thực hành".

Với 3 là: "Nếu nơi nào theo sự phán quyết đã trải qua của Đức Phật. Lại nữa trải qua.

Ba tùy thuận là:

Với một: "Đây là tùy thuận theo lời Phật dạy và đặt tên".

Với hai: "Tùy thuận theo ý của Phật"

Với ba: "Đây là tùy thuận theo Phật nguyện và đặt tên"

Ba thị danh là:

Với một: "Đây là chơn Phật đệ tử và đặt tên".

Bên trên tên nầy kết hợp lại thành ba tên.

(54)

Với Đệ Lục "Căn cứ theo kinh nầy (Quán Kinh) là lòng tin sâu xa" gồm: lục tức, tam ấn, tam vô, lục chánh, nhị liễu.

Lục Tức gồm:

Với một là: "Nếu xưng (gọi) theo ý Phật, tức là ấn khả (như thế như thế)".

Với hai là: "Nếu có khả năng theo Phật ý thì tức là (nói về lục gì? ở đâu và ý nghĩa bất như thị) tập hợp lại".

Với ba là: "Ấn ấy tức là vô ký, vô lợi, đồng với lời nói của vô ích".

Với bốn là: "Ấn khả của Đức Phật tức là đối với chánh giáo của Đức Phật trở thành tùy thuận".

Với năm là: "Nếu lời nói sở hữu của Đức Phật; tức là trở thành chánh giáo".

Với sáu là: "Nếu chỗ nói của Đức Phật; tức là điều nầy sẽ trở thành lời dạy tuyệt đối".

Tam Ấn là:

Với một là: tức khả ấn.

Với hai là: bất ấn

Với ba là: Trở thành Phật ấn khả. (Ba ấn đây có trong câu văn ở phần lục tức ở bên trên).

Tam Vô là:

Với một là: Vô ký

Với hai là: Vô lợi

Với ba là: Trở thành vô ích.

(Tam vô đây có trong câu văn của Lục Tức ở trên).

Lục Chánh là:

Với một là: Chánh giáo

Với hai là: Chánh nghĩa

Với ba là: Chánh hạnh

Với bốn là: Chánh giải

Với năm là: Chánh nghiệp

Với sáu là: Trở thành chánh trí.

Nhị Liễu là:

Với một là: "Nếu chỗ thuyết của Đức Phật; tức là điều nầy trở thành liễu giáo".

Với hai là: "Thuyết của Bồ Tát v.v… thì những việc nầy gọi tên là bất liễu giáo". Nên rõ biết như thế.

(55)

Đệ thất của "Lại nói về tín tâm của thâm tâm". Với sự quyết định của tự lực để kiến lập nên, nhị biệt, tam dị, nhứt vấn đáp.

Nhị biệt là:

Với một là biệt giải

Với hai là biệt hạnh

Tam dị là:

Với một là: Dị học

Với hai là: Dị kiến

Với ba là: Trở thành dị chấp.

(56)

Trong Nhứt vấn đáp ấy có: Tứ biệt và Tứ tín.

Tứ biệt là:

Với một là: Xứ biệt

Với hai là: Thời biệt

Với ba là: Đối cơ biệt

Với bốn là: Trở thành lợi ích biệt.

Tứ tín là:

Với một là: Tín tâm của sự vãng sanh; trở thành sự nghi nan của phàm phu.

Với hai là: Tín tâm của sự thanh tịnh.

Bồ Tát của Địa Tiền, La Hán, trở thành sự nghi nan của Bích Chi Phật v.v...

Với ba là: Trở thành tín tâm của thượng thượng, Sơ địa dĩ thượng thập địa ở trong nầy trở thành sự nghi nan.

Với bốn là: Cứu cánh, trở thành sự khởi tâm của Nhứt Niệm nghi thoái, trở thành sự nghi nan của Báo Phật, hóa Phật.

(57)

Về tín tâm của thượng thượng thì có: Ngũ thật nhị dị.

Ngũ thật là:

Với một là: Trở thành nghĩa của chơn thật quyết liễu.

Với hai là: Thật tri.

Với ba là: Thật giải.

Với bốn là: Thật kiến.

Với năm là: Trở thành thật chứng.

Nhị dị là:

Với một là: Dị kiến.

Với hai là: Trở thành dị giải.

(58)

Đối với hóa độ theo sự nghi nan của Phật theo Kinh Di Đà hướng dẫn khuyên theo niềm tin có: nhị chuyên, tứ đồng, nhị sở hóa, lục ác, nhị đồng và tam sở.

Nhị chuyên là:

Với một là chuyên niệm

Với hai là trở thành chuyên tu, trở thành ngũ chủng.

Tứ đồng là:

Với một là đồng tán

Với hai là đồng khuyến

Với ba là đồng chứng

Với bốn là trở thành đồng thế.

Nhị sở hóa là:

Với một là "Sở hóa của một vị Phật, lại nữa điều nầy trở thành sự hóa thân của tất cả vị Phật".

Với hai là: "Sở hóa của tất cả Phật, lại nữa điều nầy trở thành hóa thân của một vị Phật".

Lục ác là:

Với một là ác thời

Với hai là ác thế giới

Với ba là ác chúng sanh

Với bốn là ác kiến

Với năm là ác phiền não

Với sáu là trở thành ác tà vô tín thạnh thời.

Nhị Đồng là:

Với một là trở thành đồng với mười phương chư Phật.

Với hai là đồng thời ra khỏi những thiệt tướng.

Tam sở là:

Với một là sở thuyết

Với hai là sở tán

Với ba trở thành sở chứng.

(59)

"Một Đức Phật nói, tất cả các vị Phật cùng giống nhau việc

chứng thành. Đây gọi người nầy là thành tựu được niềm tin. Nên rõ.

(60)

Kế đến là thành tựu niềm tin khi thực hành.

Hành nầy có 2 loại:

Với một là hành chánh

Với hai là trở thành tạp hành.

(61)

Với hành chánh thì ngũ chánh hành. Lục nhứt tâm, có lục chuyên tu.

Với ngũ chánh hành thì:

Với một là nhứt tâm chuyên đọc tụng.

Với hai là nhứt tâm chuyên quan sát

Với ba là nhứt tâm chuyên lễ Phật

Với bốn là nhứt tâm chuyên xưng Phật danh

Với năm là nhứt tâm trở thành chuyên tán thán cúng dường.

Lại nữa ở trong chánh ấy lại có hai loại:

Với một là: "Nhứt tâm chuyên niệm danh hiệu Di Đà. Đây gọi là Chánh Định Nghiệp".

Với hai là: Nếu nương vào lễ tụng thì gọi là trợ nghiệp.

Lục nhứt tâm: Lần lượt trở thành sự nhứt tâm.

Lục chuyên tu: Lần lượt trở thành việc chuyên tu.

(62)

Lại nữa theo chánh tạp nhị hành lại có nhị hành:

Với một là: Định hành

Với hai là: Tán hành.

(63)

Lại nữa với tạp hành thì có hai loại:

Với một là niệm Phật

Với hai là trở thành quán Phật.

(64)

Lại nữa với niệm Phật lại có hai loại:

Với một là: A Di Đà Phật.

Với hai là: Trở thành chư Phật niệm Phật Pháp thân, báo thân, ứng thân, hóa thân.

(65)

Lại nữa với niệm Phật Di Đà có hai loại:

Với một là chánh hành chánh tâm niệm Phật.

Với hai là chánh hành trở thành tán tâm niệm Phật.

Việc niệm Phật của Di Đà Định Tán gọi điều nầy là Chơn Môn của Tịnh Độ. Lại nữa trở thành tên gọi của nhứt hướng chuyên tu. Nên rõ biết.

(66)

Lại nữa theo chư Phật niệm Phật lại có 2 loại:

Với một là tạp hạnh định tâm niệm Phật.

Với hai là trở thành tạp hạnh tán tâm niệm Phật.

Việc niệm Phật của chư Phật tán định; điều nầy trở thành chuyên hành của tạp trung. Nên rõ biết.

(67)

Lại nữa với Quán Phật lại có hai loại:

Với một là Quán Phật đúng

Với hai là trở thành quán Phật của tạp.

(68)

Lại nữa theo sự quán Phật đúng cũng có hai loại:

Với một là chơn quán

Với hai là trở thành giả quán.

(69)

Lại nữa theo chơn giả thì có 13 loại quán tưởng. Đó là:

Nhứt tưởng

Thủy tưởng

Địa tưởng

Bảo thọ tưởng

Bảo trì

Bảo lâu

Hoa tọa

Tượng tưởng

Chơn quán

Quán Âm

Thế Chí

Phổ Quán

Tạp quán.

(70)

Lại nữa theo tán hành chánh thì có 4 loại:

Đọc tụng

Lễ bái

Tán thán

Cúng dường.

(71)

Từ bên trên gọi là tạp tu thì có định tán 6 loại cùng hành. Đây gọi tên là trợ nghiệp. Tên ấy trở thành phương tiện giả danh. Lại nữa tên nầy trở thành yếu môn của Tịnh Độ. Nên biết như thế.

(72)

Lại nữa với quán Phật tạp có ghi hai loại. Lại có chơn giả nữa.

Với một là vô tướng ly niệm

Với hai là trở thành lập tướng trụ tâm.

(73)

Lại nữa theo tán hạnh tạp lại có 3 phước:

Với một là: Hiếu dưỡng cha mẹ, phụng sự Thầy Tổ từ tâm không giết hại, trở thành tu 10 điều lành.

Với hai là: Thọ trì Tam Quy, đầy đủ các giới, trở thành chẳng phạm uy nghi.

Với ba là: Phát tâm Bồ Đề, tin sâu nhơn quả, đọc tụng Đại Thừa, trở thành hành giả khuyến tấn.

(74)

Như bên trên trong nầy gọi tên là tạp hành đối với các việc thiện của tất cả định tán. Đối lại với 6 loại chánh thì có 6 loại tạp. Nói năng của tạp hạnh là việc nói tạp của người, trời và giải hành tạp của các vị Bồ Tát v.v… Căn bản điều nầy không có trong nghiệp nhơn của Tịnh Độ. Điều nầy gọi tên là hành của sự phát nguyện. Lại có tên là hành của sự hồi tâm. Ngoài ra cũng còn có tên là tạp hành của Tịnh Độ. Đây gọi là phương tiện giả môn của Tịnh Độ. Trở thành yếu môn của Tịnh Độ. Phàm Thánh Đạo, Tịnh Độ, Chánh tạp, Định tán, tất cả đều trở thành hành của hồi tâm vậy.

(75)

"Với ba ấy là hồi hướng phát nguyện tâm". Gọi là hồi hướng phát nguyện tâm có hai loại:

Với một là "mang theo căn lành của các việc làm tự tha của quá khứ và đời nầy. Tất cả trở thành lời nguyện để sanh về nước kia trong sự hồi hướng của thâm tín tâm chơn thật".

Với hai là: Việc sanh về do sự hồi hướng phát nguyện, chắc chắn quyết định trong chơn thật tâm để hồi hướng, trở thành tưởng của việc được sanh đầy đủ theo lời nguyện.

(76)

Với việc sanh về theo hồi hướng phát nguyện có tín tâm.

Tín tâm đó là:

"Tạo ra được sanh tưởng. Đây là tâm thâm tín, trở thành Kim Cang"

(77)

Về thâm tín nầy thì có:

Nhứt thí dụ; hai dị; nhị biệt, nhứt vấn đáp; nhị hồi hướng.

Nhứt thí dụ là:

Trở thành "tâm thâm tín nầy cũng còn gọi là Kim Cương".

Hai dị là:

Với một là dị kiến (thấy khác)

Với hai là dị học.

Nhị biệt là:

Với một là giải biệt

Với hai là trở thành biệt hành.

(78)

Về nhứt vấn đáp thì:

Thất ác, lục thệ, nhị môn, tứ hữu duyên, nhị sở cầu, nhị sở ái, nhị dục học, nhị tất.

Với thất ác thì:

Với một là thập ác

Với hai là ngũ nghịch

Với ba là tứ trọng

Với bốn là phá giới

Với năm là phá kiến

Với sáu là báng pháp

Với bảy là trở thành xiển đề.

Với lục thệ thì:

Với một là: Sáng phá

Với hai là: Không hay gồm có

Với ba là: Đất hay tải dưỡng

Với bốn là: Nước hay sanh nhuận

Với năm là: Lửa hay thành hoại

Với sáu là: Hai sông; sông nước và sông lửa.

Nhị môn thì:

Với một là: "Theo ra khỏi một cửa. Đó chính là ra khỏi một cửa phiền não".

Với hai là: "Theo vào một cửa, trở thành cửa của giải thoát

trí tuệ".

Tứ hữu duyên thì:

Với một là: "Ngươi mang theo những gì nhưng chẳng phải yếu hành của hữu duyên, trở thành chướng hoặc của chúng ta".

Với hai là: "Nếu ta có chỗ thích; tức là hành ấy có duyên, mà chẳng phải là chỗ cầu của người".

Với ba là: "Chỗ sở ái của người tức là trở thành hành của hữu duyên, lại chẳng phải chỗ sở cầu; cho nên các thứ ấy tùy theo chỗ vui mà tu, chính là hành nầy. Đương nhiên trở thành sự chướng ngại của sự giải thoát".

Với bốn là: "Nếu kẻ muốn học hành, tất phải có đầy đủ duyên của pháp, ít dùng công lao; nhưng lại trở thành nhiều sự lợi ích". (Văn).

Nhị sở cầu, theo như câu văn bên trên Nhị sở ái, theo như câu văn bên trên với nhị dục học thì:

Với một là: "Hành giả nên biết, nếu muốn học về giải thì từ Phàm đến Thánh, cho đến Phật quả tất cả không còn ngại việc học để được như vậy".

Với hai là: "Nếu muốn học về hành thì điều tất yếu là từ pháp hữu duyên" (cho đến).

Nhị tất: Giống như câu văn bên trên.

(79)

Trong việc thâm tín nầy, gọi là nhị hồi hướng.

Một là: "Hay làm việc tưởng, hay làm việc giải; nên gọi là phát nguyện hồi hướng".

Hai là: "Lại nữa hồi hướng gọi là: sanh nơi nước kia rồi, trở lại khởi lên lòng đại bi, trở lại sanh tử để giáo hóa chúng sanh". Lại có tên là hồi hướng vậy.

(80)

Ở trong nhị hà

"Một là nói thí dụ về giữ gìn tín tâm để phòng sự khó khăn của ngoại tà dị kiến"

"Con đường nầy từ Đông ngạn đến phía Tây ngạn, lại dài cả hằng trăm bộ" (Văn)

Nhứt bách bộ là:

Dụ cho con người thọ 100 tuổi vậy.

Quần tặc, ác thú nghĩa là:

Quần tặc gọi là: biệt giải, biệt hành, dị kiến, dị chấp, ác kiến, tà tâm, trở thành tâm của định tán tự lực.

Ác thú nghĩa là: Lục căn, lục thức, lục trần, ngũ ấm, trở thành tứ đại.

Gọi là "thường theo bạn ác".

Ác hữu gọi là ngược lại với thiện hữu, trở thành người tạp độc hư giả.

"Gọi là: Nhơn vô không hối trạch nghĩa là: trở thành ác hữu, chẳng gặp được chơn thiện tri thức".

"Chơn" ấy là ngược lại với giả, đối ngụy.

"Thiện tri thức" tức là đối lại với ác tri thức vậy.

Chơn thiện tri thức

Chánh thiện tri thức

Thật thiện tri thức

Thị thiện tri thức

Thiện thiện tri thức

Thiện tánh nhơn vậy.

Ác tri thức là:

Giả thiện tri thức

Ngụy thiện tri thức

Tà thiện tri thức

Hư thiện tri thức

Phi thiện tri thức

Ác thiện tri thức

Ác tánh nhơn vậy

Nói: "Bạch đạo tứ ngũ thốn" là: Con đường trắng ấy đối lại với con đường màu đen. Đạo ấy là đối lại với lộ. Màu trắng ấy chính là lục độ vạn hạnh, trở thành Định Tán. Con đường nầy lại trở thành con đường nhỏ do tự lực tiểu thiện. Còn màu đen kia lại chính là lục thú, tứ sanh, nhị thập ngũ hữu, trở thành con đường ác màu đen của 12 loại chúng sanh.

"Tứ ngũ thốn" nghĩa là: bốn ấy là nói về tứ đại, để dụ cho độc trùng; ngũ ấy là nói dụ về ngũ ấm, ác thú.

Gọi là: "Năng sanh thanh tịnh, phát vãng sanh tâm", là vô thượng tín tâm, trở thành phát khởi chơn tâm Kim Cang. Đây chính là việc trở thành sự tin vui của Như Lai hồi hướng.

Hoặc giả cũng nói là. "hành một phân, hai phân" trở thành thí dụ cho năm tháng thời tiết.

Gọi là: "Ác kiến nhơn đẳng" gồm: kiêu mạn, giải đãi, tà kiến và trở thành con người của tâm nghi ngờ.

(81)

"Lại nữa: Ở bên trên bờ phía Tây có người la lên; ngươi hãy nhứt tâm chánh niệm đến ngay, ta có thể giúp đỡ cho".

"Bên trên bờ phía Tây đó có người la lên" chính là sự thệ

nguyện của A Di Đà Như Lai vậy.

"Lời của người là hành giả vậy. Đây được gọi tên là Tất Định Bồ Tát. Long Thọ Đại Sĩ nói trong (Dị hành phẩm 16) đó là "Thập Trụ Tỳ Ba Sa Luận" rằng: "tức thời nhập chánh định.

Theo luận (luận chú, thượng ý) của Ngài Đàm Loan Bồ Tát thì gọi là: "nhập chánh định tụ số". Thiện Đạo Hòa Thượng thì nói rằng: "trở thành người hy hữu", người tối thắng, người hảo hảo, người tốt, thượng thượng nhơn, chơn Phật đệ tử" (theo tán thiện nghĩa. Ý 500). Nói là "nhứt tâm" là trở thành tín tâm chân thật". Nói là "chánh niệm" là trở thành bổn nguyện của tuyển trạch nhiếp thủ. Lại nữa trở thành hành của đệ nhất hy hữu, thành tâm Kim Cang bất hoại.

Nói "trực" có nghĩa là đối lại với hồi và đối với vu (xa). Lại nữa "trực" cũng còn nói là trở về với tha lực của Như Lai đại nguyện, xả bỏ phương tiện giả môn kia, trở thành sự mong muốn làm hiển lộ trực tiếp của chư Phật xuất thế.

Nói là "lai" là đối lại với "khứ", trở thành đối lại với "vãng". Lại nữa với nơi Báo Độ thì trở thành sự mong đợi trở lại vậy.

Nói "Ngã" ở đây trở thành tận 10 phương vô ngại quang Như Lai, trở thành Bất Khả Tư Nghì quang.

Nói là "năng" là trở thành đối lại với chẳng kham; trở thành người có tâm nghi.

Nói là "hộ" là trở thành sự hiển lộ chánh ý của A Di Đà Phật quả thành.

Lại nữa là hình thức nhiếp thủ bất xả vậy, lại nữa điều nầy sẽ trở thành việc hiện sanh hộ niệm vậy.

Nói là "niệm đạo" tức là niệm về tha lực bạch đạo vậy. "Khánh Lạc" nghĩa của chữ "khánh" là ấn khả được lời nói vậy. Còn "lạc" nghĩa là lời nói duyệt hỷ (nói vui vẻ), trở thành hoan hỷ dũng được.

(82)

Ngưỡng mong Đức Thích Ca phát ra di chỉ hướng về Tây Phương, thuận lợi. "Lại nữa theo tâm bi của Di Đà triệu hoán"; gọi đó là người có niềm tin vậy. "Bây giờ ý của Nhị Tôn đều tin thuận, không quay đầu lại với hai sông nước, lửa. Niệm niệm không khác để lên con đường của nguyện lực kia vậy.

(83)

Theo tâm chí thành thì: Nan dị đối, bỉ thử đối, khứ lai đối, độc dược đối, nội ngoại đối, nan dị đối.

Với **nan dị đối** thì:

Nan ấy trở thành tâm của ba nghiệp tu thiện chẳng chơn thật.

Dị đó là trở thành tâm của Như Lai nguyện lực hồi hướng.

Bỉ thử đối là:

Kia đó chính là Tịnh Bang.

Nầy đó là nước dơ uế vậy.

Khứ lai đối là:

Khứ là trở thành Phật Thích Ca.

Lai là trở thành Phật Di Đà.

Độc dược đối là:

Độc trở thành thiện ác tạp tâm.

Dược đó trở thành thuần nhứt chuyên tâm

Nội ngoại đối là:

Nội là ngoại đạo; ngoại là Phật giáo

Nội là Thánh Đạo; ngoại là Tịnh Độ

Nội là nghi tình; ngoại là tín tâm

Nội là ác tánh; ngoại là thiện tánh

Nội là tà; ngoại là chánh

Nội là hư; ngoại là thật

Nội là phi; ngoại là thị

Nội là ngụy; ngoại là chơn

Nội là tạp; ngoại là chuyên

Nội là ngu; ngoại là hiền

Nội là giả; ngoại là chơn

Nội là thoái; ngoại là tiến

Nội là sơ; ngoại là thân

Nội là viễn; ngoại là cận

Nội là vu; ngoại là trực (xa, thẳng)

Nội là vi; ngoại là tùng

Nội là nghịch; ngoại là thuận

Nội là khinh; ngoại là trọng

Nội là thiển; ngoại là thâm

Nội là khổ; ngoại là lạc

Nội là độc; ngoại là dược

Nội là khiếp nhược; ngoại là cường cang.

Nội là giải đãi; ngoại là dũng mãnh

Nội là gián đoạn; ngoại là vô gián

Nội là tự lực; ngoại là tha lực

(84)

Đối với tâm thì có 2 loại và 3 tâm:

Với một là tự lợi tam tâm

Với hai là tha lợi tam tín

(85)

Lại có 2 loại của vãng sanh:

Với một là tức (liền) vãng sanh

Với hai là tiện (sẽ) vãng sanh

(86)

Theo sự hướng dẫn của Quán Kinh thì có 3 tâm vãng sanh. Đây tức là các cơ tự lực các biệt của 3 tâm vậy. Vì quy về Đại Kinh 3 niềm tin. Khuyến dụ các cơ, muốn khiến thông vào 3 niềm tin vậy. Ba tín đó là: Kim Cang chơn tâm, trở thành bất khả tư nghì tín tâm hải. Lại nữa liền được vãng sanh. Đây chính là nan tư nghì vãng sanh, trở thành chơn báo độ vậy. Sẽ được vãng sanh nghĩa là các cơ các biệt nghiệp nhơn quả trở thành cõi, thai cung, biên địa, giải mạn giới, trở thành Song Thụ lâm hạ vãng sanh. Lại nữa trở thành nan tư vãng sanh vậy. Hãy nên rõ biết.

Bổn thơ
Kiến Trường năm thứ 7 (1255) Ất Mão ngày 27 tháng 8 viết điều nầy.
Ngu Ngốc Thân Loan lúc 83 tuổi.

Dịch xong phần trên cả Nhật ngữ và có tra cứu thêm phần Hán văn vào ngày 30.7.2024 tại Phương Trượng Đường Tổ Đình Viên Giác Hannover, Đức Quốc

THÂN LOAN THÁNH NHƠN
HUYẾT MẠCH VĂN TẬP

A.-

1) Cố gắng hỗ tương với những người niệm Phật. Đây chính là trọng tâm của Tịnh Độ Chơn Tông, đối với tha lực về căn cơ của sự vãng sanh, tự lực. Với việc nầy thì các luận gia của Thiên Trúc đã trở thành là những vị Tổ Sư của Tịnh Độ.

Đầu tiên là đề cập đến vấn đề tự lực. Hành giả có nhiều duyên khác nhau, ngoài xưng niệm Phật hiệu, ngoài sự tu hành với thiện căn. Với thân của chúng ta, có không biết bao nhiêu là điều cay đắng của tâm thức xuất hiện qua thân, khẩu, ý; nếu không cảm tạ đến việc vãng sanh về Tịnh Độ qua tự lực, thì tha lực ấy chính là sự gần gũi trong năng lực của Đức Di Đà Như Lai. Qua việc tuyển trạch nhiếp thủ thì lời nguyện thứ 18 chính là tha lực tin vui với bổn nguyện của việc niệm Phật vãng sanh. Nếu không có năng lực của Như Lai thì với tha lực ấy không có nghĩa qua ý nghĩa. Đối với Thánh Nhơn thì việc nầy gọi là ý nghĩa, chỉ là việc đo lường tính toán. Nếu sự tính toán của hành giả về tự lực thì gọi là ý nghĩa của II-0872. Còn tha lực thì với Bổn Nguyện tin vui sẽ được quyết định vãng sanh. Lại với nghĩa mà gọi là không ý nghĩa. Như thế thì với thân thể của chúng ta tự mình không cầu nguyện đến Như Lai. Với phàm phu phiền não đầy dẫy, xấu ác đó, nếu chúng ta dâng cả tấm lòng quyết định vãng sanh thì sự so tính của tự lực ấy sẽ trở thành việc sanh về Chơn Thật báo độ. Nhiều hành giả tin vào tự lực sẽ vãng sanh về giải mạn biên địa hay sẽ vãng sanh về Tịnh Độ của thai sanh nghi thành, để đón nhận việc đó. Qua lời nguyện thứ

18 là bổn nguyện thành tựu đối với Đức A Di Đà Như Lai, trở thành một hình thức của sự lợi ích bất khả tư nghì. Ngài Bồ Tát Thiên (Thế) Thân gọi đây là hiện thân của tận 10 phương Vô Ngại Quang Như Lai. Hơn thế nữa với con người như chúng ta, với tâm thức đầy phiền não, nhưng nếu được vãng sanh thì chắc chắn sẽ được điều đó, như Ngài Hòa Thượng của Huệ Tâm Viện trong "Vãng Sanh Yếu Tập" (quyển hạ, ý) cho rằng: "Niệm Phật Bổn Nguyện chính là niềm tin vui được thể hiện". Nếu khi đi, đứng, ngồi, nằm đều không gián đoạn thì các duyên, các xứ sẽ không bỏ sót lúc nào. Ngoài ra ở (Yếu Tập - quyển hạ, ý) cũng cho biết: "Đối với người mang theo chơn thật tín tâm thì ánh sáng sẽ nhiếp thủ để làm tỏ rõ", chắc thật điều đó. Tuy nhiên nếu được vãng sanh về An Dưỡng Tịnh Độ với đầy đủ phiền não vô minh kia thì chắc chắn cũng sẽ đến được Vô Thượng Phật quả, đến trước Đức Thích Ca Như Lai. Như thế theo (Tán Thiện – nghĩa ý) thì "phần 5 II–0873 là chúng ta ở trong cõi ác trược, việc tin thọ Đức Thích Ca là một vị Phật, phải cảm tạ điều đó; rồi hằng hà chư Phật trong 10 phương trở thành chứng nhân vậy".

Ngài Hòa Thượng Thiện Đạo cũng đã giải thích rằng: "Thích Ca, Di Đà, 10 phương chư Phật, tất cả các Ngài đối với chúng sanh qua việc niệm Phật Bổn Nguyện, nhờ vào hình thức nầy mà được đưa về" (theo tán thiện – nghĩa ý). Tuy nhiên với người có niềm tin nầy đối với Đức Thích Ca Như Lai thì: "Chúng ta trở thành sự nương tựa vào nhau" (Đại Kinh - quyển hạ, ý) và hoan hỷ về điều nầy. Người có niềm tin nầy gọi đó là Phật đệ tử chơn chính. Người nầy sẽ là người Chánh Niệm trụ vậy. Người nầy được nhiếp thủ, là người được gia hộ trở thành Kim Cang tâm. Người nầy cũng là thượng thượng nhơn, hảo nhơn, diệu hảo nhơn, tối thắng nhơn, hy hữu nhơn vậy. Người nầy chắc chắn sẽ được ở vào ngôi Chánh Định Tụ. Ngoài ra sẽ trở thành người ở bên cạnh Đức Phật Di Lặc. Điều nầy chính là nhờ vào chơn thật tín tâm gia bị. Chắc chắn sẽ được vãng sanh về chơn thật báo độ. Với niềm tin nầy Đức Thích Ca, Đức Di Đà, 10 phương chư Phật kết nối từ các phương tiện vậy. Hiển nhiên với chư Phật không có sự phân biệt, ngoài những người làm lành với thiện căn, nếu không có. Với người niệm Phật nầy đối với người không sân hận cũng như không khởi lên sự giận dữ, không sáng sủa, tâm không mang theo sự buồn thảm, với Thánh Nhơn tất cả đều hoan hỷ. Anakashiko - Anakashiko. Với ân Phật sâu dày như thế, nếu sanh về ở nơi giải đãi biên địa hay vãng sanh về nghi thành thai cung thì cũng sẽ gần được Đức Di Đà theo lời nguyện thứ 19 và thứ 20 mà ta được rõ. Thật là niềm hoan hỷ bất khả tư nghì được lan tỏa. Ân Phật sâu xa đó, nếu ta không có cơ duyên, không được gia bị thì khó có thể vãng sanh về Báo Độ chơn thật với sự giác ngộ ở Đại Niết Bàn với ánh quang minh chiếu rọi. Có nghĩa là điều ấy do Phật ân đã an bài. Điều nầy đối với Tánh Tín Phòng đã được Ngài Thân Loan làm sáng tỏ đã được đón nhận. Nổi tiếng! Nổi tiếng!

Kiến Trường năm thứ 7 (1255) Ất Mão ngày Mùng 3 tháng 10.
Thích Thân Loan viết điều nầy lúc 83 tuổi.
Với mọi người hãy mau mau niệm Phật,
hãy tin tưởng vào Bổn Nguyện niệm Phật vậy.

B.-

(1)

Đối với những vị muốn hiểu rõ hơn lại đến Từ Tín của những vị nói pháp, kể cả những người từ Thường Lục, Hạ Giả v.v... muốn rõ biết hơn về việc niệm Phật, nên những người nầy đã tìm cách vượt đến đây, để mong được đón nhận ánh sáng. Theo sự vãng sanh II-0875 thì nhứt định những người nầy cũng giống như những vị của Từ Tín, mọi người đều trông mong được hiểu rõ ràng về việc nầy. Hơn thế nữa đối với tín tâm của sự vãng sanh, nếu là nhứt niệm (một lòng nhớ nghĩ) thì nhứt định sẽ được vãng sanh. Theo niềm tin của những vị nầy mà Hòa Thượng của chùa Quang Minh (Hòa Thượng Thiện Đạo) đã chỉ cho thấy thì hầu như những niềm tin nầy trong đó được biểu hiện, đặc biệt là Đức Phật Di Đà và Đức Phật Thích Ca; ngoài những con đường mà Đức Thích Ca đã chỉ dẫn, trở thành ánh sáng chiếu tỏa qua Bốn Nguyện của Di Đà. Nếu không là nhứt niệm thì không thể được. Với những người nầy có lòng tin như lòng từ bi ấy đã chỉ dẫn, những người niệm Phật của Thường Lục, Hạ Giả đã đón nhận những tâm niệm nầy. Mọi người đều mong muốn được thể hiện, đặc biệt được đón nhận. Đầu tiên là tin vào lòng từ bi, nếu ở những người nầy không thể hiện qua văn pháp của họ, không kể đến những danh mục, không nói đến phạm vi, nếu lòng tin từ bi đó không thể hiện đến họ thì lại từ đó mang theo từ tín (lòng từ bi tin tưởng) nhứt nhơn, mà người đó được chiếu tỏ Pháp văn (nghe pháp) không được thì việc nầy đối với từ tín vừa cảm thấy điều nầy mang lại rõ ràng và với người nầy cũng không hề biết đến. Với Tam Bảo là cội gốc, chư Thiên thiện thần của ba cõi, long thần bát bộ của 4 biển sẽ phạt những Thần Kỳ Minh Đạo của Diệm Ma Vương giới. Ngài Thân Loan với thân nầy nhiều việc phủ đẩy. Từ bây giờ trở đi về sau khi nghe đến từ tín chẳng khác nào như đứa con nghĩ về lễ nghi. Đối với việc của thế gian là chuyện của bất khả tư nghì, không có giới hạn của sự cảm nhận. Nếu sự cảm nhận ấy nhân rộng ra thì không thể hiện việc xuất thế, dẫu cho có nghe đến việc của thế gian thì sự cảm nhận ấy bị khủng hoảng, không phải là không có. Ở trong đó cũng đối với những vị của Pháp văn (nghe pháp) nầy, nếu có tấm lòng nương tựa để cảm nhận thì với thân của Ngài Thân Loan chẳng nghe thấy, không rõ biết, sự trở lại ấy sẽ dần giảm xuống, nổi trôi. Theo lời nguyện của Đức Di Đà thì mọi người lắng nghe, Ngài Thân Loan cũng thuận theo điều đó. Với tấm lòng trôi nổi lại đến đây. Với điều nầy theo "Duy Tín Sao" (câu văn của tự lực tha lực).

(Người đời sau nghe câu chuyện truyền thuyết) hay (Nhứt niệm đa niệm chứng văn) hoặc (Duy Tín Sao văn ý). Nếu những điều nầy đã được xem qua căn cứ vào pháp văn với từ tín thì với những người niệm Phật đó là sự biểu hiện, thể hiện niềm tin với Bổn Nguyện của Đức Di Đà; không phải chỉ là sự cảm nhận, mà những vị nầy cũng từ việc nầy cũng quan tâm đến. Lại nữa theo "sự nghe biết của Chơn Tông" thì đặc biệt với Tánh Tín Phòng đã được rõ là dẫu cho có một chút, thì điều nầy cảm thấy như họ không có nương tựa vào nhau, để vui vẻ. Theo "sự nghe biết về Chơn Tông" thì với một tờ nầy cũng chẳng đủ. Lại nữa nơi Ai Mẫn Phòng và những người khác, bây giờ kể cả tất cả họ cũng chẳng hề có một lần nào được thể hiện qua. Không phải từ chính quốc gia nầy; Thân Loan đã trải qua và ảnh hưởng đến để trở thành sự lo lắng. Với (Duy Tín Sao) viết cho quý vị, nếu mọi người hiểu thì có thể đốt lên lửa và hãy trở về lại với chính tâm thức của mình. Sự cảm nhận nầy với người người hãy chia sẻ cho nhau. Anakashiko – Anakashiko.

Thân Loan ngày 29 tháng 5.

Việc trả lời của Tánh Tín Phòng

Lại một lần nữa, một lần nữa với những người có tín tâm của việc niệm Phật sẽ nhứt định được mang đến. Tất cả mọi người hãy nên đón nhận. Đây chính là từ lời nguyện thứ 18 thuộc về Bổn Nguyện đã được thể hiện đối với mọi người, vượt qua tất cả để đón nhận. Nhẹ nhàng! Nhẹ nhàng. Viết về cảm giác nầy để rõ biết. Mọi người hãy siêng năng thể hiện vậy.

C.-

Theo lời nguyện của việc xưng danh chư Phật. Lời nguyện có tính cách than thở với chư Phật của 10 phương chúng sanh khi xướng lên. Lại nữa nghi tâm của 10 phương chúng sanh là chất liệu khi nghe lời xướng. Theo kinh Di Đà thì 10 phương chư Phật sẽ chứng kiến nghe đến tiếng cầu nguyện của họ. Ở đây ghi chú rõ ràng là liên hệ đến niềm tin qua sự thệ nguyện của phương tiện. Việc lời nguyện của sự niệm Phật vãng sanh. Chánh nghiệp của vãng tướng hồi hướng của Như Lai, phải thấy đây sẽ trở thành chánh nhơn vậy. Với những người hoàn toàn có niềm tin thì sẽ được bình đẳng với Đức Di Lặc Đẳng Chánh Giác. Bình đẳng với các Đức Như Lai, được các Đức Như Lai ca ngợi, tán thán. Lại nữa đối với những người tin vào Bổn Nguyện của Đức Di Đà thì việc không mang ý nghĩa nằm trong việc có ý nghĩa, Đại Sư Thánh Nhơn đã tán dương về việc nầy. Nhưng cũng có vị giới hạn sự sai biệt về ý nghĩa đó, do chẳng thể hiện về tha lực, do tự lực trở thành sự khác biệt nhau. Lại nữa lúc cảm nhận từ tha lực thì lúc đó có sự khác biệt với Phật trí bất tư nghì. Việc nghe được sự chứng ngộ Vô Thượng Giác của những người phàm phu dẫy đầy phiền não, đó là việc trở thành sự đo lường giữa Phật và Phật. Ngoài ra đối với những hành giả việc so sánh đó không có. Tuy nhiên có sự khác biệt giữa không có ý nghĩa và ý nghĩa. Việc cảm nhận về ý nghĩa trở thành sự đo lường về tự lực của con người. Đối với tha lực tuy vậy trở thành ý nghĩa với không có ý nghĩa. Những người nầy được tán dương; việc nầy như là sự đánh bóng không ý thức, việc nầy tất cả có liên hệ sự biểu hiện qua II-0879. Lại nữa con số ấy đều là vì làm lợi ích cho chúng sanh; nên dừng lại vậy, trở thành phương tiện. Mở ra con đường giác ngộ, trở về dừng lại. Đồng thời hỗ tương nhau cho việc đến cũng như trở lại, có thể nhận thấy được điều đó. Dẫu cho việc gì đi chăng nữa, dẫu cho việc gì đi chăng nữa thì lại một lần nữa, lại một lần nữa nhận biết được điều đó.

Thân Loan ngày 25 tháng 2.

    Việc trả lời của Khánh Tây Ngự Phòng

    D.-

(1)

Từ Vũ Tạng có những người vừa mới vào đạo là người được tiếp cận với Chánh Niệm Phòng, được mong đợi được đạt đến Vương Phiên, thể hiện qua sự thấy biết. Họ đã tiến tới rồi trở lui. Lại tiếp tục tiến tới nữa. Không đo lường tín tâm của họ được; người người được đánh bóng. Với sự cận kề Như Lai ở bên trên, trở thành bậc Thích Tôn, sẽ được 10 phương hằng sa chư Phật chứng minh thành tựu. Dẫu cho niềm tin nghĩ rằng có thể phân biệt đo lường đi nữa thì chính họ cũng được thể hiện sự đo lường qua II -, dẫu cho việc nầy có chạy khỏi. Hãy luôn luôn tiến đến. Anakashiko – Anakashiko.

Thân Loan ngày Mùng 7 tháng 9.

Tánh Tín Ngự Phòng

Liên quan về việc trong lúc niệm Phật, so sánh với những người nghe nói bị sa thải, tâm họ trở nên dễ dãi hơn, với những người nầy như là những câu chuyện dân gian, họ vui thích với việc nầy. Cuối cùng rồi việc gì cũng xong. Phủ lên cả sinh mạng, lại nữa, lại nữa bị hoa mắt.

E.- (Phần nầy được viết hoàn toàn bằng chữ Hán, thỉnh thoảng có vài câu tiếng Nhật)

(1)

Pháp Nhiên Thượng Nhơn khi bị lưu đày ở Tá Quốc có một vị trấn giữ tại đó tên là Đằng Tĩnh Nguyên Ngạn.

Thiện Tín thì bị lưu đày tại Việt Hậu quốc. Người trông coi phủ tên là Đằng Tĩnh Thiện Tín.

Hồ sơ ngồi tù lúc chờ tuyên xưng.

Thiện Tín là người với tên đời là Đằng Tĩnh; tục danh là Thiện Tín.

Thiện Huệ (tên được nhận từ Hòa Thượng Từ Trấn) là Tăng

Chánh Ngự Phòng của Chùa Vô Động, nơi mà ông được đặt tên.

Hạnh Tây với tên đời là Vật Bộ Thường Giác Phòng

Ngu Ngốc là lúc khi ngồi chỗ tù tội, trông đợi được miễn tội thì đổi thành Đẳng Tĩnh, lấy hiệu là Ngu Ngốc. Khi Trung Nạp nói với Phạm Quang Khanh về việc sắc miễn, qua việc tấu nghe, đầu tiên là Phạm Quang Khanh cùng các Khanh tất cả đều dùng chữ Ngu Ngốc khi tấu trình để cảm tạ. Khi đó kể cả Thánh Nhơn cùng với đệ tử 8 người đều được tha và tất cả đều được trở về lại Kinh Đô; mọi người nên biết.

"Giáo Hạnh Chứng" cuối phần thứ 6 (phần hóa thân - thổ quyển) nói rằng: "Ngu Ngốc Thích Loan (Thân Loan) năm Kiến Nhân, lịch (âm) Tân Dậu, khí tạp hành hề quy Bổn Nguyện, Nguyên Cửu Ất Sửu tuế. Nhờ ân tha thứ nên viết thơ "Tuyển Trạch" Bổn Nguyện Niệm Phật Tập, trong có viết chữ phân tách về nghiệp niệm Phật làm gốc văng sanh Nam Mô A Di Đà Phật, cùng với chữ của Thích Xước Không, lấy chơn bút của Không, khiến viết thơ nầy. Cùng với chơn ảnh để sẵn thưa trình, cùng với bản đồ vẽ tay. Cùng năm thứ 2 nhuận vào ngày Mùng 9 hạ tuần tháng 7, khắc lên trên ảnh, dùng bút tốt khiến viết câu Nam Mô A Di Đà Phật cùng câu nếu ta thành Phật, 10 phương chúng sanh xưng danh hiệu ta, cho đến 10 tiếng, nếu chẳng sanh được, chẳng giữ ngôi Chánh Giác. Phật kia hiện tại nay đang thành Phật; nên rõ bổn thệ nặng sâu lời nguyện chẳng hư dối, chúng sanh xưng niệm liền được văng sanh; ấy là nguyên văn. Lại nương vào giấc mộng cho biết rằng: "Cải đổi thành chữ Xước Không, cùng ngày dùng bút để viết sách nầy xong. Bổn Sư Thánh Nhơn, năm nầy nhuận tháng 7 ngày Mùng 3 ngự tuế vậy".

Bên trên dùng lời văn tánh, tín, chỗ mau tìm đến thưa thỉnh chỗ sẵn kia là Bổn Tôn vậy. Bổn Tôn kia cùng sự giải thích về tuyển trạch tập chơn ảnh của bài văn v.v... Chính từ Nguyên

Không Thánh Nhơn phụng hộ Thân Loan Thánh Nhơn; từ Thân Loan Thánh Nhơn sở hộ giúp cho tánh tín vậy. Đó là bia của Bổn Tôn kia.

Nam Mô A Di Đà Phật
Kiến Lịch năm thứ 2 (1212) Nhâm Thân ngày 25 chánh nguyệt.
Hắc Cốc Pháp Nhiên Thánh Nhơn ngự nhập diệt, xuân thu đúng 80 năm.

Hiển Tâm Ngự Phán

F.-

Kim Cang tín tâm sự

Ngu Ngốc Thân Loan. Tín tâm mang đến cho con người, chắc chắn sẽ đạt đến Chánh Định Tụ và ở nơi đó để trở thành Đẳng Chánh Giác. Bây giờ với Đại Vô Lượng Thọ Kinh thì gọi là Chánh Định Tụ với việc quyết định về sự lợi ích của sự nhiếp thủ bất xả. Ở nơi Vô Lượng Thọ Kinh Như Lai hội thì cho rằng đạt đến Đẳng Chánh Giác. Tuy rằng danh từ cách gọi có thay đổi như Chánh Định Tụ hay Đẳng Chánh Giác nhưng sẽ trở thành giống như sự bổ xứ của Đức Di Lặc. Giống như Đức Di Lặc, có nghĩa là sẽ đạt đến Vô Thượng Giác, tương đương giống như Ngài Di Lặc. Đồng thời ở Đại Kinh quyển hạ gọi đây là: "Thứ như Di Lặc" (sắp như Di Lặc). Di Lặc là Phật sẽ thành, Phật Di Lặc đối với các Tông Phái là vị Phật sẽ thành. Nếu vậy thì, nếu giống như Di Lặc có nghĩa là sẽ trở thành người của Chánh Định Tụ đối với Như Lai. Với người có niềm tin nơi Tịnh Độ Chơn Thật thì tất cả ý nghĩa ấy có nghĩa là không xa lạ với việc bất tịnh tạo ác, với tâm ấy người kia trở thành Như Lai thì Như Lai ấy trở thành sự mê hoặc. Với Di Lặc được quyết định với tâm kia ở Vô Thượng giác sẽ được rọi chiếu, trở thành ánh quang minh của Tam Hội. Với người của Tịnh Độ Chơn

Tông cũng với tâm thức nầy chiếu được. Hòa Thượng của chùa Quang Minh (Thiện Đạo) ở trong Ban Chu Tán phần Ý có giải thích rằng: "Người có tín tâm, với tâm ấy thường ở nơi cõi Tịnh Độ". Ở đó có nghĩa là nơi cõi Tịnh Độ người có tín tâm thường có tấm lòng được trở thành tâm thức kia. Đây được gọi là trở thành giống như Di Lặc. Đây chính là Đẳng Chánh Giác giống như Đức Di Lặc. Người có tín tâm đó sẽ trở thành tấm lòng của người được mang đến với Đức Như Lai.

Dịch xong phần trên vào ngày 31.7.2024 tại Phương Trượng Đường

Tổ Đình Viên Giác Hannover Đức Quốc nhân mùa An Cư Kiết Hạ

năm Giáp Thìn.

BẢN NGUYỆN TỰ THÁNH NHÂN THÂN LOAN TRUYỆN HỘI

Đại Chánh Tân Tu Đại Tạng Kinh. Kinh Văn số 2664. Tập thứ 83, từ trang 750 – 755, gồm 2 quyển (viết bằng chữ Hán và chữ Katakana)

NGỰ TRUYỆN SAO (Thượng)

Chùa Bổn Nguyện tranh vẽ về Thân Loan Thánh Nhơn (phần trên)

Thời kỳ xuất gia học đạo

(1)

Với Thánh Nhơn (Thân Loan) tên đời là Đằng Nguyên (Fujihara), Thiên Nhi Ốc Căn Tôn, thuộc đời thứ 21 dòng dõi Miêu Duệ, Đại Chức Quan, cháu của Liêm Tử nội Đại Thần, cận vệ Đại Tướng Hữu Đại Thần (tặng Tả Đại Thần) từ nhứt vị nội ma công (sau trở thành Nagaoka Đại Thần hoặc cũng còn gọi là Nhàn Viện Đại Thần. Được tặng chánh nhứt vị Thái Chánh Đại Thần, phòng tiền công tôn, trở thành Đại Nạp Ngôn thức bộ khanh, Chơn Mi tức, hậu vận đời thứ 6, giúp Tể Tướng hữu quốc khanh, cháu 5 đời, trở thành con của Hoàng Thái Hậu cang đại tiến hữu phạm.

Trải qua việc phụng sự triều đình qua bao sương tuyết, tuy là người nhận được vinh hoa ở Tạ Sơn cùng với cái nhơn với pháp và được giới thiệu qua cái duyên của việc lợi sanh; nên vào mùa xuân lúc 9 tuổi đã được A Bá từ tam vị Phạm Cương khanh, (lúc đó từ tứ vị thượng tiến nhược hiệp thứ, sau đó trở thành cận thần của Bạch Hà Thượng Hoàng, là dưỡng phụ của

Thượng Nhơn Thân Loan). Tiền Đại Tăng Chánh Hòa Thượng Từ Viên Từ Trấn, Pháp Tánh tự điện ngự tức, Nguyệt Luân điện trưởng huynh), đầy đủ chư huynh đệ nên lúc ấy làm lễ thế phát, Hiệu là Phạm Yến Thiếu Nạp Ngôn Công.

Từ những điều như vậy, thỉnh thoảng Ngài đi tham vấn những huyền phong của Nam Nhạc và Thiên Thai, đạt đến cái lý của Tam Quán Phật Thừa, sâu sắc hơn là dự lưu của Lăng Nghiêm Hoành Xuyên và sâu sắc hơn là ý nghĩa của Tứ Giáo Viên Dung.

Nhập thất ở Kiết Thủy

(2) Giai đoạn 2.

Vào mùa xuân Kiến Nhân năm thứ nhất (1201) Thượng Nhân Thân Loan lúc 29 tuổi để làm thỏa chí người tu, Ngài đã tìm đến Thiền Phòng của Ngài Nguyên Không (Pháp Nhiên) Thánh Nhơn ở Kiết Thủy. Ở đó đối với một cuộc đời, không giúp được người, dễ đi vào con đường mê nhỏ của việc khó thực hành; nên Ngài đã suy nghĩ là nên tìm đến con đường lớn, nhưng dễ thực hành hơn. Với Chơn Tông Thiệu Long của Đại Tổ Thánh Nhơn Nguyên Không thì với Tông nầy là tận cùng của sự uyên nguyên, kiểm soát được lời dạy với lý trí, lặp lại điều nầy, đứng trên lập trường thọ nhận được chỉ thú của tha lực nhiếp sanh, dẫu sao đi nữa thì có thể quyết định cho người phàm phu vào thẳng chơn tâm.

Lục Giác mộng tưởng

(3) Giai đoạn 3

Kiến Nhân năm thứ 3 (1203) Quý Hợi vào đêm giờ Dần ngày Mùng 5 tháng 4, Thượng Nhân Thân Loan thấy giấc mộng báo tin. Đã có ghi lại là nơi lục giác đường Bồ Tát cứu thế thị hiện qua dung nhan đoan nghiêm của hình thức một vị Thánh Tăng, mặc cà-sa bá nạp, đang ngồi trên hoa sen trắng to lớn và bảo cho Thiện Tín (Thân Loan) rằng: "Hành giả túc báo thiết nữ phạn, ngã hành Ngọc Nữ thân bị phạm, nhứt sanh chi gian năng trang nghiêm, lâm chung dẫn đạo sanh Lạc quốc" (Hành giả báo thân đời trước là người nữ phạm (giới), bây giờ thành Ngọc Nữ; nhưng thân bị phạm trong một đời có thể trang nghiêm, khi lâm chung hướng dẫn sanh về nước Cực Lạc). Cứu Thế Bồ Tát nói với Thiện Tín (Thân Loan) rằng: "Đây chính là điều trở thành sự thệ nguyện. Thiện Tín đã tuyên nói điều chỉ thú của lời thệ nguyện ấy cho tất cả quần sanh hay biết" v.v...

Lúc ấy vừa thấy trong giấc mộng như vậy thì quay về hướng phía Đông của Chánh điện thấy đồi núi chập chùng đẹp đẽ. Trên núi cao đó có trăm ngàn ức chúng hữu tình tụ hội rất đông. Lúc bấy giờ thì báo cho biết rằng, theo câu văn nầy thì ở trên núi ấy các chúng hữu tình được nghe thuyết giảng; còn nhớ như vậy và khi tỉnh mộng thì không còn nữa v.v... Thỉnh thoảng muốn phá kỷ lục qua giấc mộng ấy nên đã để ra việc tốt đẹp của Chơn Tông thịnh hành để trở thành sự biểu thị của việc niệm Phật hoằng dương. Trong thời gian ngắn sau đó qua việc ngưỡng vọng của Thánh Nhơn Thân Loan nghĩ rằng: "Phật giáo ngày xưa từ Tây Thiên (Ấn Độ) được truyền qua những kinh luận đến Đông Độ (Nhật Bản). Việc nầy nhờ vào Thượng Cang Thái Tử (Thánh Đức Thái Tử) có đức lớn từ núi cao cho đến biển sâu không giới hạn, triều đình ta có Thiên Hoàng Khiêm Minh ở Ngự Vũ, được truyền đến đó, lại đúng thời cơ đến được với y chánh kinh luận v.v... thuộc Tịnh Độ. Đức Vua (Thánh Đức Thái Tử) đầu tiên thí cho oai đức cao cả đó; nên phàm ngu đều được rộng truyền lời thệ nguyện; nếu không có những cứu thế Bồ Tát và những vị Vua người bản địa hiện ra để thực hiện lời nguyện làm hưng long rũ xuống dòng pháp; nên ở bản địa nầy đáng được tôn dung.

Bây giờ lại một lần nữa Đại Sư Thánh Nhơn Nguyên Không cũng bị xử lưu hình, chúng ta lại phải nghĩ đến việc chờ lưu đày.

Nếu không hướng đến chỗ lưu đày; chúng ta thì sẽ bị thay đổi bởi quần loại của nơi xa xôi bên ngoài kia. Điều nầy là việc ân nghĩa Thầy trò. Lại nữa Đại Sư Thánh Nhơn là hóa thân của Thế Chí, trở thành Thái Tử hay dấu tích của Quan Âm. Trên hết với chúng ta nên thuận theo sự dẫn đường của hai vị Bồ Tát nầy để mở rộng Bổn Nguyện của Như Lai. Làm hưng long Chơn Tông, trở thành nương vào việc niệm Phật. Việc nầy tuy vậy nhưng căn cứ vào sự giáo hối của Thánh giả, mà đối với sự hướng dẫn bây giờ của ngu vị (mùi vị của sự ngu ngốc) không được can thiệp vào, với trọng nguyện của hai vị Đại Sĩ, chỉ chuyên niệm một danh hiệu Phật là đủ. Hành giả bây giờ ủy thác công việc cho các vị Hiệp Sĩ. Đúng ra là nên ngưỡng vọng đến Bổn Phật A Di Đà" v.v... Trên hết trở lại việc của Thánh Nhơn giống như Hoàng Thái Tử (Thành Đức Thái Tử) được tôn sùng; tuy vậy điều nầy với việc hoằng dương Phật pháp phải nghĩ đến ân đức ấy để báo tạ.

Liên vị mộng tưởng

(4) Giai đoạn 4

Kiên Trường năm thứ 8 (1256) Bính Thân vào lúc nửa đêm giờ Dần ngày Mùng 9 tháng 2, Thích Liên Vị được báo qua giấc mộng là Thánh Đức Thái Tử đã tìm đến để lễ Ngài Thân Loan Thánh Nhơn. "Kỉnh lễ Đại Từ A Di Đà Phật, vì diệu giáo lưu thông, lai sanh giả, ngũ trược ác thời, ác thế giới trung quyết định tức đắc vô thượng giác dã" (Kính lễ Đức Phật A Di Đà với lòng từ bi to lớn, vì diệu giáo lưu thông, đã đến với chúng sanh, đời ngũ trược ác, trong thế giới nầy đã quyết định liền được Vô Thượng Giác vậy). Từ đó Tổ Sư Thượng Nhơn (Thân Loan) đã được dẫn dần làm sáng tỏ là hóa thân của A Di Đà Như Lai.

Tuyển trạch phụ thuộc

(5) Giai đoạn thứ 5

Ngày xưa khi Hắc Cốc tiên đức (Nguyên Không) còn tại

thế chẳng bi ai; có lúc đầy đủ ân hứa được thấy qua việc chế tác, cũng có lúc dưới chơn bút viết tên vào đó. Đồng thời cũng viết 6 chữ về "Hiển Tịnh Độ phương tiện hóa thân độ văn loại". "Thân Loan Thượng Nhơn tuyển thuật" rồi Ngu Ngốc Thích Loan. Kiến Nhân năm Tân Dậu (1201), trở về với Bổn Nguyện, bỏ tạp hạnh. Nguyên Cửu năm Ất Sửu được mong ân với quyển "Tuyển Trạch" (Tuyển Trạch tập). Cùng năm trung tuần mùa hạ ngày thứ tư đã viết chữ bên trong của quyển "Tuyển Trạch Bổn Nguyện Niệm Phật tập", đồng thời viết (Nam Mô A Di Đà Phật – Vãng sanh chi nghiệp - niệm Phật làm gốc) cùng với Thích Xước Không (Thân Loan) và Không (Nguyên Không) dùng chơn bút để viết, trong cùng ngày đã họa xong chơn ảnh của Nguyên Không, nộp vào nơi lưu trữ.

Giống như vậy vào năm thứ hai (1202) nhằm tháng 7, hạ tuần ngày thứ 9 dưới chơn ảnh dùng chơn bút viết câu: Nam Mô A Di Đà Phật và câu văn được viết tiếp là: "Nhược ngã thành Phật, thập phương chúng sanh xưng ngã danh hiệu, hạ chí thập thinh, nhược bất sanh giả, bất thủ chánh giác, bỉ Phật kim hiện tại thành Phật, đương tri bổn thệ trọng nguyện bất hư, chúng sanh xưng niệm, tất đắc vãng sanh" (Nếu ta thành Phật, 10 phương chúng sanh xưng danh hiệu ta, cho đến 10 tiếng, nếu không được sanh, chẳng giữ ngôi Chánh Giác, Phật kia nay đang thành Phật; nên rõ bổn thệ, nguyện lớn không dối, chúng sanh xưng niệm, tất được vãng sanh). Lại nương vào việc báo mộng đổi thành chữ Xước Không. Cùng ngày hôm đó dùng bút viết tên xong. Bổn Sư Thánh Nhơn (Nguyên Không) năm nầy 73 tuổi vậy. "Tuyển Trạch Bổn Nguyện niệm Phật tập" nương vào Thiền Định Bát Lục (theo Nguyệt Luân điện Kiêm Thật, Pháp Danh Viên Chiếu) đây là giáo mệnh của tuyển tập. Sự giản yếu của Chơn Tông, áo nghĩa của sự niệm Phật. Đây là sự nhiếp tại vậy. Người xem dễ hiểu thí dụ. Thật là văn đẹp của sự hy hữu tối thắng, trở thành bảo điển vô thượng thậm thâm. Trải qua năm tháng lời giáo huấn kia trở nên nổi tiếng, cả hàng ngàn vạn người gần cũng như xa, thân cũng như sơ đều đến xem việc viết vẽ nầy, thật là khó có. Lúc ấy có việc chế tác cách vẽ, viết nầy cũng như chơn ảnh học đồ. Đây là việc trở thành cái đức của chuyên niệm chánh nghiệp vậy. Điều nầy trở thành vi diệu của việc quyết định vãng sanh vậy, nhưng cũng đã gặp phải những chuyện buồn vui và không thiếu những giọt nước mắt, do cái duyên đến, chú thích tỏ tường v.v...

Tính Hạnh lưỡng tọa

(6) Giai đoạn thứ 6

Đồng thời ở nơi sinh ra Ngài Nguyên Không Thánh Nhơn cũng được truyền bá rộng rãi về tha lực vãng sanh, tuyển chọn những điều hay cho đời, đặc biệt cũng có nhiều người tìm đến, nhưng cũng chấp chặt sâu nặng vào chính quyền của Thanh Cung ra lệnh cấm. Đầu tiên là ở đây còn thiếu chỗ của Huỳnh Kim Thụ Lâm, đúng hơn là nhà của Tam Quỷ, con đường của Cửu Sách, đúng hơn là mang mặt trăng đến của 48 lời nguyện; nhưng phía sau đó thì dịch tặc không thấy ra được; trong khi đó lê dân mọi người đều ngưỡng vọng điều nầy. Không quan ngại về việc quý trọng. Quý tặc, chung quanh cửa quan, ở trước cửa nhà hay nơi chợ búa. Thường tùy theo số lượng của người theo học gần xa; tổng cộng độ chừng 380 người hơn v.v... Có thể nói điều đó là chỗ thọ nhận những người gần gũi để giáo hóa. Thường năm chỉ cho họ sám hối cho cả gia tộc, dần dà trở nên nhiều hơn. Họa hoằn lắm có 5, 6 người không tham dự.

Thiện Tín Thánh Nhơn (Thân Loan) cũng có lúc đề nghị rằng: "Ta đã rõ biết về nan hành đạo và thay đổi thành dị hành đạo, Thánh Đạo Môn quy về Tịnh Độ Môn. Nếu không nương vào sự đề nghị nầy thì ở đó với lương nhơn của việc xuất ly giải thoát sẽ bị tích chứa lại. Niềm an lạc trong sự an lạc, không biết việc gì đối với điều nầy không rõ; nhưng đã nối kết được tốt với những người ở chung, đồng thời phía sau đó cùng quy ngưỡng về sám hối với một vị Sư. Dẫu cho điều nầy có nói là sự mong đợi để trở thành tín tâm của việc được sanh về báo độ chơn thật; thì tự, tha cũng giống như nhau. Trên hết là vì tương lai của những người gần gũi và vì phải nghĩ đến cuộc sống phù sanh nầy. Với những đệ tử chấp chặt khi tập trung lại và phát ngôn ra để xem thử ý hướng và chỗ hy vọng suy nghĩ của họ" v.v...

Đại Sư Thánh Nhơn (Nguyên Không) thỉnh thoảng cũng dạy: "Với những điều lệ ấy mang theo thì ngày mai người người cũng lại đến thì lúc ấy lại ngưỡng vọng". Tuy nhiên đến ngày hôm sau, khi tập trung lại một chỗ thì Thượng Nhơn (Thân Loan) lại nói rằng: "Ngày nay niềm tin chẳng thối chuyển, việc ngồi thực hành chẳng thối, cả hai việc đều vượt qua, kể cả khi ngồi cũng đã thể hiện được việc nầy" v.v...

Vào lúc đó hơn 300 người gồm các nhà tu đều cảm nhận nghe được ý ấy. Khi đó Ngài Pháp Ý Đại Hòa Thượng ở chỗ Thánh Giác cùng với Thích Tín Không Thượng Nhơn Pháp Liên bảo rằng: "Hãy đến ngồi nơi lòng tin chẳng thối chuyển" v.v... Kế tiếp là Sa Di Pháp Lực đến tham gia trễ (mới nhập đạo ngay thật ở Hùng Cốc) thưa rằng: "Ngài Thiện Tín Ngự Phòng chấp bút vì việc gì vậy?". Thiện Tín Thượng Nhơn bảo: "Niềm tin bất thối, chỗ ngồi thực hành bất thối; chỉ trở thành như vậy". Pháp Lực Phòng thưa rằng: "Như vậy thì Pháp Lực nầy không giữ được chỗ ngồi về tín bất thối vậy" v.v...

Căn cứ vào điều nầy để viết đăng tải cho cả hằng trăm môn đồ đang ở đây biết. Ngoài ra không phải để nói cho một người. Điều nầy chính là bị dẫn dụ bởi tâm mê của tự lực vậy. Có phải bị hôn mê giữa niềm tin chơn chính của Kim Cang chăng? Giữa những người đang yên lặng thì Thượng Nhơn chấp bút cho viết tên để niêm yết. Những điều như thế thời gian sau thì ngưỡng vọng về Đại Sư Thánh Nhơn và nói: "Nguyên Không cũng ngồi chỗ niềm tin bất thối ấy". Lúc ấy những người học trò (môn diệp) đã có thái độ tôn kính, hoặc giả với ánh mắt hối hận.

Tín tâm tranh luận

(7) Giai đoạn thứ 7

Thượng Nhơn Thân Loan thỉnh thoảng nói rằng: Với Đại Sư Thánh Nhơn (Nguyên Không) Ngài đã để cập đến Chánh Tín Phòng, Thế Quan Phòng, Niệm Phật Phòng và ngoài ra còn nhiều người nữa, không tính kể về sự tranh luận với nhiều phạm vi khác nhau. Hơn thế nữa "lòng tin của Thánh Nhơn và của Thiện Tín (Thân Loan) là lòng tin không có ít nhiều chỗ thắng bại (hơn thua), chỉ là một mà thôi". Mọi người đã nói rằng: "Tín tâm của Thiện Tín Phòng và tín tâm của Thánh Nhơn cùng với tín tâm của chúng ta thật ra không có gì khác biệt, chỉ là việc đương nhiên vậy".

Thiện Tín thưa rằng: "Cùng với những người khác trình bày với những kẻ thâm trí bát lãm thì họ không giống, đúng là không thể hiện sự đối kháng về lòng tin đạt đến sự vãng sanh, mà nhiều người chỉ hiểu về lòng tin tha lực để đón nhận, hầu như không có ta trong đó. Tuy nhiên với tín tâm của Thánh Nhơn về tha lực thỉnh thoảng có sự xua đuổi; còn Thiện Tín (Thân Loan) thì trở thành niềm tin của tha lực. Ngoài ra đối với con người trở thành không có mở rộng ra". Với việc như vậy Đại Sư Thánh Nhơn đúng ra được ngưỡng vọng và thỉnh thoảng nói: "Tính theo niềm tin thì niềm tin của tự lực cũng là niềm tin. Do sự cá biệt của trí tuệ; cho nên niềm tin ấy khác biệt. Còn niềm tin của tha lực là niềm tin thiện ác của phàm phu tất cả đều tin rằng có thể thành Phật, Nguyên Không đối với niềm tin cũng như niềm tin của Thiện Tín Phòng không có gì sai biệt hết, chỉ trở thành một mà thôi. Chúng ta biết rõ rằng không có khác nhau về niềm tin, mà niềm tin của mọi người đều gặp nhau, tất cả chúng ta đều cố gắng để được vãng sanh về Tịnh Độ. Hãy cố gắng vượt qua nhiều hơn nữa để được điều đó" v.v… Ở đây sự ăn nói của mọi người hãy nên khép miệng lại để dập tắt chỗ tối tăm ấy.

Nhập Tây Giám Sát

(8) Giai đoạn thứ 8

Khi các đệ tử vào Tây Phòng, để vẽ chơn ảnh của Thượng Nhơn Thân Loan với sự suy nghĩ đơn giản và ngày qua ngày Thượng Nhơn mở rộng để xem chỗ vẽ, cắt xén và nói rằng: "Với Định Thiên Pháp Kiều (cư trú ở Thất Điều Biên) đã được vẽ". Khi vào Tây Phòng coi xem giám sát thì tùy hỷ. Tuy nhiên với Pháp Kiều được giới thiệu mời đến thì chung quanh phải trái của Định Thiên không có gì cả. Sau đó hướng về tôn nhan và nói rằng: "Tối hôm qua đã cảm nhận được linh mộng kỳ diệu. Ở trong giấc mộng ấy đã có người bái lạy diện tượng của Thánh Tăng, nên bây giờ hướng về dung nhan ấy, chứ không có việc gì cả". Thỉnh thoảng thì tùy hỷ cảm thán về màu sắc được vẽ và chính từ giấc mộng đã nói ra điều nầy. Khi hai vị Tăng bước vào thì một vị Tăng bảo: "Chơn ảnh của hóa Tăng nầy được vẽ theo sự suy nghĩ. Xin vui lòng hạ bút thiên xuống". Định Thiên hỏi rằng: "Hóa Tăng nào sống động vậy?". Vị tăng khác nói: "Đây chính là điều trở thành của Ngự Phòng Bổn Nguyện của chùa Thiện Quang vậy". Ở đây Định Thiên chắp hai tay và quỳ xuống, sự suy nghĩ về giấc mộng, ấy là sanh thân của Đức Di Đà Như Lai, cả chân lông trên thân nầy đều cung kính tôn trọng. Lại nữa "chỉ được vẽ Ngài, không đầy đủ" v.v… Qua sự vấn đáp trao đổi liên quan về giấc mộng. Tuy vậy bây giờ Ngài đến xem tôn dung thì Thánh Tăng trong giấc mộng ấy một ít nào đó không lấp lánh ánh sáng, chẳng tùy hỷ mấy nên nước mắt đã chảy. Tuy nhiên "Xin ủy thác nơi giấc mộng ấy"; nên bây giờ cũng còn tôn kính và tiếp tục vẽ. Giấc mộng ấy xảy ra vào đêm 20 tháng 9 năm Nhơn Tri thứ 3 (1243). Hãy cẩn thận để nói về sự kỳ diệu nầy, Thánh Nhơn Thân Loan có thể nói là người kế tục hiện đến qua hình ảnh của Đức Di Đà Như Lai. Như vậy một lần nữa để hoằng truyền thông đạt những giáo hạnh, đồng thời truyền đạt lại trực tiếp của Đức Di Đà để làm sáng tỏ chỗ vô lậu của ngọn đèn trí tuệ cho cuộc đời trược thế mê mờ nầy được tỏ rạng, giống như Pháp vũ ấy ngọt ngào chẳng khác cam lồ, làm tươi mát chỗ khô héo của phàm cảm được gội nhuần. Ngưỡng vọng về với niềm tin như vậy.

NGỰ TRUYỆN SAO (Hạ)

Chùa Bổn Nguyện, Thánh Nhơn Thân Loan truyện qua tranh vẽ (phần hạ)
Sư Tư Thiên Trích (Thầy trò trách nhau)

(9) Giai đoạn thứ nhất

Căn cứ vào sự thực hành hưng thịnh của Tịnh Độ Tông, Thánh Đạo Môn bị phế thoái. Điều nầy với Sư Không (Nguyên Không = Pháp Nhiên) trở thành tâm điểm, đã đến lúc xảy ra với trình độ tội lỗi, cả thạc tài của Nam Bắc đều nổi lên tức giận. Phần thứ 6 của „Hiển hóa thân độ văn loại" nói rằng: „Nếu nhìn một cách hạn hẹp thì các lời dạy của Thánh Đạo về hạnh chứng đều bị phế bỏ, bây giờ trở thành thạnh hành việc chứng đạo của Tịnh Độ Chơn Tông. Tuy nhiên các chùa của Thích môn với việc dạy dỗ mơ hồ, không rõ biết về cửa ngõ của sự chơn giả, những hàng nho sinh ở Kinh Đô đang biện hộ về sự thực hành mê mờ qua con đường tà chánh. Ở đây là những học đồ của chùa Hưng Phước, mà Thái Thượng Thiên Hoàng (húy Tôn Thành, sau đó hiệu là Điều Vũ Viện) Đức Kim Thượng (húy là Vi Nhân, hiệu là Độ Ngự Môn Viện) Thánh Lịch, Thừa Nguyên (1208) năm Đinh Mão, thượng tuần trung xuân đã tấu đạt. Chính là Thượng Thần Hạ Pháp với bối cảnh lễ nghi sai trái, nên trở thành giận dữ, kết thành sự cáu gắt. Căn cứ theo điều nầy thì so sánh việc Đại Tổ Nguyên Không pháp sư của việc hưng long Chơn Tông với các môn đồ số đông, mà không suy nghĩ đây là trình độ tội lỗi mà quên rằng có thể phạm vào tử tội. Hoặc giả do sự cải đổi về nghi thức của Tăng, tánh danh ban cho xa đến các nơi trở thành dự báo cho một điều. Như vậy chẳng phải Tăng mà cũng chẳng phải tục. Trên hết ở đây dùng tánh là chữ Ngốc. Đệ tử mà so sánh với Sư Không (Nguyên Không = Pháp Nhiên); những người nầy đã trải qua ngồi tù ở Biên Châu 5 năm" v.v... Không Thánh Nhơn với tội danh là Đằng Tĩnh Nguyên Ngạn, chỗ lưu đày ở Tá Quốc (Phần Đa) Loan Thánh Nhơn (Thân Loan) với tội danh là Đằng Tĩnh Thiện Tín, bị đày lên Việt Hậu (bây giờ là Tỉnh Nigata) (Quốc Phủ). Ngoài ra những môn đồ bị tử tội lưu đày, tất cả đều lược bớt. Hoàng Đế (húy Thủ Thành, hiệu là Tá Độ Viện) Thánh đợi, Kiến lịch năm Tân Tỵ (1212) vào ngày thứ 7 trung tuần tháng Tý thì Okayaki (Cương Kỵ) Trung nạp Phạm Quang Khanh mang theo sắc miễn (tha tội). Lúc bấy giờ bên trái của Thánh Nhơn có viết chữ Ngốc để tấu trình; nên Bệ Hạ Duệ Cảm hạ lệnh thị thần (người thân cận gần gũi) được bao mỹ (khen đẹp) nên đã sắc dụ miễn tội. Đây chính là sự ban cho để giáo hóa, một thời gian sau trở lại nơi ở cũ.

Đạo Điền (Wada) hưng pháp

(10) Giai đoạn thứ 2

Thánh Nhơn Thân Loan từ Việt Hậu trở về qua Thường Lục để ẩn cư tại quê hương Trúc Gian quận, làng Đạo Điền, ở nơi u tịch nhưng đạo tục tìm đến, nói là giặc bị đóng cửa; nhưng vì bổn hoài đối với Phật pháp hoằng thông nên đã được thành tựu tại đây. Sự nhớ nghĩ vì sự lợi ích của chúng sanh nên lại được đủ đầy. Lúc nầy Thánh Nhơn được ngưỡng vọng và thỉnh thoảng được đón nhận như trong giấc mộng là: "Cứu Thế Bồ Tát như đã cho biết. Việc nầy đã trở nên phù hợp vậy".

Biện Viên tế độ

(11) Giai đoạn thứ 3

Thánh Nhơn Thân Loan ở Thường Lục mở rộng ý nghĩa việc chuyên tu niệm Phật, sự nghi ngờ hủy báng còn sót lại một ít, lòng tin của nhiều gia tộc tăng trưởng. Trong đó có một người là Tăng (gọi là Sơn Ngọa v.v...) ít nhiều cũng sợ cho Phật pháp bị tiêu diệt, kết cuộc hại tâm. Với Thánh Nhơn, qua đó tìm đến nhờ cậy. Lúc ấy Thánh Nhơn hay qua lại với chỗ núi cao gọi là Bản Phụ Sơn; qua lại nơi đây nhiều lần bất chấp thời tiết, cẩn thận với hướng dẫn khác nhau ở đây, nhiều hiện tượng đặc biệt suy tưởng đến. Sự khát ngưỡng đối với Thánh Nhơn nên đã tìm đến Thiền Thất. Thượng Nhơn bên trái phải chẳng có ai xuất hiện. Khi nhìn tôn nhan thì tiêu hủy sự bị hại. Ngay sau đó sám hối và không ngăn được nước mắt. Cẩn thận một hồi lâu cùng trong ngày đó nói tường thuật lại việc ở Túc Uất, Thánh Nhơn lại chẳng có sắc diện gì lo lắng. Đứng ở trước cung tên cùng với đao trượng, lấy đầu cân, thay đổi áo màu cây thị, quy y theo Phật Giáo; quên đi tất cả chuyện xưa, trở thành việc bất tư nghì vậy. Đồng thời trở thành Minh Pháp Phòng. Điều nầy Thượng Nhơn Thân Loan đã phụ thêm vào.

Hakone (Sương căn) linh cao

(12) Giai đoạn thứ 4

Thánh Nhơn Thân Loan di chuyển về Đông Quan ở tại đường Hoa Thành. Có một ngày vào lúc trời tối nghe tiếng kêu từ nơi hiểm trở của Hakone (Sương căn), theo dấu bước chân của hành khách xa xa thì gặp một người sống tại nhà gần đó. Tuy đêm tối, nhưng vẫn nghe tiếng gọi, cho đến gần sáng, bóng trăng cũng lờ mờ cô quạnh treo đầu núi, lúc đó Thánh Nhơn lội bộ đi ngang qua theo dấu vết thì gặp một người đàn ông có tuổi với trang phục bình thường xuất hiện trong yên lặng. Ở gần nơi miếu ấy có xảy ra chuyện đồng cốt suốt đêm. Ông lão kia bắt đầu cố gắng, nhưng lại có người đến xin ngủ nhờ và giấc mộng bắt đầu hiện ra với sự ngưỡng vọng báo hiệu của quyền năng rằng: "Xin thưa! Người khách mà chúng ta tôn kính (ý nói Thánh Nhơn) đang đi qua con đường nầy, chắc chắn sẽ giúp cho chúng ta thoát khỏi sự lo lắng, mà nơi đó có nhiều người đã tin tưởng hưởng ứng v.v…". Sự thị hiện (của Thánh Nhơn) đã làm bừng tỉnh, họ đã nhận ra Quý Tăng và đã hướng về hình ảnh kia. Đó chỉ là một người bình thường đang đi đến. Thần sắc tỏ rõ, việc cảm ứng là như vậy; nên tất cả đều cung kính, kế đó tôn trọng, khuất phục và thỉnh mời. Mọi người đều bày thức ăn ra, sửa soạn nhiều đồ ngon lạ.

Hùng Giả Linh Cáo

(13) Giai đoạn thứ 5

Thánh nhơn Thân Loan trở về lại cố hương để thăm viếng và nhớ lại những chuyện ngày xưa hằng năm thường hay nằm mộng thấy và biết rằng lúc nhỏ trở lại ghét bỏ những dấu tích ở những nhà lầu tại Trường An, Lạc Dương (Nhật Bản); có lúc phải thay đổi chỗ ở đến Phù Phong, Mã Dực, trải qua ở Ngũ Điêu Tây Động Viện. Đây là một trong những thắng địa, ở lại đó trong một thời gian lâu.

Lúc ấy truyền lại chuyện đấu khẩu với nhau, gặp lại những môn đồ từ xa, cũng cảm được lòng tốt đó, vì từ xa tìm đến đây qua đường sá khó khăn để tham vấn tu tập. Lúc ấy thuộc về làng Đại Bộ, quận Na Hà Tây, địa phận Thường Lục, có một thứ dân tên là Bình Thái Lang có lòng tin đối với Thánh Nhơn, tôn kính với tất cả tấm lòng. Nhưng có lúc qua sự kiện của Bình Thái Lang, nhà giam tại Hùng Giả triệu tập đến và sự việc nầy đang bị truy tìm. Họ quây quần chung quanh Thánh Nhơn ngưỡng vọng và thưa: "Trở thành vạn lần sai biệt với Thánh giáo, bề nào thì cơ hội tương ưng sẽ trở thành lợi ích lớn. Đúng ra thời mạt pháp bây giờ đối với người tu theo Thánh Đạo Môn không thành tựu. Lại nữa (Ngã mạt pháp thời trung ức ức chúng sanh, khởi hành tu đạo vị hữu nhứt nhơn đắc giả) (theo An Lạc tập, quyển thượng) (khi thời mạt pháp của ta, trong ức ức chúng sanh, khởi lên tu đạo, chưa có một người nào đắc đạo cả) (Duy hữu Tịnh Độ nhứt môn, khả thông nhập lộ) (cùng như trên) (chỉ có một môn Tịnh Độ, có thể vào đường đó được) v.v... Tất cả những điều nầy qua kinh đã được giải thích câu văn làm sáng tỏ, trở thành kim ngôn của Như Lai. Do vậy bây giờ chỉ có chơn thuyết về Tịnh Độ, không tính đến các vị Tổ Sư của ba nước đã cùng nhau xiển dương một Tông hưng thạnh. Trên hết không phải chỉ riêng ta Ngu Ngốc nầy mà với ý nghĩa một hướng chuyên niệm gan phổi của sự vãng sanh, trở thành cốt tủy của Tông chúng ta. Lại nữa với ba kinh đã là chỗ yên ổn hiển bày; cả câu văn lẫn ý nghĩa đều đã rõ ràng.

Theo Đại Kinh thì ba kinh đó cùng tiến đến một hướng và việc lưu thông thì điều nầy phụ thuộc vào Ngài Di Lặc. Theo 9 phẩm của Quán Kinh cũng đã nói về ba tâm từ lâu rồi. Điều nầy lại phụ thuộc vào Ngài A Nan. Phần nhứt tâm của Tiểu Kinh đối với chư Phật đã chứng thành việc nầy. Căn cứ vào những điều nầy luận chủ (Thiên Thân) đã phê phán về nhứt tâm và Hòa Thượng Thiện Đạo đã giải thích về nhứt hướng.

Tuy nhiên căn cứ vào câu văn thì sự thành lập ý nghĩa về nhứt hướng chuyên niệm đã rõ. Bây giờ Giáo chủ (A Di Đà Phật) đang trở thành bổn địa của Chứng Thành Điện. Ngoài ra việc đối với chúng sanh căn cứ vào sự chí tâm kết duyên thì sẽ lưu giữ lại dấu tích hào quang đó. Bổn ý lưu lại dấu tích kia là sự kết duyên quần loại để dẫn vào nguyện hải. Được vậy thì lòng tin vào sự thệ nguyện của bổn địa là bối cảnh của việc niệm Phật nhứt hướng. Những người đang làm công vụ hay đang phụng sự lãnh chủ, kể cả những chốn linh địa, như đến nơi xã miếu, nếu tất cả những điều ấy đều do tự tâm phát khởi thì những dấu tích kia sẽ trở thành sự nhớ nghĩ bên trong về sự hư giả của bản thân. Điều cần thiết là mục tiêu với những uy nghi của việc hiển thiện tinh tấn ấy. Chỉ với sự đánh động nơi lời thệ ước của bổn địa. Anakashiko - Anakashiko. Sự lao khổ của Thần uy thì không bao giờ mất, trở nên nổi tiếng, nổi tiếng nơi chốn tối tăm chắc chắn sẽ được tỉnh ngộ" v.v...

Đối với việc nầy là chuyến đi thăm đến Bình Thái Lang ở Hùng Giả; không phải là điều chỉnh lễ nghi cho tác pháp của Đạo, mà đó chỉ là việc thường bị chìm đắm của phàm tình, cũng chẳng tẩy sạch việc bất tịnh. Để ngưỡng vọng đối với Bổn Nguyện trong việc đi, đứng, ngồi, nằm; nên Sư đã tạo ra lần lượt sự hoạn nạn ấy trong đêm của sự tham trước đối với sự vô vi ấy, rồi báo mộng cho người đàn ông kia là một sự kiện để bài trừ cánh cửa của Chứng Thành Điện. Nói với những người ngưỡng vọng kẻ áo mão thế tục rằng: "Sao vậy! Tại sao chúng ta phải kham nhẫn để đến chỗ ô uế bất tịnh ấy". Lúc ấy ngồi đối diện với người thế tục, Thánh Nhơn sao lãng nhìn xem. Với ngôn từ nói: "Ông ta là Thiện Tín (Thân Loan) căn cứ vào sự niệm Phật để giáo huấn" v.v... Ở đây những người thế tục cầm hốt đứng đắn đã đến trước kính lễ, không phải thuật lại gấp đôi như khi đã tỉnh giấc mộng, mà đó là việc kỳ dị được nhớ lại, chưa hề nói lần nào. Hướng xuống dưới với những tu sĩ chung quanh đã chỉ ra rõ ràng việc nầy. Còn Thánh Nhơn thì "trở thành việc như thế" đã được tường thuật nhanh. Đây trở thành một việc bất tư nghì vậy.

Lạc Dương Thiên hóa (Rời về Lạc Dương)

(14) Giai đoạn thứ 6

Thánh Nhơn Thân Loan, Hoằng Trường năm thứ 2 (1262) từ sau hạ tuần giữa mùa đông bắt đầu cảm thấy không hoạt động được nữa. Kể từ đó không còn liên quan đến việc thế sự nữa, chỉ chuyên sâu vào Phật ân. Chỉ còn nghe đến tiếng xưng danh niệm Phật mà thôi. Cứ như thế đến ngày thứ 8 vào giờ Ngọ thì Ngài nằm đầu xoay về hướng bắc, mặt quay về hướng tây, nằm về phía hông bên phải, trong tiếng niệm Phật, hơi thở tắt liệm từ từ. Lúc đó Ngài đúng 90 tuổi. Thiền phòng nằm bên cạnh Trường An Mã Dực, phía Nam Áp Tiểu Lộ; phía Đông của Vạn Lý Tiểu Lộ, trên đường tiếp với đường Hà Đông và phía Tây của Lạc Dương Đông Sơn; bên cạnh phía Nam của Điều Bộ

Giả; được táng tại Chùa Diên Nhân. Di cốt nhặt lại cuối cùng ở nơi núi kia, nằm phía Bắc của Điểu Bộ Giả và sau cùng thì cốt nầy nạp vào Đại Cốc (Otani). Cuối cùng các môn đệ khuyến hóa cả già trẻ nên đón nhận như khi Ngài còn tại thế để tưởng niệm, tuy rằng sau khi tịch diệt ai cũng bi ai, luyến mộ khóc than không ngừng nghỉ.

Miếu đường sáng lập

(15) Giai đoạn thứ 7

Khoảng vào mùa đông năm Văn Vĩnh thứ 9 (1272) cốt táng ở Đông Sơn Tây, dời về phía Bắc của Điểu Bộ Giả và xây phần mộ tại Đại Cốc (Otani), cũng giống như nơi chôn cất ở phía Tây, sau đó thì di cốt được đào lên và đưa về tôn thờ nơi Phật các (Điện thờ Phật), an trí với hình ảnh. Vào đúng thời kỳ đó Tông nghi của Thánh Nhơn do Tổ truyền đã được hưng thịnh. Theo lời di huấn thì càng ngày càng thịnh hành hơn, kéo dài cho đến ngày nay từ ngàn xưa một cách siêu việt. Tất cả các nơi môn đồ trên toàn quốc đều được sung mãn, sau đó còn được truyền bá đến khắp nơi; nếu nói không quá lời là cả ngàn vạn như vậy. Khi nghĩ đến lời dạy kia hậu bối ngày nay phải nên tạ ân. Kẻ xuất gia, người tại gia (trung tố) già trẻ mỗi năm thường đến miếu đường để gặp nhau, không khác nào lúc Thánh Nhơn còn sanh tiền. Điều kỳ lạ là lúc nhàn rỗi không biết bao nhiêu người đến viếng. Tuy vậy ở đây xin lược bớt.

Đây là áo thơ

"Với ý chí họa thành hình ảnh khởi lên nhân duyên như bên trên, vì sự tri ân báo đức của mọi người và để cho không bị hư luận cuồng ngôn, nên đã nhặt nhảnh lại tất cả chấm mực vẽ nên. Hình thức ấy mang đến sự vụng về, thay lời để nói. Kể cả chỗ tối tăm và nơi hiển hách sự đau xót và kể cả sự xấu hổ. Dẫu nói cách nào thì cũng mong những bậc hiền giả sau khi xem, bỏ qua cho. Với việc xằng bậy của ngu án lúc đương thời khi quay nhìn lại, không thể nói thêm lời nào nữa cả.

(Lúc Vĩnh Nhân năm thứ 3 (1295), Ứng Chung trung tuần, ngày thứ 2, lúc quá trưa thì viết chữ thảo đã xong). (Người học: Pháp Nhãn Tịnh Hạ, hiệu Khang Lạc tự - Lịch Ứng năm thứ 2 (1340) Kỷ Mão, ngày 24 tháng 4. Có sách đồng thời cũng vẽ lại như vậy.

Ngày sau của Ngu bút năm trước còn giữ lại một bản, sau vì chiến tranh loạn lạc bị cháy mất và kể cả bây giờ thì chẳng còn rõ biết tông tích gì cả. Không phải suy nghĩ gì nữa, nên cố gắng ghi lại được bản đã bị bỏ trống, để gìn giữ lại việc nầy.

Khang Vĩnh năm thứ 2 (1344) Quý Mùi, chấp bút vào ngày Mùng 2 tháng 11.

Tang Môn : Thích Tông Chiêu

(Họa công: Đại Pháp Sư Tông Vũ – Khang Lạc tự đệ tử).

Dịch xong tất cả các phần trên vào ngày 2 tháng 8 năm 2024 tại Phương Trượng Đường, Tổ Đình Viên Giác, Hannover Đức Quốc

sau 66 ngày trong mùa An Cư Kiết Hạ năm Giáp Thìn.

Sa Môn THÍCH NHƯ ĐIỂN

PHỤ LỤC:
TỊNH ĐỘ TÔNG NHẬT BẢN - CHƯƠNG I

Nguyên tác: Kakehashi Jitsuen
Việt dịch: Thích Như Điển
---oOo---

I. Những Trước Tác Chính Yếu

I.1 Tịnh Độ Thật "Giáo Hạnh Chứng Văn Loại" [2]

Tác phẩm *"Ngự Bổn Điển"* còn gọi là *"Giáo Hành Chứng Văn Loại"* cũng gọi là *"Giáo Hành Tín Chứng"*. Năm Nguyên Nhân nguyên niên[3] Ngài được 52 tuổi bắt đầu biên soạn tác phẩm nầy. Điều chắc chắn tác phẩm được biên soạn ở tại Kanto vì sau khi Ngài trở về, dù tuổi đã 63 nhưng Ngài nhuận văn lại thật gọn gàng lưu loát, có lẽ đến năm Ngài 74, 75 tuổi, tác phẩm nầy hoàn thành một cách tuyệt hảo. Ngay cả, mãi về sau vẫn còn gọt dũa lại những chỗ khác cho tinh tế hơn và kéo dài cho đến năm 80 tuổi. Thế nhưng, ngày nay duy nhất chỉ còn lại có một bản, chính tay Ngài chép thờ tại chùa Đông Bổn Nguyện[4]. Đúng ra, nữa đời còn lại của mình, Thân Loan tư duy thật kỹ về Niềm Tín và Hạnh Nguyện biên soạn tác phẩm nầy. Nói như thế không ngoa chút nào!

Trong đó, giáo nghĩa của Tịnh Độ Chơn Tông trình bày bốn pháp hồi hướng bằng hai loại văn; một loại văn đặc biệt và một

---

[2] Gồm 6 quyển
[3] Năm 1224
[4] Higashi Hongaji

thể loại bình giảng để làm rõ nghĩa thêm. Hơn nữa, trong đó, bốn nguyện và cứu độ cuả Phật A Di Đà được biểu hiện qua giáo lý hồi hướng. Có hai loại hình thức hồi hướng đó là: Vãng Tướng hồi hướng và Hoàn Tướng hồi hướng.

Vãng Tướng nghĩa là để được thoát ra cảnh giới mê muội vãng sanh về Tịnh Độ, tất cả chúng ta phải hành bốn pháp Giáo, Hạnh, Tín, Chứng. Còn Hoàn Tướng nghĩa là một khi khởi tâm đại bi, liễu đạt trí tuệ, giác ngộ viên mãn, dù đang Tịnh Độ, thấy sự khổ não của con người, phát nguyện trở lại cứu độ chúng sanh. Có thể nói rằng đó là kết quả huân tập đầy đủ lòng từ sau khi chứng quả. Vì vậy, dù vãng tướng của chúng ta hay hoàn tướng của Bồ Tát ở cõi Tịnh Độ cũng xuất phát từ nguyện lực của Đức Phật A Di Đà mà thị hiện lên. Việc căn bản nhất là chúng ta phải hồi hướng đến bốn nguyện lực của Như Lai qua hai tướng được chia ra rõ ràng.

Như "Giáo Hạnh Chứng Văn Loại" cho biết, bốn nguyện của Đức Phật A Di Đà là khuyến tấn chúng sanh mau giác ngộ ra khỏi sanh tử mê lầm. Trước tiên, đức Thế Tôn giảng bốn nguyện của Phật A Di Đà đối với chúng sanh trong mười phương ở trong kinh *Đại Thừa Vô Lượng Thọ* về sau *"Giáo Văn Loại"* bình giảng giáo lý ấy rõ hơn và hướng dẫn pháp môn niệm danh hiệu "Nam Mô A Di Đà Phật" và thực hành một cách chân thật về việc nầy. Tiếp theo "Hành Văn Loại" bình giải thêm và lý giải rằng kẻ phàm phu chỉ niệm Phật nơi miệng, nhưng những kẻ ấy dù không thực hành vẫn được Đức Phật A Di Đà tiếp dẫn hóa độ. Điều nầy minh chứng hạnh nguyện cao cả và ý nghĩa của Như Lai.

Không nghi ngờ gì nữa về hạnh nguyện của Như Lai, cho nên có tín thọ chân thật mới có được lợi lạc. "Tín Văn Loại" cũng có dạy rằng tín tâm từ Như Lai mà phát sinh cho nên phải có tâm hồi hướng về bản thể, Phật tâm, Đại Bồ Đề Tâm. Hơn nữa đây cũng chính là nhơn giác ngộ và điều nầy hiển bày giáo lý Tịnh Độ qua: Tín, Tâm, Chứng và Nhơn. Đồng thời ai đặt niềm tin vào bổn nguyện mà niệm Phật mỗi khi ngồi xuống, liền được ánh sáng quang minh của Đức Phật A Di Đà đến tiếp dẫn, liên tục hộ trì, sẽ được thành Phật từ thân thể phàm phu nầy và làm bạn với các bực Thánh. Vị trí ấy gọi là "Chánh Định Tự". Ai đạt được "Chánh Định Tự" sau khi mạng chung trong đời nầy, liền được Đức Phật A Di Đà tiếp dẫn về cảnh giới giác ngộ, được vãng sanh về cõi Tịnh Độ chơn thật (báo độ), rốt ráo thành Phật gọi là vãng tướng chứng quả. Những bậc Thánh hoàn toàn giác ngộ ấy thấy những kẻ phàm phu còn mê mờ như chúng ta liền khởi tâm đại bi để cứu độ gọi là hoàn tướng chứng quả. Điều nầy được ghi rõ trong "Chứng Văn Loại".

Hơn nữa cả hai vãng tướng và hoàn tướng đều phát xuất từ tâm Như Lai chân thật và trở về với thế giới Tịnh Độ ghi rõ trong tác phẩm "Chơn Phật Độ Văn Loại". Giáo lý Phật đà rất chân thật rõ ràng nhưng khi truyền trao qua nhiều thế hệ; không sao tránh khỏi là chỗ dựa của các ngoại đạo tà giáo. Cũng vì ngoại đạo tà giáo ấy cho nên các bậc Tổ Đức mới giảng dạy lý chân thật và dùng những phương tiện có tính cách giáo dục để hóa độ bằng "Thánh Đạo Môn, Yếu Môn và Chơn Môn". Ý nghĩa đó chính là quyển "Hoá Thân Độ Văn Loại".

Tác phẩm "Giáo Hạnh Chứng Văn Loại" gồm có Giáo, Hạnh, Tín, Chứng, Chơn Phật Độ, Phương Tiện Hóa Thân Độ gồm 6 quyển phân tích rất rõ ràng về quan điểm Phật giáo và Ngoại đạo tà giáo để hiển bày Thánh Điển. Phương tiện để hướng dẫn con người bỏ tà về chánh quả là việc làm vô tiền khoáng hậu cho nên sự lập giáo của Tịnh Độ Chơn Tông là xây dựng nền tảng căn bản cho Thánh Điển.

Tác phẩm "Hành Văn Loại" và tác phẩm cuối cùng "Chứng Tín Niệm Phật Kệ" có 60 hàng gồm 120 bài kệ. Nửa phần trước là Thế Tôn tán dương "Kinh Đại Thừa Vô Lượng Thọ" và giáo pháp căn bản thiết yếu. Nửa phần sau là bốn nguyện Đức Phật

A Di Đà được minh chứng qua ba nước có ảnh hưởng truyền thống: Ấn Độ, Trung Quốc, Nhựt Bổn[5] và bảy vị Tổ: Long Thọ, Thế Thân, Đàm Loan, Đạo Xước, Thiện Đạo, Nguyên Tín, Nguyên Không giảng giải và liễu ngộ pháp môn Tịnh Độ.

Tác phẩm "Giáo Hạnh Chứng Văn Loại" tóm lược tất cả giáo lý Tịnh Độ Chơn Tông, những điều cương yếu và những bài thơ tán thán, ca tụng về giáo nghĩa Tịnh Độ thâm sâu.

I.2 Tịnh Độ Văn Loại Tụ Sao (1 quyển)

Tác phẩm "Giáo Hạnh Chứng Văn Loại" gọi là "Quảng Văn Loại" có 6 quyển, còn tác phẩm "Tịnh Độ Văn Loại Tụ Sao" nầy chỉ có một quyển mà thôi, cho nên gọi là "Lược Văn Loại" nhưng lại là tác phẩm quan trọng. Thật ra nội dung cũng giống như tác phẩm "Chơn Phật Độ Văn Loại" và "Hóa Thân Độ Văn Loại" được tóm lược nhiều phần lại. Tuy nhiên những câu văn được dẫn chứng trong đây lại là những câu văn hay và rất quan trọng. Bổn nguyện hồi hướng với hai tướng: vãng tướng và hoàn tướng được trình bày đơn giản nhưng rõ ràng vẫn nội dung là Giáo, Hạnh, Tín, Chứng. Tác phẩm "Chánh Tín Niệm Phật Kệ" giống như với "Niệm Phật Chánh Tín Kệ" đã tường thuật ở trên.

Tác phẩm "Tín Văn Loại" có 31 câu hỏi đáp giống như những đoạn hỏi đáp đã được trình bày.

Tín tâm của bốn nguyện là sự phát nguyện bằng ba trạng thái tâm Chí tâm, Tín nhạo và Dục sanh (tâm chí thành, tâm thích thú và tâm ưa muốn). Nếu không nghi ngờ nơi bổn nguyện, mà tín thọ một lòng để trở về với ba trạng thái tâm tức là nhứt tâm. Đó chính là pháp nghĩa, có những điểm rõ ràng giống nội dung của "Giáo Hạnh Chứng Văn Loại".

Tác phẩm nầy được hình thành trước hoặc sau để bình giải

---

[5] Dịch giả: thiếu Việt Nam và Đại Hàn

về "Giáo Hạnh Chứng Văn Loại". Thật ra, cần có một thời gian khá dài để viết về "Giáo Hạnh Chứng Văn Loại" sau đó thêm bớt, trau chuốt để đi đến chỗ được hoàn hảo. Còn tác phẩm nầy chỉ lược thuật về đại cương mà thôi.

I.3 Ngu Ngốc Sao (2 quyển)

Tác phẩm đầu xác định rõ vị trí của Phật Giáo là Chơn Tông và cũng giải thích việc dạy riêng ấy gọi là "nhị song tứ trọng". Đây là sự phân chia thành bốn loại: Thụ Siêu (giải thoát thẳng đứng); Thụ Xuất (ra khỏi thẳng đứng); Hoành Siêu (siêu thoát hàng ngang) và Hoành Xuất (ra khỏi hàng ngang). Những ai dùng tự lực để tỏ ngộ, hoàn thành mục đích của Thánh Đạo, thành Phật ngay bằng thân nầy giống như mở cánh cửa giác ngộ được gọi là tu pháp môn Thụ Siêu (giải thoát ngay). Còn phải trải qua nhiều kiếp tu hành và sau đó mới trở thành bậc Thánh, gọi là tu pháp môn Thụ Xuất (ra khỏi ngay). Thực tế Thụ Siêu là pháp môn, theo lý luận, có khả năng chóng thành Phật. Nhưng trên thực tế phải trải qua hằng nhiều kiếp tu hành mới được.

Vãng sanh về cõi Tịnh Độ của Đức Phật A Di Đà và mục tiêu thành Phật là pháp môn Tịnh Độ. Nhưng ở trong ấy chỉ có lòng tin về bốn nguyện tha lực để được vãng sanh về báo độ chơn thật. Ngồi đó và trở thành Phật mau chóng gọi là pháp môn Hoành Siêu (siêu thoát ngang). Có con đường thành Phật và có phương tiện hoá độ nhưng không được vãng sanh nếu không có tha lực. Tự lực chính là pháp môn Hoành Xuất (ra khỏi ngang). Trong bốn loại Phật đạo nầy, Tịnh Độ Chơn Tông chính là pháp môn Hoành Siêu. Đây chính là ước nguyện thành Phật đối với những kẻ phàm phu còn nhiều phiền não và cũng là việc tối cao duy nhất của Phật giáo. Đó cũng là một sự luận chứng cho việc giải thoát.

Tác phẩm sau dẫn dụ về *"Quán kinh Sớ"* và *"Tam Tâm Thích"* của Thiện Đạo. Ở đó giải thích một cách rõ ràng rằng người ta có thể khảo sát về Tín tâm và hành nghiệp của Tịnh Độ Chơn Tông một cách tinh tế rõ ràng.

Thật sự, tác phẩm nầy được viết vào năm nào không rõ. Vì khi nghe giảng, các đệ tử không ghi chú rõ ràng ngày tháng.

I.4 Nhập Xuất Nhị Môn Kệ

Trong tác phẩm "Tịnh Độ Luận", Thế Thân giảng về lễ bái, tán thán, phát nguyện, quán sát và hồi hướng. Thân Loan biên soạn về các pháp tự lợi và lợi tha của Ngũ Niệm Môn để được năm công đức: Cận Môn, Đại Hội Chúng Môn, Trạch Môn, Ốc Môn và Viên Lâm Du Hý Địa Môn bằng thơ kệ để tán thán 74 hạnh chủ yếu. Ngũ Niệm Môn là giải rõ con đường Bồ Tát đạo, nguyện sanh về Tịnh Độ tự lợi và lợi tha, thế nhưng với Thân Loan, đây chỉ là "nguyện lực thành tựu về Ngũ Niệm". Khi Bồ Tát Pháp Tạng thành tựu pháp tu niệm danh hiệu *"Nam mô A Di Đà Phật"* chúng ta cũng được tự lợi và lợi tha với các đức hạnh ấy. Ngũ Niệm Môn và Ngũ Công Đức Môn là hai cửa nhập (tự lợi), xuất (lợi tha) gọi là nhị môn. Đức tính ấy được tán thán qua những câu kệ trong *"Nhập Xuất Nhị Môn Kệ"*. Thế nhưng không phải chỉ có vậy mà còn kèm theo giải thích lời dạy của Thế Thân và giải nghĩa của Đàm Loan, Đạo Xước và Thiện Đạo, những người kế thừa về sau tiếp tục giải thích để tán dương công đức nầy. Thật sự không rõ tác phẩm được tường thuật và trước tác vào năm nào nhưng có thể đoán chắc rằng vào năm Thân Loan vào tuổi 83.

I.5 Tam Thiếp Hòa Tán[6]

Hòa tán có nghĩa là hòa ngữ (tiếng nói thuộc về dân tộc Nhật Bản) là những lời thơ ca tán dương công đức Chư Phật. Đặc

---

[6] Chữ thiếp có nghĩa là lấy lụa để viết chữ vào lụa. Vì ngày xưa chưa có giấy

biệt vào giữa thời kỳ Bình An (Heian) đến thời Kiêm Thương (Kamakura) lưu hành 75 loại, gồm 4 câu một khổ. Kim Dạng (Imango) là những khổ thơ dùng để tán dương công đức chư Phật, trong đó Hòa Tán của Thân Loan là một.

Hơn nữa, Hòa Tán của Thân Loan gọi là "Lời Ca Tụng Dịu Dàng". Ngày xưa hầu hết kinh điển đều viết bằng Hán Văn. Chư vị Tổ Sư bình giải thích ra lối văn nhẹ nhàng dễ hiểu. Sự thật, Hòa tán của Thân Loan chắc chắn cũng phải nương vào văn phong của những câu kinh được giải thích ấy.

Hòa Tán của Thân Loan hơn 500 khổ thơ, trong đó có "Tịnh Độ Hòa Tán", "Cao Tăng Hòa Tán", "Chánh Tượng Mạt Hòa Tán" và đặc biệt có "Tam Thiếp Hòa Tán". Trong tu tập hằng ngày, hàng đệ tử của Chơn Tông đều dùng đến những loại nầy. Ngoài ra, còn có gần 200 khổ thơ Hòa Tán khác dùng để ca ngợi về công đức của Thánh Đức Thái Tử. "Tịnh Độ Hòa Tán" rất hay, "Tán A Di Đà Phật Kệ" của Đàm Loan cũng gọi là "Tán A Di Đà Phật Kệ Hòa Tán". Ba bộ kinh Tịnh Độ được soạn thành hòa tán; đó là "Đại Kinh Tán", "Quán Kinh Tán" và "A Di Đà Kinh Tán". Những Kinh Điển tán thán Đức Phật A Di Đà như "Chư Kinh Hòa Tán, Hiện Thế Lợi Ích Hòa Tán", "Thế Chí Hòa Tán" v.v..., đều được tóm gọn lại trong những lời ca tụng ấy. "Cao Tăng Truyện" chính là những pháp nghi của Tịnh Độ Chơn Tông được truyền qua từ Ấn Độ, Trung Quốc, Nhật Bản bởi các vị tổ sư như Long Thọ, Thế Thân, Đàm Loan, Đạo Xước, Thiện Đạo, Nguyên Tín, Nguyên Không với nội dung tán dương công đức chư Tổ. Ngoài ra, phần sau của "Chánh Tín Niệm Phật Kệ" tán dương ca ngợi rộng rãi bằng lối hòa tán nầy.

"Chánh, Tượng", "Mạt Hòa Tán" khi đức Thế Tôn còn tại thế chia Phật Pháp ra làm ba thời kỳ đó là: Chánh pháp, Tượng pháp và Mạt pháp. Thời kỳ nầy là thời kỳ Mạt pháp rất hiếm có người tu được chứng quả. Sống trong thời kỳ nầy, chúng ta là những kẻ phàm phu chỉ được cứu độ qua bốn nguyện của Đức

Phật A Di Đà mà thôi. Bốn nguyện cứu độ ấy là niềm vui được thân nầy. Vì cảm niệm ân đức cao dày và lòng từ bi vô hạn của Như Lai; tôn kính ân đức chư vị Tổ Sư Tịnh Độ, Ngài đã sáng tác hòa tán để ngưỡng vọng và tán dương.

Nếu còn nghi ngờ về bổn nguyện, có *"Giới Nghi Tán"* [7]. Tác phẩm có 11 khổ tán thán và ngưỡng vọng Thánh Đức Thái Tử gọi là *"Hoàng Thái Tử Thánh Đức Phụng Tán"*. Tất cả điều ngu muội của tự thân và suy đồi của các giới trong Phật Giáo được biểu hiện một cách bi thảm trong *"Ngu Ngốc Bi Thán Thuật Hoài"*. Trong bản Hòa Tán về Thánh Đức Thái Tử còn thấy sót lại, còn thêm vào *"Thiện Quang Tự Hòa Tán"* nữa. Tất cả những hòa tán bên trên được gọi là *"Chánh Tượng Pháp Hòa Tán"*. Ngoài ra, vào năm Văn Minh [8] thứ 5 Liên Như cho khắc bảng hòa tán *"Văn Minh Bản"* và cuối cùng là *"Tự Nhiên Pháp Nhĩ"* những lời dạy được gọp chung vào thành hai loại hòa tán.

Trong *"Tam Thiếp Hòa Tán"* gồm *"Tịnh Độ Hòa Tán"* và *"Cao Tăng Hòa Tán"* là những tác phẩm viết nháp lúc Thân Loan 76 tuổi; nhưng bản *"Chánh Tượng Mạt Hòa Tán"* được hình thành vào năm Ngài 85 tuổi theo thứ tự thời gian.

I.6 Ba Kinh Tịnh Độ Vãng Sanh Văn Loại

(1 quyển)

Tác phẩm cũng còn gọi là *"Ba Kinh Vãng Sanh Văn Loại"* có hai bản lược giảng rộng. Bản giảng rộng có bản đính chánh, tăng thêm của phần giản lược bớt. Còn Ba Kinh Vãng Sanh gồm có: Đại Kinh Vãng Sanh, Quán Kinh Vãng Sanh và A Di Đà Kinh Vãng Sanh. Đại Kinh Vãng Sanh chính là làm hiển bày pháp nghi của sự chân thật. Quán Kinh Vãng Sanh và A Di Đà Kinh Vãng Sanh là hai bản kinh hiển thị những pháp môn

---

[7] Giới nghĩa là giải thích cặn kẻ về những điều nghi ngờ
[8] Nhằm năm 1473

phương tiện.

"*Đại Kinh*" chính là "*Đại Vô Lượng Thọ Kinh*". Đây gọi là Kinh Chân Thật, vì lẽ Đức Thích Tôn giải thích rõ ràng lời thệ nguyện thứ 18 cứu độ chúng sanh, đặc biệt trong đó có bốn nguyện chân thật của Đức Phật A Di Đà. Kinh chân thật nầy thuộc về Giáo, nội dung vượt lên khỏi tư duy của con người, một khi đã tin và niệm danh hiệu Phật A Di Đà tức thời được thành Phật, chắc chắn đạt được ngôi vị Chánh Định Tụ, cuối cùng vãng sanh Tịnh Độ chơn thật và sẽ hoàn thành giác ngộ như Đức Phật A Di Đà. Cũng gọi là Nan Tư Nghì Vãng Sanh, bởi vì vượt lên trên trí hiểu biết bình thường và sự suy nghĩ bình thường của con người. Thế cho nên gọi là Đại Kinh Vãng Sanh. Nói rõ hơn, đây chính là hai tướng hồi hướng thuộc bổn nguyện lực gồm vãng tướng hồi hướng và hoàn tướng hồi hướng. Nội dung của vãng tướng hồi hướng là Hạnh, Tín, Chứng như đã được giải thích đơn giản rõ ràng rồi.

Quán Kinh chính là bộ kinh gồm hai phương diện của "Ẩn Ảnh" và "Hiển Thuyết" giống như Đại Kinh về pháp nghi chân thật. "Ẩn" có nghĩa là ẩn hình không nói ra. Còn "Hiển" có nghĩa là phơi bày rõ ràng. Khi tâm yên ổn quán niệm về Như Lai thì gọi là định thiện. Khi tâm tán loạn cần phải dừng những việc xấu ác lại để được thiện chính là hiển bày nguyên nhơn vãng sanh của tán loạn thiện. Đức Thích Ca Như Lai giải thích rất rõ điều nầy nơi lời nguyện thứ 19, có tính cách giáo dục cho những ai chưa thuần thục và chấp trước vào tự lực của mình. Cả những hành giả tu hành về tán loạn thiện và định thiện bằng sự tự lực khi lâm chung vẫn được chư Bồ Tát đến nghinh tiếp và nương tựa phương tiện hóa độ của Phật mà vãng sanh. Phương tiện hóa độ vãng sanh nầy cũng có thể nói là vãng sanh dưới gốc cây Sa La Song Thọ, nơi hai cây Sa La, chỗ mà Đức Thích Tôn nhập diệt lúc Ngài 80 tuổi. Kinh nầy cũng có thể nói là "Quán Kinh Vãng Sanh". Ở cõi Tịnh Độ cũng thế, Đức Phật A Di Đà vì phương tiện hóa độ để phù hợp với căn cơ trình độ những kẻ chưa thành thục phải hóa hiện ra hóa thân Phật, chẳng phải là Đức Vô Lượng Thọ Phật khi nhập diệt. Điều nầy giống như Đức Thế Tôn nhập diệt để hóa độ. Sự nhập diệt của Ngài như ta thấy là sự vãng sanh mà sự vãng sanh ấy xảy ra nơi Sa La Song Thọ.

Cả Kinh A Di Đà lẫn Quán Kinh đều giống nhau chỗ ẩn và hiển. Ẩn hình có nghĩa là chư Phật tán thán việc niệm Phật vãng sanh nhờ vào tha lực. Đây là điều dạy có tính cách bí mật. Còn hiển có nghĩa là dùng tự lực để niệm Phật. Hẳn nhiên, còn nhiều nghi vấn về tự lực niệm Phật và tha lực của bổn nguyện nhưng chính mình cứ nỗ lực tu hành qua pháp xưng danh hiệu, qua việc tích chứa công đức và qua công đức niệm Phật, Như Lai sẽ đến cứu độ. Đây gọi là sự niệm Phật với tâm nghi ngờ.

Lại nữa với những ai tinh thần được tập trung và tâm không loạn động, phút lâm chung vẫn tiếp tục xưng niệm danh hiệu, chắc chắc được tiếp dẫn vãng sanh về Tịnh Độ theo công đức tu tập dày mỏng qua niềm tin và hạnh niệm Phật. Thế nhưng cõi Tịnh Độ hiện bày trước mắt không phải là cõi Tịnh Độ chơn thật, mà chính đó là hóa thành và thai cung được biểu hiện qua hóa độ. Kẻ vãng sanh qua phương tiện hóa độ chính họ mong muốn Đức Như Lai trợ giúp giáo hóa; vì chính họ không có khả năng tự lực. Thân Loan gọi sự vãng sanh bằng phương tiện hóa độ nầy là "Nan Tư Vãng Sanh" [9] và cũng gọi là "A Di Đà Kinh Vãng Sanh". Khi gặp pháp chơn thật và Nam mô A Di Đà Phật là dựa vào tâm bổn nguyện ấy và chính tự lực xưng niệm của kẻ kia được vãng sanh nên gọi là Nan Tư Nghì Vãng Sanh và ở đây chữ "Nghì" được lược bớt đi.

Giáo lý chân thật của Tịnh Độ Chân Tông và giáo lý phương tiện hóa độ được trình bày lại một cách dễ hiểu qua "Giáo Hạnh Chứng Văn Loại" gồm năm quyển phía trước. Đồng thời *"Đại*

---

[9] Vãng sanh khó nghĩ bàn

Kinh Vãng Sanh" cũng được tóm tắt nội dung trong tác phẩm *"Hóa Thân Độ Văn Loại"* cũng như được giải thích rõ ràng ở các kinh *"Quán Kinh Vãng Sanh"* và *"A Di Đà Kinh Vãng Sanh"*.

I.7 Tôn Hiệu Chơn Tượng Minh Văn

(2 quyển)

"Tôn Hiệu Chơn Tượng Minh Văn" là bình giảng rộng hơn của hai tác phẩm "Tôn Hiệu" cũng có nghĩa là "Danh Hiệu". "Chơn Tượng" giải thích những bức tượng của chư vị Tổ sư vẽ bằng mực và "Minh Văn" là những bài viết bên trên hay bên dưới những bức họa trong đó có những bài văn và kinh luận nhằm để tán thán ca ngợi chư vị Tổ sư, như dưới các bức họa của Long Thọ và Thế Thân. *Tôn Hiệu Chơn Tượng Minh Văn* là những lời giải thích một cách đơn giản dễ hiểu tập trung những lời văn ca tụng ở dưới những bức họa ấy.

"Tôn Hiệu" cũng được hiểu là chính Thân Loan nói trong *"Ngu Ngốc Thân Loan Kính Tín Tôn Hiệu"*. Bản thân Thân Loan kính tín bổn tôn và tôn xưng bổn tôn ấy nên viết *"Danh Hiệu Bổn Tôn"*. Thân Loan tự tay mình viết danh hiệu bổn tôn gồm 10 chữ đó là "Quy Mệnh Tận Thập Phương Vô Ngại Quang Như Lai" và 8 chữ: "Nam Mô Bất Khả Tư Nghì Quang Phật" hoặc 6 chữ: "Nam Mô A Di Đà Phật" vẫn còn tồn tại cho đến ngày nay. Thế nhưng ở đây còn thấy được thêm về những chú thích của minh văn nữa. Chắc rằng 10 chữ được truyền lại ở chùa Chuyên Tu thuộc Bổn Sơn Takada minh chứng cho điều ấy. Thế nhưng chân tượng lại chỉ cho cái gì đó thật ra không ai rõ, hoặc giả trong đó có thể hiểu là những bài viết hoặc bức họa thuộc Quang Minh Bổn Tôn chăng? Thế nhưng có một đoạn chú thích ở "Hòa Triều Ngu Ngốc Thích Thân Loan Chánh Tín Kệ Văn" và "Chánh Tín Kệ" cũng có thể là bức vẽ vào lúc Ngài đã 83 tuổi gọi là "An Thành Ngự Tượng" hình này có thể thuộc về hệ thống ấy.

Tác phẩm nầy tóm lược còn một quyển và bản lớn có hai quyển được tăng thêm và bản lược không còn nữa như "Thủ Lăng Nghiêm Kinh" và "Thập Trụ Tỳ Bà Sa Luận" cùng với "Tịnh Độ Luận" và những bài văn lễ tán dương công đức Thánh Đức Thái Tử. Hiện còn đúng dấu tích là bản lược lúc Ngài 83 tuổi, giống như chân tích của bản lớn vào năm Ngài 86 tuổi.

I.8 Nhứt Niệm Đa Niệm Văn Ý

Với Thân Loan - Văn ý gồm hai tác phẩm *"Niệm Đa Niệm Văn Ý"* và *"Duy Tín Sao Văn Ý"*. Quyển đầu giải thích những thể tài trong quyển *"Nhứt Niệm Đa Niệm Phân Biệt Sự"* của Loan Khoan và quyển sau là *"Duy Tín Sao"* của Thánh Giác. Vì hai tác phẩm nầy dùng ý văn để bình chú những quyển trên nên gọi là *"Văn Ý"*.

Thân Loan, học trò của Pháp Nhiên cho nên đặc biệt đối với hai tác giả trên, rất tôn kính vì chân ý của Pháp Nhiên được truyền trì lại. Những thư từ sách vở của hai vị nầy được những học trò đệ tử giữ gìn rất trang trọng. Đương thời *"Nhứt Niệm Đa Niệm"* được bàn luận rất sôi nổi. Hơn nữa có sự phê bình rất cao về tín tâm của bốn nguyện cũng như phương pháp tiếp nhận pháp môn niệm Phật được những môn đệ ở Kanto viết rất rõ trong *"Nhứt Niệm Đa Niệm Phân Biệt Sự"*. Trong đó, cũng có trích dẫn những lời văn chú thích của các kinh và được thêm vào trong tác phẩm nầy.

Thế nhưng, khi xem nội dung nửa phía trước của *"Nhứt Niệm, Đa Niệm"* cũng không khác mấy với sự quyết định vãng sanh với một niệm được chứng minh qua 14 chữ. Đặc biệt, Pháp Nhiên hay Long Khoan chẳng những không buông bỏ niềm tin của một niệm mà còn tin mạnh hơn nữa. Họ giải thích rõ ràng hơn về quan điểm *"Hiện Sanh Chánh Định Tụ"* mà tư tưởng và vị trí của Thân Loan được biết rõ tại điểm quan trọng nầy. Nửa phần sau của *"Đa Niệm"* cũng nói về đa niệm vãng sanh, chẳng sai biệt tí nào. Với việc nầy, lấy ra 8 chữ để chứng minh. Như vậy từ Thân Loan, sự truyền thừa về những pháp nghĩa của việc chuyên tu niệm Phật dầu là *"Nhứt Niệm Vãng Sanh"* có phủ định về đa niệm vãng sanh và ngược lại đa niệm vãng sanh cũng có phủ định nhứt niệm vãng sanh; nhưng đó là điều chẳng phải đáng nói mà nhứt đa (một hay nhiều) cũng mang được bổn nguyện của kẻ tín tâm niệm Phật và việc nầy Pháp Nhiên đã kết luận nơi *"Niệm Phật Vãng Sanh"* rồi.

Bản viết tay nguyên thỉ của Thân Loan là bản còn giữ lại được nơi Đông Bản Nguyện Tự (Higashi Honganji). Đó chính là lúc 85 tuổi vào năm Khang Nguyên[10] thứ II viết ra. Thế nhưng đến năm Kiến Trường thứ 8 dưới hình của Tánh Tín (Thiện Loan nghĩa tuyệt trạng)[11] đã được viết ra. Đây chính là được viết trước đó, phải rõ như vậy. Đối với sách nầy *"Nhứt Niệm Đa Niệm Chứng Văn"* là tựa sách được viết vào thời Thất Đinh và tên gọi nầy chỉ có một quyển mà thôi.

I.9 Duy Tín Sao Văn Ý (1 quyển)

Một trong những cao đệ thuộc hàng đệ tử lớn của Pháp Nhiên là Thánh Giác (Seikaku), người trích dẫn và chú thích những bản kinh trọng yếu trong *"Duy Tín Sao"*. Khi Thân Loan còn ở Kanto, Thánh Giác trực tiếp viết quyển *"Duy Tín Sao"* nầy và gởi cho Thân Loan. Thỉnh thoảng các môn đệ ở Kanto cũng đọc và viết trả lời lại. Thực sự, các môn đệ của Thân Loan đọc rất nhiều lần và thuộc làu tác phẩm nầy. Bởi vì *"Thán Dị Sao"* những lá thơ họ viết đều có phần nào ảnh hưởng tác phẩm nầy.

Về chú thích - đầu tiên nói về tựa đề *"Duy Tín Sao"*. Vì đây là một tác phẩm nhằm giải thích tỉ mỉ những câu văn đã được trích dẫn, mà những trích dẫn ấy là những câu văn trong *"Ngũ

---

[10] Nhằm vào năm 1257

[11] Thơ gởi cho con trai là Thiện Loan, đoạn tuyệt tình nghĩa cha con

Hội Pháp Sự Tán" của Pháp Chiếu (Hotsusho), *"Văn Pháp Sự Tán"* của Thiện Đạo và kinh văn của ba tâm thuộc *"Quán Kinh"*. *"Tán Thiện Nghĩa"* của Thiện Đạo. Có những câu văn chú thích thật chân thành như trích dẫn văn của Từ Mẫn (Jimin) trong *"Ngũ Hội Pháp Sự Tán"*. Văn nguyện thứ 18 trong *"Đại Kinh"*; văn thuộc về phi quyền phi thật trong *"Pháp Hoa Kinh"*. Còn lấy từ cách hành văn của *"Quán Kinh"* tiếp tục giải thích để trở thành *"Duy Tín Sao"*. Chính Thân Loan thấy biết rõ ràng trong *"Tôn Hiệu Chơn Tượng Minh Văn"* và *"Nhứt niệm Đa Niệm Văn Ý"*. Có thể đây là những Thánh giáo quan trọng thuộc về tư tưởng tín ngưỡng của Thân Loan khi tuổi về già.

Hiện còn bút tích được lưu giữ tại chùa Chuyên Tu thuộc Bổn Sơn Takada cho biết vào ngày 11 tháng giêng năm Khang Nguyên thứ 2 và cùng năm ấy ngày 27 tháng giêng, Thân Loan đã 85 tuổi mới viết sách nầy. Thế nhưng năm Kiến Trường thứ 2, lúc ở tuổi 78, bản chánh được viết rồi và đó chính là bản viết tay cũ nhất. Việc tuyển thuật được ghi lại như trên.

I.10 Thân Loan Thánh Nhơn Ngự Tiêu Tức

(1 quyển)

Thân Loan những năm về già ở Kanto được các môn đệ các nơi thu thập những pháp ngữ và những thư từ liên quan đến đời sống gom thành nhiều loại cho đến mãi một thời gian sau khi Ngài mất việc gom góp, biên tập ấy vẫn tiếp tục. Trong đó gồm có *"Thân Loan Thánh Nhơn Ngự Tiêu Tức Tập"* 18 hạng mục. Bản của Thiện Tánh (Zensho) về *"Ngự Tiêu Tức Tập"* 6 hạng mục. *"Huyết Mạch Văn Tập"* 5 hạng mục. *"Hiển Trí Thượng Nhơn Thơ Tả Tiêu Tức"* 2 hạng mục. *"Mạt Đăng Sao"* 22 hạng mục v.v... Đó là những tác phẩm chính. Gần đây đã công bố những lá thư viết tay của Thân Loan và những bản cũ nhất như *"Nguyên Điển Bản Thánh Điển"* (tức Tịnh Độ Chơn Tông Thánh Điển Nguyên Điển Bản) gồm 43 hạng mục để góp vào *"Thân*

Loan Thánh Nhơn Ngự Tiêu Tức" mà đã thu nhập và biên tập thêm vào. Dĩ nhiên ở đây cũng giống như bản *"Chú thích Bản Thánh Điển".*

Qua phần Tiêu Tức và Pháp Ngữ ấy những môn đệ ở Kanto cho thấy về những trạng huống và những hình ảnh nổi trôi ghi rõ những hành động và tín tâm của Thân Loan khi tuổi đời xế bóng. Đối với sự kiện Thiện Loan, trong môn đệ của họ nổi loạn như thế nào và ý nghĩa của việc xử phạt bằng cách Thân Loan dứt tình cha con với Thiện Loan, khổ sở biết bao. Những điều nầy được làm sáng tỏ qua thơ văn viết lại về đời sống của Thân Loan. Ngoài ra lúc 86 tuổi, qua ngôn ngữ trí tuệ ở tại Hạ Dã Cao Điền (Shimotsuke) nói pháp trong ***"Tự Nhiên Pháp Nhĩ"*** và đây cũng là những lời dạy gần gũi sâu xa nhất đối với Tịnh Độ Chơn Tông.

I.11 Huệ Tín Ni (Eshinni) Tiêu Tức

(1 quyển)

Một năm sau kể từ khi Thân Loan viên tịch, Huệ Tín, người bạn đời của Ngài, nhận được tất cả 8 lá thơ từ Giác Tín, người con gái út và biên tập tập sách nầy trong vòng 6 năm, kể từ năm Hoẳng Trường[12] thứ 3 cho đến năm Văn Vĩnh[13] thứ 5. Ngoài ra, Huệ Tín cũng soạn hai lá *"Hộ Trạng"* và *"Đại Kinh"* bằng lối đọc theo âm Nhật Bản (Hiragana), mà trong *"Nguyên Điển Bản Thánh Điển"* có lược qua. Nói chung tất cả đều còn giữ lại bản chính tại chùa Tây Bổn Nguyện (Nishi Honganji).

Năm Kiến Trường thứ 6, 7 Thánh Nhơn 82, 83 tuổi, Huệ Tín cũng đã già, bà giã từ Kyoto lui về Việt Hậu (Etsugo) sống chung với bốn người con gái. Cuối cùng, bà mất tại nhà của Tiểu Hắc (Oguro), người con gái. Bà được cấp đất đai để ở những con

---

[12] Nhằm năm 1263
[13] Nhằm năm 1268

cháu còn lại chẳng được nuôi dưỡng nên người.

Trong thư, Giác Tín báo cho bà biết thân phụ Thân Loan đã vãng sanh. Những ngày sau đó, bà bắt đầu biên soạn từng phần cuộc đời bà. Đầu tiên, bà xác chứng đời Thân Loan thật là ý nghĩa.

Thứ nhứt, khi ở tại Tỷ Duệ Sơn và lúc ra khỏi Lục Giác Đường tham học, Thân Loan mộng thấy Pháp Nhiên nên Thân Loan hồi tâm. Đây gọi là điểm chính nổi bật về niềm tín của Thân Loan.

Thứ hai, lúc ở tại Thường Lục, bà thường mộng thấy Pháp Nhiên là hóa thân của Bồ Tát Đại Thế Chí và Thân Loan là hóa thân của Bồ Tát Quan Âm và giữ kín giấc mộng vì tin rằng Thân Loan chính là hóa thân của Bồ Tát Quan Âm, về sau, bà có cho con gái biết.

Thứ ba, vào năm Khoán Hỉ[14] thứ 3 Thân Loan 59 tuổi bị bịnh vì 17 năm trước, vào năm Kiến Bảo[15] thứ II lúc 42 tuổi ở tại Thượng Dã Quốc Tá Quán (Kozuke Kuni Sanuki), Ngài có phát nguyện đọc tụng 1000 bộ của ba bộ kinh, nhưng chỉ trong 4 đến 5 ngày sau nghĩ lại và dừng nghỉ.

Hẳn nhiên, trong đó bà cũng ghi lại tại sao Thân Loan ngừng việc đọc tụng kinh điển; tại sao rời Thường Lục về Kanto; ai mời ngài v.v..

Ngoài ra, qua cuộc đời Huệ Tín, chúng ta thấy bà chính là người niệm Phật rất thâm tín và đồng thời qua ngòi bút của bà, chúng ta biết rõ cả mẹ lẫn con gái đều trải qua cuộc đời tình ái thật đẹp.

---

[14] Nhằm vào năm 1231

[15] Nhằm vào năm 1214

I.12 Thán Dị Sao (1 quyển)

"Thán Dị Sao" do Duy Nhiên (Yuien), một trong những đệ tử biên soạn tại Thường Lục thuộc Hà Hòa Điền. Sau khi Thân Loan mất, có nhiều dị nghị phát sanh ở trong hàng đệ tử. Để trấn tỉnh và an tâm họ, Duy Nhiên biên soạn thán nầy. Đây là những pháp ngữ soạn ra để nói rõ niềm tin về tha lực của Thân Loan, ngõ hầu giúp kẻ hậu học lấy làm kim chỉ nam, như được tường thuật nơi lời nói đầu.

Bản văn chính chia ra 18 điều. Nửa phần trước có 10 điều ghi lại những pháp ngữ (lời giáo huấn) của Thân Loan. Nửa phần sau là những đoạn ngắn có 8 điều còn lại, trích ra những phê phán và dị nghị của người đương thời. Những lời giáo huấn của Thân Loan ở nửa phần trước là tiêu chuẩn song nửa phần sau là những lời than thở dị nghị và phê phán mà thôi. Song phần nửa sau cũng có ghi lại pháp ngữ của Thân Loan.

Tóm lại: *"Niềm tín của Thân Loan cũng là niềm tin của Pháp Nhiên. Tuy hai nhưng là một"*. Đồ chúng của Pháp Nhiên bàn luận xôn xao về tín tâm giống hay khác. Nhưng cuối cùng đi đến hai việc rất tâm đắc đó là: tín ngưỡng phụng trì Thánh Giáo và kính ngưỡng của Thân Loan. Theo tôi nghĩ (tác giả Kakehashi) cả hai giống nhau không khác tí nào đó là từ bi chân thành và cứu độ chân thật. Hầu như cả hai đều tràn đầy tâm đại bi trong bổn nguyện và chí thành chí kính niệm Phật. Bản văn nầy được viết xong với những bản phụ khác vào thời kỳ pháp nạn điên đảo dưới thời Thừa Nguyên.

Nguồn: Thích Như Điển, dịch giả. *Tịnh Độ Tông Nhật Bản*.
NXB Phương Đông, 2009)

ĐÔI NÉT VỀ DỊCH GIẢ:
HÒA THƯỢNG THÍCH NHƯ ĐIỂN

Sơ lược tiểu sử

- Thế danh: Lê Cường. Pháp tự: Giải Minh. Pháp hiệu: Trí Tâm

- Sanh: 28.06.1949 tại Xuyên Mỹ, Duy Xuyên, Quảng Nam.

- Học lực: Cử nhân giáo dục và Cao học Phật giáo tại Nhật Bản.

- Xuất gia năm 1964 tại Tổ Đình Phước Lâm, Hội An.

- Năm 1971: Thọ Tỳ Kheo giới tại giới đàn Tu Viện Quảng Đức, Thủ Đức.

- Năm 1972: Du học Nhật Bản.

- Năm 1977: Đến Đức vào với Visa du lịch; nhưng sau đó xin tỵ nạn tại Cộng Hòa Liên Bang Đức và ở Đức từ đó cho đến nay.

- Tháng 4 năm 1978 thành lập Niệm Phật Đường Viên Giác và sau đó trở thành Chùa Viên Giác, Tổ đình Viên Giác tại Hannover.

- Từ năm 1978, 1979: Sáng lập Chi Bộ Giáo Hội Phật Giáo Việt Nam Thống Nhất Đức Quốc, thành lập Hội Sinh Viên và Kiều Bào Phật Tử Việt Nam tại CHLB Đức.

- Năm 1988 được tấn phong lên hàng Giáo phẩm Thượng Tọa tại giới đàn Đại Nguyện chùa Pháp Hoa Marseille, Pháp quốc.

- Ngày 28.6.2008 được tấn phong lên hàng Giáo phẩm Hòa

Thượng tại Đại Giới Đàn Pháp Chuyên tại chùa Viên Giác Hannover, Đức Quốc.

- Đệ Nhị Chủ Tịch Hội Đồng Điều Hành GHPGVNTN Âu Châu nhiệm kỳ 2015-2019 và tiếp tục nhiệm kỳ 2019-2023, 2023-2027.

- Phó Chủ Tịch Hội Đồng Tăng Già Thế Giới (World Buddhist Sangha Council - WBSC).

- Chủ Tịch Ủy Ban Phiên Dịch Trung Ương GHPGVNTN. Chánh Thư Ký Hội Đồng Hoằng Pháp GHPGVNTN.

- Đã sáng tác và xuất bản 72 tác phẩm và dịch phẩm từ các tiếng Việt, Anh, Hán, Nhật và Đức ngữ.

* Ngày 8 tháng 7 năm 2011, Hội Đồng Tăng Già Tích Lan và chính phủ Tích Lan đã trao giải thưởng cao quý cho HT Thích Như Điển và HT Thích Minh Tâm, tại Colombo thủ đô nước Tích Lan.

* Ngày 8 tháng 12 năm 2021, Tổng thống Cộng Hòa Liên Bang Đức trao tặng Huân chương Cao quý Hạng nhất cho những người có công với sự nghiệp Văn hóa Tôn giáo Xã hội của nước Đức (Bundesverdienstkreuz 1. Klasse).

Tác phẩm đã xuất bản

1. *Truyện cổ Việt Nam* (Tập 1 & Tập 2) - Nhật ngữ - 1974, 1975

2. *Giọt mưa đầu hạ* - Việt ngữ - 1979

3. *Ngỡ ngàng* - Việt ngữ - 1980

4. *Lịch sử Phật Giáo Việt Nam Hải Ngoại trước và sau năm 1975* - Việt & Đức ngữ - 1982

5. *Cuộc đời người Tăng sĩ* - Việt & Đức ngữ - 1983

6. *Lễ nhạc Phật Giáo* - Việt & Đức ngữ - 1984

7. *Tình đời nghĩa đạo* - Việt ngữ - 1985

8. *Tìm hiểu giáo lý Phật Giáo* - Việt & Đức ngữ - 1985

9. *Đời sống tinh thần của Phật Tử Việt Nam tại hải ngoại* - Việt & Đức ngữ - 1986

10. *Đường không biên giới* - Việt & Đức ngữ - 1987

11. *Hình ảnh 10 năm sinh hoạt Phật Giáo Việt Nam tại Tây Đức* - Việt & Đức ngữ - 1988

12. *Lòng từ Đức Phật* - Việt ngữ - 1989

13. *Nghiên cứu Giáo Đoàn Phật Giáo thời nguyên thủy I, II, III* - dịch từ Nhật ngữ ra Việt & Đức ngữ - 1990, 1991, 1992

14. *Tường thuật về Đại hội Tăng già Phật Giáo thế giới kỳ 5 khóa I tại Hannover, Đức Quốc* - Việt, Anh, Đức ngữ - 1993

15. *Giữa chốn cung vàng* - Việt ngữ - 1994

16. *Chùa Viên Giác* - Việt ngữ - 1994

17. *Chùa Viên Giác* - Đức ngữ - 1995

18. *Vụ án một người tu* - Việt ngữ - 1995

19. *Chùa Quan Âm (Canada)* - Việt ngữ - 1996

20. *Phật Giáo và con người* - Việt & Đức ngữ - 1996

21. *Khóa giáo lý Âu Châu kỳ 9* - Việt & Đức ngữ - 1997

22. *Theo dấu chân xưa (Hành hương Trung quốc I)* - Việt ngữ - 1998

23. *Sống và chết theo quan niệm của Phật Giáo* - Việt & Đức ngữ - 1998

24. *Tiếp kiến Đức Đạt Lai Lạt Ma* - Việt & Đức ngữ - 1999

25. *Vọng cố nhân lầu (Hành hương Trung Quốc II)* - Việt ngữ - 1999

26. *Có và Không* - Việt & Đức ngữ - 2000

27. *Kinh Đại Bi* (dịch từ Hán văn ra Việt văn) - Việt & Đức ngữ - 2001

28. *Phật thuyết Bồ Tát Hành Phương Tiện Cảnh Giới Thần Thông Biến Hóa Kinh* - dịch từ Hán văn ra Việt ngữ - 2001

29. *Bhutan có gì lạ?* - Việt ngữ - 2001

30. *Kinh Đại Phương Quảng Tổng Trì* - dịch từ Hán văn ra Việt ngữ - 2002

31. *Cảm tạ xứ Đức* - Việt & Đức ngữ - 2002

32. *Thư tòa soạn báo Viên Giác trong 25 năm (1979 - 2003, 2004)* - Việt ngữ - 2003

33. *Bổn Sự kinh* - Dịch từ Hán văn sang Việt ngữ - 2003

34. *Những đoản văn viết trong 25 năm qua* - Việt & Đức ngữ - 2003

35. *Phát Bồ Đề Tâm kinh luận* - Dịch từ Hán văn sang Việt ngữ - 2004

36. *Đại Đường Tây Vức Ký* - Dịch từ Hán văn sang Việt ngữ - 2004

37. *Làm thế nào để trở thành một người tốt* - Việt ngữ - 2004

38. *Dưới cội bồ đề* - Việt ngữ - 2005

39. *Đại Thừa Tập Bồ Tát Học Luận* - Dịch từ Hán văn sang Việt ngữ - 2005

40. *Bồ Đề Tư Lương luận* - Dịch từ Hán văn sang Việt ngữ - 2005

41. *Phật nói luận A Tỳ Đàm về việc thành lập thế giới* - Dịch từ Hán văn sang Việt ngữ - 2006

42. *Giai nhân và Hòa Thượng* - Việt ngữ - 2006

43. *Thiền Lâm Tế Nhật Bản* - Dịch từ Nhựt ngữ sang Việt ngữ - 2006

44. *Luận về con đường giải thoát* - Dịch từ Hán văn sang Việt ngữ - 2006

45. *Luận về bốn chân lý* - Dịch từ Hán văn sang Việt ngữ - 2007

46. *Tịnh Độ tông Nhật Bản* - Dịch từ Nhật ngữ sang Việt ngữ - 2007

47. *Tào Động tông Nhật Bản* - Dịch từ Nhật ngữ sang Việt ngữ - 2008

48. *Pháp ngữ* - Việt ngữ - 2008

49. *Những mẩu chuyện linh ứng của Đức Địa Tạng Vương Bồ Tát* - Dịch từ Nhật ngữ sang Việt ngữ - 2009

50. *Nhật Liên tông Nhật Bản* - Dịch từ Nhật ngữ sang Việt ngữ - 2009

51. *Chân Ngôn tông Nhật Bản* - Dịch từ Nhật ngữ sang Việt ngữ - 2010

52. *Chết an lạc, tái sanh hoan hỉ* - Dịch chung với T.T. Nguyên Tạng từ Anh ngữ sang Việt Ngữ - 2011

53. *Chuyện tình của Liên Hoa Hòa Thượng* - Việt Ngữ - 2011

54. *Tư tưởng Tịnh Độ Tông* - Việt ngữ - 2012

55. *Những bản kinh căn bản của Tịnh Độ Tông Nhật Bản* - Dịch từ Đức ngữ sang Việt ngữ - 2012

56. *Dưới bóng đa chùa Viên Giác* - Việt ngữ, viết chung với Trần Trung Đạo - 2012

57. *Diệu Pháp Liên Hoa kinh Văn cú* - Dịch từ chữ Hán sang tiếng Việt - 2013

58. *Hương Lúa Chùa Quê (Hoài Niệm Tuổi Thơ)* - Việt ngữ viết chung với H.T. Thích Bảo Lạc - 2013

59. *Hiện tượng của tử sinh* - Việt ngữ - 2014

60. *Nhật Bản trong lòng tôi* - Việt ngữ - 2015

61. *Kinh Ngũ Bách Danh Quán Thế Âm Bồ Tát* - Chủ trì dịch và chứng nghĩa Việt văn từ bản Hán văn của Quý Thầy Hạnh Định, Hạnh Tâm và Hạnh Bổn - 2015

62. *Nước Úc trong tâm tôi* - Việt ngữ - 2016

63. *Nước Mỹ bao lần đi và đến* - Việt ngữ - 2017

64. *Thiền quán về Sống và Chết* - Dịch từ Anh ngữ sang Việt ngữ với TT. Thích Nguyên Tạng - 2017

65. *Mối tơ vương của Huyền Trân Công Chúa* - Việt ngữ - 2018

66. *Vua là Phật, Phật là Vua* - Việt ngữ - 2020

67. *Phật Giáo Việt Nam tại Âu Châu* - Việt ngữ - 2020

68. *Tư tưởng Phật Giáo trong thi ca Nguyễn Du* - Việt ngữ - 2021

69. *Tôi đọc Đại Tạng Kinh* – Việt ngữ - 2022

70. *Sống với "Thán Di Sao của Ngài Thân Loan*. Dịch từ Nhật ngữ sang Việt ngữ - 2023

71. *Bàn về mối liên hệ giữa Văn Hóa, Giáo Dục và Tôn giáo*. Việt ngữ - 2023.

72. *Thân Loan Thánh Nhân Toàn Thư, Tập 1*. Dịch từ Nhật ngữ và Cổ văn Hán tự sang Việt ngữ - 2023

73. *Thân Loan Thánh Nhân Toàn Thư, Tập 2*. Dịch từ Nhật ngữ và Cổ văn Hán tự sang Việt ngữ - 2024

ĐÔI NÉT VỀ DỊCH GIẢ: HÒA THƯỢNG THÍCH NHƯ ĐIỂN

Các tác phẩm tái bản gần đây

(Các sách này có thể mua qua trang Amazon)

1. *Tư tưởng Tịnh Độ Tông* - Việt ngữ - 2019

2. *Dưới bóng đa chùa Viên Giác* - Việt ngữ, viết chung với nhà văn Trần Trung Đạo - 2019

3. *Hương Lúa Chùa Quê (Hoài Niệm Tuổi Thơ)* - Việt ngữ viết chung với Hòa Thượng Thích Bảo Lạc - 2019

4. *Mối tơ vương của Huyền Trân Công Chúa* - Việt ngữ - 2019

5. *Chùa Viên Giác* - Đức ngữ - 2019

6. *Cảm tạ xứ Đức* - Việt & Đức ngữ - 2019

8. *Tiếp kiến Đức Đạt Lai Lạt Ma* - Việt & Đức ngữ - 2019

7. *Đường không biên giới* - Việt & Đức ngữ - 2020

9. *Phật Giáo và Con người* - Việt & Đức ngữ - 2020

10. *Sống và Chết theo quan niệm của Phật Giáo* - Việt & Đức ngữ - 2020

11. *Có và Không* - Việt & Đức ngữ - 2000

12. *Mây oan cửa thiền (Vụ án một người tu)* - Việt ngữ - 2020

13. *Bhutan có gì lạ?* - Việt ngữ - 2020

14. *Tích Lan - Đạo Tình Muôn Thuở* - Việt ngữ - 2020

15. *Dưới Cội Bồ-đề* - Việt ngữ - 2020

16. *Giai nhân và Hòa thượng* - Việt ngữ - 2020

17. *Tôi đọc Đại Tạng Kinh* – Việt ngữ - 2022

18. *Tây Vực Ký* – Việt ngữ - Tái bản 2022, Nguyễn Minh Tiến hiệu đính, HT Thích Tuệ Sỹ giới thiệu.

Tổ đình Viên Giác
Karlsruher Str. 6
30519 Hannover – GERMANY
Tel. 0511 / 879630 – Fax 0511 / 87 941 200
Homepage: http://www.viengiac.info
E-mail: todinh@viengiac.info

www.ingramcontent.com/pod-product-compliance
Lightning Source LLC
LaVergne TN
LVHW091532070526
838199LV00001B/29